आरसा चिंतनाचा
स्वतःला ओळखण्याचा

(मार्च स्वयंसंस्कार)

आरसा चिंतनाचा

आरसा चिंतनाचा

आरसा चिंतनाचा

आरसा चिंतनाचा

आरसा चिंतनाचा

आरसा चिंतनाचा

आरसा चिंतनाचा

आरसा चिंतनाचा

आरसा चिंतनाचा

आरसा चिंतनाचा

आरसा चिंतनाचा

आरसा चिंतनाचा

दिलीपराज प्रकाशनाची सर्व पुस्तके आता आपण
Online खरेदी करू शकता.
आमच्या website ला कृपया आवश्य भेट द्या.
www.diliprajprakashan.in

मार्च स्वसंस्कार

निबंधलेखन, वादविवाद स्पर्धा, भाषणे आणि सर्व लहान-थोर व्यक्तींना
स्वसंस्कार घडवून आणण्यासाठी उपयुक्त प्रभावी लेखांचा संग्रह

आरसा चिंतनाचा

स्वतःला ओळखण्याचा

रामचंद्र जोरवर

एक दिवस असा सुंदर उगवला, त्या दिवशी झडझडून जाग आली.
मोकळं आकाश पाहायला कधी सवडच सापडली नव्हती, ती त्या दिवशी मिळाली.
माणसं कधी जवळून पहाता आली नाही, ती तेव्हा जवळून पाहता आली.
निसर्गाच्या जवळ कधी जाता आलं नाही, ते त्या दिवशी जाता आलं.
सूर्य उगवलेला कधी दिसला नाही, तो त्या दिवशी दिसला.
जगण्याचा हेतू कधी समजलाच नाही, तो त्या दिवशी समजला.
आणि स्वत:मधूनच मग बाहेर पडलो–
उघडं विश्व अनुभवण्यासाठी.....

(प्रत्येक दिवसासाठी एक लेख, वर्षभरासाठी ३६५ लेख, १२ महिन्यांची १२ भागांत १२ पुस्तके)

TM

दिलीपराज प्रकाशन प्रा. लि.

२५१ क, शनिवार पेठ, पुणे - ४११ ०३०

आरसा चिंतनाचा (मार्च) - Aarsa Chintanacha (March)

◆ **प्रकाशक**
राजीव दत्तात्रय बर्वे,
मॅनेजिंग डायरेक्टर,
दिलीपराज प्रकाशन प्रा. लि.,
२५१ क, शनिवार पेठ,
पुणे - ४११ ०३०

◆ © **रामचंद्र जोरवर**, पुणे

◆ **प्रथमावृत्ती -** १५ मार्च २०१३

◆ **प्रकाशन क्रमांक -** २००९

◆ **ISBN -** 978 - 81 - 7294 - 983 - 9

◆ **मुद्रक**
Repro India Ltd,
Mumbai.

◆ **टाईपसेटिंग**
पितृछाया मुद्रणालय,
९०९, रविवार पेठ,
पुणे - ४११ ००२

◆ **मुखपृष्ठ**
हेमंत देशपांडे

◆ **आतील चित्रे**
खलील खान, पुणे

आत्मशोध घेत घेत सदाचाराची
वाटचाल करणाऱ्या जगातल्या
प्रत्येक माणसाला...

प्रस्तावना

वर्षभरात सातत्याने ३६५ लेखांचे लिखाण एखादं शिवधनुष्य पेलल्याप्रमाणे पार पाडलं आणि शेवटी जिद्द, चिकाटी असेल, इच्छा असेल आणि त्यातला आत्मिक आनंद घेण्याची जाण असेल, तर मनुष्य या जगात कुठलीही अशक्य गोष्ट शक्य करून दाखवू शकतो, याचा प्रत्यय या लेखांचं लेखन पूर्ण केल्यानंतर हमखास अनुभवता आला.

हे लेख क्रमश: एखाद्या नामांकित दैनिकातून प्रसिद्ध करण्याचा मानस होता; परंतु दैनिकांत बातम्या व जाहिरातींच्या मालमसाल्यात, अर्थकारणाच्या धोरणात या लेखांना जागा मिळण्याचं अवघड असल्याचं निदर्शनास आलं आणि मग तो निर्णय रद्द करून ग्रंथरूपाने या लेखांना प्रसिद्धि देण्याचा निर्णय घेऊन टाकला.

आपणच आपल्या लेखांचं गुणगान करणं तसं चुकीचंच! भावनेच्या, आवडीच्या भरात आपण लेखन करतो परंतु ते खरोखरच परिपूर्ण आहे का? योग्य आहे का? हे इतरांच्या नजरेतून, जाणकारांच्या नजरेतून जाणून घेणंही तितकंच महत्त्वाचं असतं.

या जगात आपल्यापेक्षा अधिक सुंदर, शक्तिमान, गुणी कुणीही नाही हे जवळ जवळ प्रत्येकालाच स्वत:बद्दल वाटत असतं; परंतु त्यापलीकडे जाऊन जेव्हा इतरांच्या नजरेतून आपण आपल्याला सिद्ध करण्याचा प्रयत्न करतो, जाणून घेण्याचा प्रयत्न करतो तेव्हाच आपले पाय जमिनीवर येऊन टेकतात व आपण आंधळेपणाने वाटचाल न करता डोळसपणाने आपणच आपला आत्मशोध घेण्याचा प्रयत्न करू लागतो.

या लेखांचे विषय अनेक होते. प्रत्येक शब्दाची ताकद व त्यातला भाव किती विशाल आहे हे लेख लिहीत असताना लक्षात आलं. भाषा आणि शब्दांमध्ये मनुष्याचे सर्व भाव व भावना कशाप्रकारे सूत्रबद्ध बांधल्या गेल्या आहेत, हे त्या शब्दांवर लेख लिहितांना प्रकर्षाने जाणवले. म्हणूनच आपण जो प्रत्येक शब्द उच्चारतो त्या शब्दाला खूप काही किंमत असते, मूल्य असते. त्यामुळेच जेव्हा

'आरसा चिंतनाचा' - स्वत:ला ओळखण्याचा

मनुष्य सुज्ञ बनू लागतो, आत्मचिंतन करता करता आत्मशोध घेऊ लागतो तेव्हा तो शब्ददेखील मोजून-मापून वापरायला शिकू लागतो.

आपलं सर्व जीवन हे धर्म, अर्थ, काम व मोक्ष या चौकटीत बांधलं गेलं आहे, हा आपल्या पूर्वजांचा शोध जितका महान आहे, तितकाच तो सत्यही आहे. मनुष्याला खऱ्या अर्थाने सुखी व्हायचं असेल, तर त्याने आपलं जीवन या चार जीवनमूल्यांमध्ये समप्रमाणात विभागून घ्यायला हवं. तरच तो खऱ्या अर्थाने त्याच्या आयुष्यात सदैव सुखी होऊ शकेल.

परंतु बदलत्या प्रवाहात मनुष्यावर शारीरिक मर्यादेत आज फक्त या चार जीवनमूल्यांपैकी अर्थ व काम या दोनच गोष्टींशी घेणं-देणं उरलं आहे.

कुठलीही इमारत ही नेहमी चार खांबांवर बांधली जाते, तेव्हाच ती भक्कम होते. दोन खांबांवर इमारत बांधता येत नाही. मनुष्य केवळ अर्थ आणि काम या दोनच गोष्टींमध्ये आपलं आयुष्य बांधू पाहत असल्यानेच त्याच्या जीवनातली सर्व सुखं हरवून गेली आहेत. त्यामुळेच तो नेहमी संभ्रमित व दुःखी आयुष्य जगत आहे. जगात सत्य काय? व असत्य काय? याचा निर्णय त्यामुळेच त्याला घेता येत नाही.

निव्वळ गडगंज पैसा मिळवला की आपण जगातली सर्व सुखं चुटकीसरशी हाशील करू, या भ्रमात आजचा मनुष्य जगत आहे. त्यामुळेच सारं जग आज आपल्याला केवळ 'पैसा' याच एका गोष्टीभोवती केंद्रीभूत झाल्याचे दिसून येत आहे. सारं जग आज पैशासाठी मरमर मरतंय; परंतु तरीही भिकारीच असल्याचं दिसून येतंय.

त्या पैशासाठी त्याने नीति, नाती सारं काही वेशीला टांगलं आहे. म्हणूनच तो अधाशी आहे; मिळवून आणि गिळूनही शेवटी उपाशीच आहे.

धर्म, अर्थ, काम व मोक्ष या चार खांबांवर आयुष्य उभं केल्यावाचून कुठलाही मनुष्य कधीच सुखी होऊ शकणार नाही, हे त्रिवार सत्य आहे. यातली एकही स्वतंत्र गोष्ट मनुष्याला कधीच परिपूर्ण जीवन जगण्याचं समाधान देऊ शकत नाही.

आज आपल्याला नेमकेपणाने कशात सुख शोधावं हेच कळेनासं झालं आहे. सुखाची व्याख्या सांगणारी माणसं मागे कुणी राहिली नाही. यंत्र मदतीला आली आहेत आणि माणसं मात्र दुरावली आहेत. जो तो संभ्रमित आहे. यंत्राशी सुखदुःखाच्या गोष्टी करता येत नाहीत. भावभावनांना वाट मोकळी करून देण्यासाठी शेवटी माणसंच लागतात. वेडी असो, वाईट असो त्यांच्याही सहवासात काही क्षण घालवावेसे वाटतात; परंतु जाण असलेल्या सुज्ञ माणसांच्या सहवासात जगण्याची संधी मिळण्याइतकं सुख जगात दुसरं कुठलंच नाही.

आपण रोज वेड्यांच्या, काहीतरी वेड पांघरून उगाचच धावणाऱ्या लोकांच्या सहवासात गेलो की आपणही वेड्यात निघतो. संभ्रमित होऊन जातो. म्हणूनच संत, सज्जन लोकांचा सहवास नित्य घडावा, असा आपल्या जाणकार पूर्वजांनी, साधू-संतांनी आपल्याला निकराचा संदेश देऊन ठेवला आहे.

परंतु आपल्याला आज सुख दिसतंय ते केवळ पैशात! पैसा मिळाला की सर्व दुःख दूर होतील, हा आपला दृढ समज! पैसा असूच नये असं कधी कुणी सांगितलेलं नाही; परंतु त्या पैशालाही तितकीच धर्म, काम आणि मोक्षाचीही जोड हवी. धर्म मनुष्याला वाममार्गापासून दूर ठेवतो. आपण जो पैसा आपल्या उदरनिर्वाहासाठी, गरजांच्या पूर्तता करण्यासाठी मिळवायचा असतो तो धर्माने, नीतिमत्तेने मिळवावा हे सांगण्याचंच काम आपला 'धर्म' करतो.

जगात अनेक वेगवेगळे धर्म आहेत, पंथ आहेत; परंतु मूळ धर्म म्हणजे 'सदाचार', 'सदैव चांगलंच आचरण' हे सांगणारे धर्म आता किती उरले आहेत? धर्मात आता तर अंधश्रद्धांचंच प्रचंड थोतांड माजलेलं दिसून येत आहे. राजरोस हे धर्ममार्तंड स्वतःला अमुकतमुक देवदेवतांचे अवतार समजायला लागले आहेत आणि अंधश्रद्धाळू लोकही त्यांचे भक्त बनत चालले आहेत. कुणा अशा फसव्या धर्ममार्तंडांचे अनुयायी, सदस्य, भक्त होण्यापेक्षा जो मनुष्य जगात सदाचाराने जीवन जगायला शिकतो, नीतिमत्तेने आचरण करायला शिकतो, तोच खरा त्या अदृश्य अशा विश्वनिर्मात्या ईश्वराचा भक्त असतो. कुठल्या बाबा, फकिराच्या नादाला लागून जो व्यर्थ आयुष्य घालवतो तो जीवन जगण्याची कला नाही पूर्णार्थाने शिकू शकत.

हे बाबा, फकीर, पुजारी वगैरे देवदेवतांची दुकानं थाटून बसली आहेत. तुम्ही जो बेहिशेबी चढावा चढवता, त्यावर त्यांची दुकानं चांगली चालली आहेत. ईश्वर हेदेखील पैसा मिळवण्याचं साधन झालं आहे. यापेक्षा त्या ईश्वराचा अघोरी दुसरा अपमान असूच शकत नाही. ज्या ईश्वराने आपल्याला निर्माण केलं आणि आपण जो पैसा निर्माण केला तो पैसा गोळा करण्यासाठी त्या ईश्वराला वेठीस धरण्याइतकी मनुष्यात दुसरी निंदास्पद गोष्ट असूच शकत नाही.

एखाद्या गोरगरिबाला पाच-दहा रुपयांची मदत करायला मन धजत नाही आणि कुठल्याही भोंदू बाबाच्या चरणी सर्वस्व अर्पण करण्याचा मूर्खपणा आपण नेहमीच करतो. यासारखं अज्ञान मनुष्यात दुसरं कुठलंच नाही.

धर्माच्या पाठोपाठ समाजसेवा, राजकारणाचंही असंच पैशासाठी विकृतीकरण झाल्याचं आपल्याला जिकडे तिकडे दिसून येत आहे. खरं तर राजकारण ही एक परिपूर्ण, विनामोबदला करण्याची सेवा आहे. राजकारणालादेखील धर्माचा आधार असणं म्हणजे सत्याचा, खऱ्याचा आधार असणं गरजेचं आहे, अत्यावश्यक आहे.

। ८ । **'आरसा चिंतनाचा' - स्वतःला ओळखण्याचा**

परंतु राजकारण हादेखील लोकांनी गल्लीपासून दिल्लीपर्यंत पैसा कमावण्याचा धंदा केला आहे. त्यामुळे सामान्य जनता अधिकच संभ्रमात पडली आहे. जिथे शासनाने आपल्या कर्तृत्वाने जनतेला समस्यामुक्त, सुखी जीवन जगण्यासाठी प्रयत्न करायला हवेत. तिथे जनतेच्या जिवावर सत्तेत जाणारे सत्ताधीश जनतेच्याच दु:खांना, यातनांना, समस्यांना स्वत:च्या स्वार्थासाठी खतपाणी घालत आहेत. अशी सत्ताधारी माणसं सत्तेत असून नसल्यासारखीच आहेत. म्हणून जनतेचा आता सत्तेवरूनही विश्वास उडाला आहे. जनतेचं जीवन त्यामुळे अधिकच संभ्रमित झालं आहे.

हा दोष आपण या मूठभर धर्मपंडितांना, सत्ताधाऱ्यांना देण्यापेक्षा आपण आपलंच आत्मपरीक्षण करण्याची आता वेळ आली आहे. या जगात व्यक्ती ही स्वत:च स्वत:चा उद्धारकर्ता असते हे आपण विसरूनच गेलो आहोत. आपण एकतर घरातल्या माणसांवर, समाजावर, सत्ताधाऱ्यांच्या सत्तेवर किंवा या अंधश्रद्धेत बुडालेल्या धर्मपंडितांवर अवलंबून आपल्या जीवनाचा उद्धार करायला जे प्रवृत्त होत आहोत, तोच खरा आपला मूर्खपणा असतो. आपण आपलं कुठं चुकतंय याचं कधी आत्मपरीक्षण करण्याच्या, चिंतन करण्याच्या फंदातच पडत नाही. लोक कसं वागतात, त्यांनी कसं वागावं, हे आपण ठरवायला जातो; परंतु आपण कसं वागावं व आपल्यापासून इतरांना काय त्रास होतो, हे मात्र कधी आपण आपल्याकडे स्वत: होऊन पहातच नाही.

जगाला सुधारण्याच्या फंदात पडण्यापेक्षा आपण आपल्याला सुधारण्याचा जर जगातल्या प्रत्येक व्यक्तीने प्रयत्न केला, तर एका क्षणात जगातल्या सर्व दु:खांचा, समस्यांचा तत्काळ विनाश घडून येईल.

आपलं घर स्वच्छ ठेवायला आपल्याला आवडतं. तसंच इतरांचंही घर आपल्यामुळे दूषित होणार नाही, घाण होणार नाही याची जर प्रत्येकाने काळजी घेतली, तर जगात सुंदरता, सौख्य येणं दुरापास्त नाही. फक्त मनुष्याला यासाठी आत्मपरीक्षणाची सवय लागणं अत्यंत गरजेचं आहे.

आत्मपरीक्षण करण्याचं शिक्षण तर बाजारात कुठेच मिळत नाही. आपल्याकडच्या शिक्षणसंस्थाही आता व्यापारी वृत्तीने, व्यापारी पद्धतीचं शिक्षण देण्यात सराईत झाल्या आहेत. शिक्षण हादेखील पैसा मिळविण्याचा पर्यायी दुसरा धंदा झाला आहे. तीदेखील दुकानं बनून गेली आहेत. दिखाऊ इमारती, जाहिराती, पदव्या यांचा भपका करून नवीन पिढीला विकृत करण्याचा, पालकांचे खिसे कापण्याचा धंदा या शिक्षणसंस्था राजरोसपणे करीत आहेत. यांनीच जर नीतिमत्ता गुंडाळून ठेवली असेल तर नव्या पिढीने आता आदर्श शोधावे कुठे?

एकूण संपूर्ण समाजरचनाच अर्थव्यवस्थेभोवती केंद्रित झाल्याने जगात ज्या ज्या गोष्टी नव्याने येत आहेत, निर्माण होत आहेत, त्या प्रत्येक गोष्टींच्या मागे

केवळ 'अर्थकारण' इतकंच पाहिलं जात आहे. म्हणून मनुष्य, सारा समाज संभ्रमात आहे, दु:खी आहे. तो जर असाच या पैशाभोवती फिरत राहिला तर एक दिवस संपूर्ण जग एकमेकांना खायला उठेल व मग एखादा कुणीतरी असा माथेफिरू इथं या माणसांच्या विकृतीपायी जन्माला येईल की ही संपूर्ण पृथ्वीच तो मनुष्यरहित करण्याचा घाट घालेल.

मग तेव्हा आपलं हे अर्थकारण कुणाच्या कामाला येईल? पैसा हे मनुष्याचं सर्वस्व नाही, हे पटवून देणं आणि घेणं मात्र आहे. दिवसभर मनुष्य या पैशासाठी मरतो. रात्री सुखाने झोपू शकत नाही. समाधानाने अन्नपाणी सेवन करू शकत नाही. कुणाशी जिवाभावाच्या दोन गोष्टी करू शकत नाही. मग हा पैसा मिळून शेवटी पदरात काय पडतं?

कुठल्याही गोष्टीचं संतुलन जो राखतो तो खरा मनुष्य! आजचा माणूस कधी निव्वळ पैशाच्याच मागे लागतो. त्याचा फोलकटपणा लक्षात आला की व्यसनांच्या मागे लागतो, नाहीतर निव्वळ शरीरसुखात, खाण्या-पिण्यात, लैंगिकतेतच अडकून पडतो. त्यातही सुख गवसलं नाही की जिवाला कंटाळून आत्महत्येलाही प्रवृत्त होतो.

इतरांच्या जीवनाकडे पाहून पाहून जगायला शिकणं म्हणजे काही जगणं नाही. स्वत:ला जगताना स्वत:ची आवड-निवड, आत्मिक आनंद लक्षात घेऊन मनुष्यानं जगायला शिकलं पाहिजे.

एखाद्या व्यक्तीकडे घरदार, गाडी, बंगला, बँकबॅलन्स इत्यादी गोष्टी आहेत, त्या पाहून जर आपण दु:खी होत असू, आपल्या मनात जगाचा दिखावा पाहून जर असूया, मत्सर निर्माण होत असेल, तर आपल्यासारखे करंटे, मूर्ख या जगात शोधूनही सापडणार नाहीत. या जगात एकाहून एक श्रेष्ठ माणसं आहेत. प्रत्येकापेक्षा प्रत्येकजण कशात तरी वरचढ आहे. म्हणून आपण आपल्याला क्षुद्र समजणं हाच आपला खरा क्षुद्रपणा आहे.

कुणाकडे धनदौलत असेल, कुणाच्या घरातली माणसं सुदृढ, निरोगी, सुंदर असतील, कुणी कलाकार असेल, प्रसिद्धिच्या शिखरावर असेल, कुणी सत्ताधारी सत्तेत असेल म्हणून आपण त्यांच्यापेक्षा लहान होतो, असा अर्थ काढणाराच फक्त जगात लहान ठरतो.

नाव, सत्ता, संपत्ति या गोष्टी प्रयत्नाने साध्य करावयाच्या गोष्टी आहेत. निसर्ग आणि ईश्वर यांचा तुमच्या या गोष्टींशी काहीएक संबंध नाही. ते तुम्हाला सर्वत्र सारखेच मानतात. म्हणूनच सर्व सजीवसृष्टीसाठी त्यांनी समान पंचमहाभूतांची निर्मिती या पृथ्वीवर करून ठेवली आहे. विकृती यांच्या मनात नाही, ती फक्त आपल्याच मनात आहे.

'आरसा चिंतनाचा' - स्वत:ला ओळखण्याचा

नाही नाव मिळालं, प्रसिद्धि नाही मिळाली, तर आपलं असं काय जाणार आहे? निसर्ग, ईश्वर आपलं जगणं तर हिरावून घेणार नाही ना? जितकं अन्न श्रीमंताच्या पोटाला लागतं, तितकंच गरिबाच्याही पोटाला लागतं. मेल्यावर जितकी जागा श्रीमंताला लागते, तितकीच गरिबालाही पुरते. मग आपण आपल्यातच दुजाभाव, तुलना, मत्सर करून जगण्यात व्यर्थ जीवन वाया का घालवत बसतो? नाही कुठली सत्ता मिळाली, तर आपलं असं काय नुकसान होतं? नाही मिळाला भरपूर पैसा, तर जीवनात असं काय मोठं नुकसान होतं? मेल्यानंतर सत्ता, संपत्ति सारं इथंच सोडून जावं लागतं. साधा आपला देहदेखील आपली सोबत करीत नाही. मग एखाद्याला चार नातलग नाही मिळाले तर बिघडतं कुठं?

'हे विश्वची माझे घर' या संतांनी त्यांच्या अनुभवातून सांगितलेल्या उक्तीनुसार जगायची इच्छा झाली की मग जगात कोण आपलं, कोण परकं हे सारे भेद गळून पडतात. मग कोण श्रीमंत, कोण प्रसिद्ध आणि कोण सत्ताधीश याच्याशीही आपलं काही घेणं-देणं उरत नाही.

मग आत येतं ते शाश्वत सुख! शाश्वत आनंद!! शाश्वत समाधान!!!

स्पर्धाच संपून जाते इथे. स्पर्धा हेच मनात नकळत असलेलं दुःखाचं विष या अमृत आकलनाने मुळासकट नाहीसं होऊन जातं. मग मनात उदयाला येतं एक वेगळंच या पृथ्वीचं, या विश्वाचं आगळंवेगळं रूप! मग वाहणाऱ्या झऱ्याचं संगीत कानाला ऐकू येतं. वृक्षांशी संवाद साधता येतो. पशू-पक्षांची भाषा समजू लागते. माणसं आपलीशी वाटू लागतात. गर्दीत मागच्याला पुढे जायला वाट करून देण्याची इच्छा होते. कुणी बोललेलं नेमक्या शब्दांत कळायला लागतं. कुणाची अडवणूक करण्याची, कुणाला छळण्याची, कुणाचा गैरफायदा घेण्याची, भ्रष्ट जीवन जगण्याची इच्छाच उरत नाही. मग झोपडीतल्या चटणी-भाकरीचीही अवीट गोडी कळायला लागते. महालातल्या पंचपक्वान्नावर तुटून पडायची खोटी स्वप्नं गळून जातात. आत्मा स्थितप्रज्ञ बनून जातो. जिथे जाईन तिथे केवळ सुखाचीच अनुभूती घेईन. मग स्वर्गीय सुखात रममाण असो अथवा नरकातल्या यातनांशी झगडत असो. त्याला जिथे तिथे एकच चैतन्य, एकच सुख लाभत राहील. तो सदैव आनंदात मश्गूल होऊन राहील.

मग कुणाचं काम करताना कोण किती मोबदला देईल, याची पर्वा नसते. जे करतो ते ईश्वराचं समजून करण्याची प्रवृत्ति बळावते. नाव, प्रसिद्धि, सत्ता, संपत्ति, व्यसनं, काम, क्रोध, लोभ सारंच विसर्जित होऊन जातं.

आपण एक मुक्त आत्मा असल्याची भावना निर्माण होते. या विश्वाचा मी एक अंश आहे, मात्र आहे, 'अहं ब्रम्हास्मि'ची इथंच अनुभूती यायला लागते. अहंता मग कायमचीच गळून पडते.

या आणि अशा अनेक विषयांवर शब्दांच्या माध्यमातून एका वेगळ्या विश्वात जाण्याची अनुभूती लेखन करताना मला घेता आली. म्हणून मी ईश्वराने मला या लेखनास प्रवृत्त केल्याबद्दल त्याचा कायमचा ऋणी आहे.

लेखन संपल्यानंतर विनोदी कार्टून चित्रकारितेमध्ये नावलौकिक असलेले खलील खान दैवयोगाने सहवासात आले. त्यांच्याशी याबद्दल अधून-मधून चर्चा केल्यानंतर त्यांनी सहज काही लेख वाचून पाहिले. त्याची त्यांनाही गोडी लागली. मग त्यांनी आपल्या कुंचल्यातून या लेखांसाठी आपल्या मूळ शैलीतून वेगळी चित्रं काढण्याचं दुसरं शिवधनुष्य हाती घेतलं. प्रत्येक लेखाला त्यांनी त्यात एकरूप होऊन समर्पक असं चित्र बनवलं. चित्र काढताना मला त्यांनी वारंवार त्यातून मिळणाऱ्या नवनवीन मुद्द्यांविषयी, माहितीविषयी आपले प्रांजळ अभिप्राय दिले. घरात आम्ही सर्व कुटुंबीयांसोबत एकत्रित बसून या लेखांचा आस्वाद घेतला. बरंच काही शिकलो हेदेखील त्यांनी सहृदयतेनं कबूल केलं. इतकंच नाहीतर एखाद्या दैनिकातून हे लेख दररोज यावेत, अशी त्यांचीही मनापासून इच्छा होती. त्यासंदर्भात ते मला एका नामांकित दैनिकाच्या संपादकाकडे घेऊनही गेले. तिथे आम्ही ती फाईल व ती चित्रे ठेवली; परंतु वेळेत त्यांचा निर्णय न आल्यामुळे आम्ही या लेखांना ग्रंथरूप देण्याचं निश्चित केलं.

सर्वात महत्त्वाची संपादनाची मुख्य कामगिरी पेलली ती मा. श्री. शंकर सारडा सरांनी! आपण जरी लिहिताना स्वत:ला कितीही बुद्धिमान समजत असलो, तरी आपलं लेखन हे समीक्षकाच्या चष्म्यातून जाणं तितकंच महत्त्वाचं असतं. मा. सारडा सरांनी विनंती करताच कुठलेही आढेवेढे न घेता हे संपूर्ण १८०० पानांचं हस्तलिखित आपला बहुमोल वेळ देऊन वाचून काढलं. हे अतिशय कष्टाचं काम केवळ माझ्यावरील प्रेमापोटीच पार पाडलं. त्यांचे हे ऋण मी कधीच विसरू शकणार नाही.

आता पुस्तक कुणी काढावं हा मोठा कठीण प्रश्न होता. माझी स्वत:ची प्रकाशन संस्था असली तरीदेखील कामाचा आवाका मोठा होता; परंतु कर्मधर्मसंयोगाने मी यातल्या लेखांची फाईल माझे प्रकाशन क्षेत्रातले गुरुवर्य श्री. राजीव बर्वे सरांना सहज वाचायला दिली होती. त्यांनीदेखील ती मनापासून वाचली आणि त्यांना काय वाटलं परंतु हे स्क्रिप्ट त्यांनी मला त्यांच्या प्रकाशनाकरिता आवर्जून मागून घेतलं. त्यावेळी मला खऱ्या अर्थाने स्वर्ग दोन बोटांवर राहिल्याचा भास झाला. यात अतिशयोक्ती काहीही नाही. कारण १९८२ मध्ये मी त्यांच्या दिलीपराज प्रकाशनामध्ये ऑफिसबॉय म्हणून २ वर्षे काम केलं. ऑफिसबॉय ते प्रकाशक, ग्रंथवितरक आणि आता खऱ्या अर्थाने एक साहित्यिक म्हणून जो प्रवास घडला, तो त्यांच्या व त्यांच्यासारख्याच काही नि:स्पृह कारागिरांच्या हातूनच!

। १२ । 'आरसा चिंतनाचा' - स्वत:ला ओळखण्याचा

राजीव बर्वे सरांशी माझं हृदयस्थ गुरूचं नातं आहे. तसंच कौटुंबिक, व्यावसायिकदेखील नातं आहेच; परंतु त्यात व्यवहार फारसा नाही. जे आहे ते मनमोकळं नातं आहे. म्हणून त्यांच्या घरात, ऑफिसमध्ये मी एक घरगुती मेंबर म्हणून नेहमीच वावरत असतो. त्यांच्या सुविद्य पत्नी सौ. मधुमिता बर्वे, भाऊ दिलीप बर्वे व कै. आईसाहेब मालती बर्वे यांना मी तितकाच जवळचा नेहमीच वाटत राहिलो. त्यामुळे या कुटुंबाचा मी सदैव ऋणी आहे.

दिलीपराजचा ऑफिस स्टाफ मला अगदी जवळून परिचित आहे. त्यामुळे सौ. नीता काळे, ज्युली यांनीदेखील या ग्रंथाच्या प्रकल्पात तितकाच हिरिरीने भाग घेतला आहे. म्हणून त्यांचेही आभार मानल्यावाचून राहता येणार नाही.

मुख्य म्हणजे हे सर्व हस्तलिखित मी लिहून काढले; परंतु रोजचा लेख हा माझी पत्नी सौ. सुनीता हिने ३६५ दिवस या प्रस्तावनेसह संगणकावर टाईप केले त्याचं श्रेय तिला द्यायला हवंच!

सर्व १२ पुस्तकांना आकर्षक व समर्पक मुखपृष्ठ काढल्याबद्दल हेमंत देशपांडे यांचेही आभार!

हा महायज्ञ पूर्ण करताना अनेक व्यक्तींशी वेगवेगळे संवाद घडले. त्यातून अनेक अनुभव गाठीशी जमा झाले. या व्यक्तींचाही यात कळत-नकळत सहभाग आहेच. अशाप्रकारे सर्व प्रत्यक्ष-अप्रत्यक्ष व्यक्तींचा आणि ग्रंथरूपाने मराठी साहित्य समाजासमोर परिपूर्ण खुलं करणाऱ्या संतमहात्मे, साहित्यिक या सर्वांचे आभार मानून, मी माझी ही थोडक्यात असलेली दोन शब्दांची प्रस्तावना इथे पूर्ण करतो.

धन्यवाद!

- रामचंद्र जोरवर, पुणे.

अनुक्रम (मार्च)

'आरसा चिंतनाचा' - स्वतःला ओळखण्याचा

१ | निसर्ग

पृथ्वीवर सृष्टीची उत्पत्ती केव्हा झाली, हे निश्चितपणे सांगणं कठीण आहे. परंतु पाण्यातून सुरुवातीला शेवाळ, अमिबासारखे एकपेशी जीव जन्माला आले. नंतर त्यांच्यात उत्क्रांती होत-होत वनस्पती आणि इतर सजीव जन्माला आले. या घडामोडी व्हायला अनंत वर्षांचा काळ लोटला आहे. वनस्पती, प्राणी, पक्षी, जलचर हे सर्व पृथ्वीवर अस्तित्वात असलेल्या पंचमहाभूतांच्या मिश्रणातून जन्माला आले आहेत, कारण या पंचमहाभूतांशिवाय या सजीव सृष्टीला जगणं कठीण आहे.

आज पृथ्वीवर मनुष्य हा सर्वांत बुद्धिमान, कर्तृत्ववान प्राणी अस्तित्वात आला आहे. त्याच्या इतकी उत्क्रांतीची गती इतर प्राण्यांमध्ये, पक्ष्यांमध्ये किंवा वनस्पतींमध्ये दिसून येत नाही. मनुष्याच्या बुद्धीचा विकास आश्चर्यकारक गतीने होत आहे. मनुष्य आज अनंत शोध लावत आहे, संपूर्ण विश्वाचं कोडं त्याला उलगडत चाललं आहे. विश्वाचा पसारा किती अकल्पित आहे हे त्यानेच शोधलेल्या दुर्बिणींच्या माध्यमातून आकलन करून घेतलं आहे. दुर्बिणी आता त्याचा तिसरा डोळा बनून गेल्या आहेत.

आज मनुष्याला यादेखील गोष्टीचा शोध लागला आहे की, आपल्या सूर्यमालेत असा सर्व पंचमहाभूतांनी परिपूर्ण निसर्ग पृथ्वीशिवाय इतर कुठल्याच

ग्रहावर नाही. सूर्याला अनेक ग्रह आहेत आणि त्या ग्रहांनाही उपग्रह आहेत. परंतु पृथ्वीवर जी सजीव सृष्टी इथल्या निसर्गाच्या माध्यमातून निर्माण झाली, ती निर्माण होण्यासाठी आवश्यक असलेला निसर्ग एकाही ग्रहावर अथवा त्यांच्या उपग्रहावर अस्तित्वात नाही. पृथ्वीचा चंद्रदेखील या गोष्टींनी परिपूर्ण नाही. तोही अगदी कोरडा ठणठणीत आहे. त्यामुळे मनुष्याला चंद्रावरदेखील मोकळा श्वास घेता येत नाही. इतर ग्रहांपर्यंत तर मनुष्य अद्याप पोहोचू शकलाच नाही; परंतु जरी तो त्या ग्रहापर्यंत पोहोचला, तरीदेखील त्याला तिथं मोकळा श्वास घ्यायची काही सोय नाही, तरतूद नाही.

सूर्यमालिकेबाहेरच्या असंख्य सूर्यमाला मानवानेच अवकाशात सोडलेल्या हबलसारख्या दुर्बिणींनी शोधून काढल्या आहेत. या विश्वाचा पसारा अनंत असून अनेक आकाशगंगा त्यात विहार करीत आहेत. एकाच आकाशगंगेत अनंत सूर्य, त्यांचे ग्रह आणि तारे आहेत; परंतु ते अंतर मनुष्याच्या कक्षेबाहेरचं आहे. मनुष्य तिथपर्यंत नाही पोहोचू शकणार. कारण प्रकाशालादेखील तिथपर्यंत पोहोचायला हजारो वर्षं लागतात, तिथं मनुष्य प्रकाशाच्या गतीपेक्षा अधिक गतीनं जाणारी यानं कधी तरी बनवू शकेल काय? त्यात मनुष्याचं संपूर्ण आयुष्य अवघं शंभर वर्षांचं– म्हणजे तो तिकडं निघाला, तरी त्याचं आयुष्य प्रवासातच संपून जाईल. या अकल्पित गोष्टींचा उलगडा झाला म्हणजे पृथ्वीवरील या निसर्गाचं कौतुक वाटायला लागतं. अवकाशात कदाचित कुठे तरी पृथ्वीसारखा ग्रह असण्याची शक्यता आहे, परंतु ते अंतर मनुष्य नाही पार करू शकणार.

आपण आपल्या वसुंधरेची ही किमया सहजासहजी लक्षात घेत नाही. किती आश्चर्यकारक गोष्ट या पृथ्वीवर घडून आली आहे! हा निसर्ग या पृथ्वीवर कसा निर्माण झाला असेल, त्याला किती वर्षे लागली असतील, याचा आपण कधी विचार करतो का? विश्वातल्या आवाक्याबाहेरच्या गोष्टींकडे आज आपण डोळे लावून बसलो आहोत. या पृथ्वीवर आज ना उद्या प्रलय येऊ शकतो. त्यात संपूर्ण निसर्ग नाहीसा होण्याची भीती मनुष्याच्या मनात आहे.

ज्या निसर्गानं ही सृष्टी निर्माण केली, ती अजून तरी काही अब्ज वर्षं नाहीशी होण्याची शक्यता नाही. सूर्याचं आयुष्य आजपर्यंत निम्म्यानं संपलं आहे. अजून अब्जावधी वर्षे तरी सूर्य विझण्याची शक्यता नाही. कदाचित एखादा ग्रह, उपग्रह किंवा धूमकेतू पृथ्वीवर आदळला किंवा भूकंप, ज्वालामुखींचा उद्रेक झाला; तरच पृथ्वीवरील जीवसृष्टीला धोका पोहोचू शकतो.

आपण आज आपल्या या मौल्यवान सृष्टीला स्वत:च अडचणीत आणीत आहोत. निसर्ग आपला समतोल ऋतुमानानुसार सतत सावरून धरीत असतो, परंतु वाढत्या लोकसंख्येमुळे या निसर्गावर मानवी आक्रमणांचा सतत ताण वाढत

। १६ ।   'आरसा चिंतनाचा' - स्वत:ला ओळखण्याचा

चालला आहे. लोकांना आज निसर्गापेक्षा आर्थिक आणि भौतिक उन्नतीनं अधिक ग्रासलं आहे. त्यामुळे तो निसर्गापेक्षा भौतिक गोष्टींकडे अधिक आकर्षित झाला आहे. परंतु या भौतिक सुविधा निर्माण करताना तो निसर्गाच्या संतुलनाचा कधीच विचार करत नाही. या सर्व सुविधा त्याला नैसर्गिक संपत्तीवर आक्रमण करूनच मिळवाव्या लागतात. कुठल्याही माफक गोष्टींनी इतर गोष्टींचं संतुलन कधी बिघडत नाही, परंतु त्याच त्या गोष्टींचं सतत होणारं आक्रमण मात्र कुठल्या तरी गोष्टींना निश्चित हानी पोहोचवत असतं.

पृथ्वीवर आता लोकसंख्येचा प्रचंड विस्फोट झाला आहे. मनुष्याच्या आशा-अपेक्षांनी उच्चांक गाठला आहे. मुक्त स्वातंत्र्याच्या नावाखाली लोक कुठल्याही गोष्टींनी आपली कोठारं भरायच्या मागं लागली आहेत. पोटापुरतं असूनदेखील अतिरेकी हव्यासापायी माणसं एकमेकांना लुटण्यात मग्न आहेत. त्यांना जरी वाटलं– आपण दुसऱ्या एखाद्या व्यक्तीला लुटत आहोत, तर तो त्यांचा भ्रम आहे. तो तर उघड-उघड इतर व्यक्तींचं निमित्त करून निसर्गाची लूट करीत आहे. जे काही तो अतोनात मिळवून साठवण्याचा प्रयत्न करतो, ते तर निसर्गातलंच धन असतं. म्हणजेच मनुष्य नाव दुसऱ्याचं करून उघड-उघड केवळ निसर्गाचीच लुटालूट करीत आहे.

जगाच्या पाठीवर मनुष्याच्या वाढत्या लोकसंख्येचा विस्फोट निसर्गाला पेलवणं दिवसेंदिवस कठीण होत चाललं आहे. खाणारी तोंडं वाढत आहेत, परंतु जमीन मात्र तितकीच आहे. राहण्यासाठी घरं, उद्योग-व्यवसायासाठी कंपन्या यांना जागा लागते. अन्नधान्य पिकविण्यासाठी लागणारी जमीन घरांसाठी, कंपन्यांसाठी वापरली जात आहे. पूर्वी ज्या घरात खाणारी तोंडं दहा होती, तिथं आता शंभर तोंडं जन्माला आली आहेत. जिथं दोन पोती धान्य पुरायचं, तिथं आता दोनशे पोती धान्य लागत आहे. जमिनीचं प्रमाण घटत आहे आणि खाणारी तोंडं वाढत आहेत.

म्हणजे, मनुष्य निसर्गावर किती अत्याचार करीत आहे याचंही चिंतन आज ना उद्या आपल्याला करावंच लागणार आहे.

आधुनिक जगाच्या नावाखाली मनुष्य वेगवेगळ्या गोष्टींचे शोध लावत आहे. रस्त्यावर उतरणाऱ्या वाहनांची संख्या आता माणसांपेक्षाही जास्त दिसायला लागली आहे. वाहनं अजून तरी पेट्रोल, डिझेल याच इंधनांवर चालत आहेत. त्यामुळे त्यांच्या धुराड्यातून बाहेर पडणारा कार्बन– आपण ज्या हवेतून ऑक्सिजन घेतो, त्या– ऑक्सिजनवर आक्रमण करीत आहे. हवा, पाणी आणि अन्न हे मनुष्याचे जीवन जगण्याचे मुख्य घटक आहेत. एक वेळ वाहनं नसली तरी चालू शकतं; परंतु सर्व सजीवांना जगण्यासाठी शुद्ध हवा, शुद्ध पाणी आणि शुद्ध अन्नाची गरज मुख्यत: असते. तेच जर आपण दूषित करू लागलो, तर

आपणच आपला आत्मघात केल्यासारखं आहे. म्हणूनच प्रत्येक व्यक्तीनं याचा काटेकोर विचार केला पाहिजे की, खरोखरच आपण वाहन वापरायला पाहिजेच का? दिखाव्यासाठी समाजात वाहनं वापरणारी माणसं अनेक आहेत. ऐपत नसतानाही कर्ज काढून वाहनं वापरणारी माणसं जगाच्या पाठीवर कमी नाहीत. विनाकारण शायनिंगसाठी वाहनं उडवणारी माणसं जगाच्या पाठीवर किती तरी आहेत. या सर्वांनी आपल्या जीवनाचं आपलं दायित्व लक्षात घेऊन हे वाहन उडवायचं वेड बाजूला ठेवलं, तरी निसर्गाच्या दृष्टीनं निसर्गावर यांचे अनंत उपकार होतील.

घरांची संख्या, इमारतींची संख्या दिवसेंदिवस वाढतच चालली आहे. ज्या इमारतींचं सांडपाणी नद्यांमध्ये सोडलं जातं, त्याने साऱ्या नद्या आज प्रदूषित होत आहेत. काही वर्षांपूर्वी ज्या नद्यांचं पाणी ओंजळीनं पिण्याइतकं शुद्ध होतं, ते पाणी आता सांडपाणी होऊन गेलं आहे. आता तिथं माणसंच काय, जनावरंदेखील पाणी पिऊ शकत नाही. अंगावरचे कपडे घाटाघाटावरून धुवायला आता नदीत तसं पाणीच उरलं नाही.

काही वर्षांपूर्वी नद्या, ओढे वर्षभर खळाळून वाहत राहायचे. पशुपक्ष्यांच्या मधुर स्वरांचा गुंजारव त्यांच्या काठावर बसल्या-बसल्या ऐकायला मिळायचा. तिथं आज चिटपाखरूही दिसत नाही. कारण जिकडे-तिकडे लहानसहान ओढे आणि नद्या कोरडे पडून गेल्या आहेत. पाऊस पडला रे पडला की, विजेवर चालणारे पंप ते पाणी उपसून शेतात टाकून देतात. विहिरींची संख्या वाढल्याने जमिनीत पाण्याचा थेंबही साठून राहू शकत नाही. खाणारी तोंडं वाढल्यानं पिकांची निर्मिती सतत करणं गरजेचं होऊन गेलं आहे. शेती आता नैसर्गिक शेती राहिली नाही. ती लोकांच्या वाढत्या पोटासाठी हायब्रीड धनधान्य निर्माण करणारी फॅक्टरी बनून गेली आहे. अन्न-धान्याचा दर्जा आता पूर्णपणे खालावून गेला आहे.

जे पशुपक्षी या नैसर्गिक पिकांमधला आपला वाटा उचलून जगत होते, तेदेखील त्या पिकांवर फवारण्यात येणाऱ्या विषारी औषधांमुळे मृत्यूला कवटाळत आहेत. पृथ्वीवरून अनेक पक्ष्यांच्या जातीच्या जाती नष्ट व्हायला लागल्या आहेत. अनेक शेतीमालाला उपयुक्त कीटकांच्या जमातीच्या जमाती नष्ट होऊ लागल्या आहेत. मातीत पिकांना पूरक असलेले जीवजंतू या रसायनांनी कायमस्वरूपी नष्ट व्हायला लागले आहेत. सूर्याचं ऊन खाऊन रापणाऱ्या जमिनीला आता विश्रांती मिळत नाही, त्यामुळे बागायती जमिनी आता जिरायती होत चालल्या आहेत.

हायब्रीड धान्याचा शोध लावला म्हणजे मनुष्य फार शहाणा ठरला, अशातली काहीएक गोष्ट नाही. त्या हायब्रीड वनस्पतींनादेखील वाढण्यासाठी

'आरसा चिंतनाचा' - स्वत:ला ओळखण्याचा

जमिनीतल्या जीवजंतूची, पुंकेसराचं वहन करण्यासाठी कीटक, पशू, पक्ष्यांची गरज लागतेच लागते.

निसर्ग उदार होता, परंतु आपण त्याची उदारता कधी लक्षातच घेत नाही; आपल्याला कळतात फक्त दिखाव्याच्या गोष्टी. रस्ते नाहीत, परंतु गाड्या उडवायला पाहिजेत! अरे, कोण नियंत्रण करणार या गोष्टींचं! कामाशिवाय वाहन रस्त्यावर काढायचंच नाही, असा जर प्रत्येक व्यक्तीने संकल्प केला; तर जगावर, निसर्गावर आणि स्वत:वरदेखील अशा माणसांचे फार उपकार होतील.

रोजची धुणी धुताना आपण किती सांडपाणी मोरीत सोडतो? घरात रोजच्या रोज किती अनावश्यक कचरा वाढवून ठेवतो? कचरा, खरकट्याची आपल्या आपण विल्हेवाट लावण्याची काय तरतूद केली आहे? आपला कचरा आपण दुसऱ्याच्या दारात तर टाकत नाही ना? आपले अंगण, आपले घर आपण नेहमी स्वच्छ ठेवतो का? आपल्या अंगणात आपण किती झाडं लावतो? सार्वजनिक मालमत्ता, नैसर्गिक झाडंझुडपं यांना आपण किती आपलं समजून जपतो? या सर्व गोष्टींचा विचार आज प्रत्येक व्यक्तीने करायला हवा, तरच तुम्ही निसर्गाला जवळून पाहू शकाल. त्याच्या अधिक जवळ जाऊ शकाल. निसर्गाशी मैत्री करून निसर्गाचं भलं करण्यातच मनुष्याचंही भलं होणार आहे. त्याच्यावर आक्रमण करून मनुष्य कधीच सुखी होणार नाही. जर या सृष्टीतले जीवजंतू, पशुपक्षी असेच नाहीसे होत राहिले; तर मनुष्यदेखील फार काळ या पृथ्वीवर राहू शकणार नाही. ही संपूर्ण जीवसृष्टी एकमेकांच्या आधाराने जीवन जगत आहे. त्यांचं सारं जीवन एकमेकांवर आधारलेलं आहे. 'जीव: जीवस्य जीवनम्' हा सिद्धान्त साऱ्यांसाठीच आहे. निसर्ग साऱ्यांचाच मित्र आहे आणि जीवनदातादेखील आहे. आपण त्याच्याकडे स्वार्थी भावनेनं किती पाहतो आणि मैत्रीच्या भावनेनं किती पाहतो, याला महत्त्व आहे. माणसं जे आता फक्त घ्यायला, ओरबाडायलाच शिकले आहेत; त्यांनी ती वृत्ती सोडायलाच हवी... अन्यथा, या पृथ्वीवरून इतर निष्पाप पशुपक्ष्यांप्रमाणे मानवही आपल्याच दुष्कर्मांने नाहीसा झाल्याशिवाय राहणार नाही.

❑❑❑

२ । अभिनय

अभिनय ही एक कला आहे. कुणाची तरी हुबेहूब नक्कल करणे म्हणजे अभिनय! आवाज आणि देहबोली यांचा अभिनयात समावेश होतो. कुणाचा तरी हुबेहूब आवाज काढणं किंवा कुणासारखे हुबेहूब हावभाव करणं अभिनय बनून जातं. आज आपण दूरदर्शन, चित्रपट, नाट्यकला या माध्यमांतून अनेक कलाकारांना कुठली तरी पांत्रं जिवंत करताना पाहतो, ते त्यांच्या अभिनय- कौशल्यामुळे! अनेक लोकांना या कलागुणांचं आकर्षण आहे. जे अभिनेते वेगवेगळ्या पात्रांच्या भूमिका वठवतात, ते अगदी त्यात एकजीव होऊन जातात. भूतकाळातल्या कथा, नाट्य, पात्रं ही सर्व हे अभिनेते आपल्या कलेच्या माध्यमातून आपल्या समोर जसेच्या तसे उभे करतात. त्यांच्यामुळे आपल्यासमोर इतिहास उभा राहतो. वर्तमान उभा राहतो.

प्रत्येक मनुष्यात अभिनयाचा गुण हा थोडा-फार असतोच. लहान-लहान मुलंदेखील या गुणांची जोपासना करताना दिसतात. कधी कधी तर ती अगदी तंतोतंत कुणाचं तरी अनुकरण करून दाखवतात. कुणाचे तरी वेगवेगळे आवाज हुबेहूब काढताना दिसतात.

ईश्वराने मनुष्याला हा कलेचा गुण देऊन मनुष्यावर एक प्रकारे अनंत उपकारच करून ठेवले आहेत. आज प्रत्येक मनुष्याला त्याच्या जीवनात काही ना

काही तरी विरंगुळा हवा असतो. त्यामुळे दूरदर्शन, नाट्य, चित्रपट, तमाशा इत्यादी माध्यमांतून मनुष्याची वेळोवेळी करमणूक होते. अनेक लोकांच्या विविध मूडनुसार विनोदी, भावनिक, दर्दी कलांची त्यांना वेळोवेळी मेजवानी मिळत असते. त्यामुळेच आज चित्रपटमाध्यम, नाट्य, दूरदर्शनमालिका या क्षेत्रांत अनेक कलावंतांना काम करण्याची व आपल्या कलेचं चीज करण्याची संधी प्राप्त झाली आहे.

देवाने दिलेले मनुष्यातले वेगवेगळे गुण हे मनुष्याच्या हितासाठीच दिलेले आहेत. लोकांचं कल्याण व्हावं, हा ईश्वराचा हेतू यामागे दिसून येतो. अर्थात, या क्षेत्राचा प्रभाव जनसामान्यांवर अगदी तातडीने होत असतो. म्हणून ही माध्यमं जर मनुष्याने योग्य पद्धतीने हाताळली, तरच त्यातून लोकांचा फायदा होतो. परंतु त्या कलेचा दुरुपयोग करून लोकांसमोर कुणी चुकीची माहिती सादर केली, अयोग्य कला सादर केली; तर संपूर्ण समाजमनावर त्याचा अगदी तसाच विपरीत परिणाम होण्याची शक्यता नाकारता येत नाही.

आपल्या आयुष्यात अभिनय या कलेचा कुणी उपयोग करीत नाही, अशी जगात एकही व्यक्ती नाही. प्रत्येक व्यक्ती ही आपल्या दैनंदिन जीवनात थोडा-फार का होईना, अभिनय करीत असतेच. तुम्ही लोकांना फोनवर खोटं बोलताना पाहिलं असेलच किंवा स्वतःदेखील फोनवर बेमालूम कधी तरी खोटं बोलला असालच. फोनवर खोटं बोलणं हादेखील मनुष्याचा अभिनयच आहे. थोडक्यात, त्याला नाटक म्हणता येईल.

कित्येक लोक दिवसभरात फोनवरच काय, समक्षदेखील बेमालूम खोटं बोलतात. तो त्यांचा बेमालूम अभिनयच असतो किंवा बेमालूम वठवलेलं नाटकच असतं.

संपूर्ण आयुष्यात मनुष्याला अनेक वेगवेगळ्या समस्यांना सारखं तोंड द्यावं लागतं. त्यामुळे माणूस जर प्रत्येकाशी खरं बोलत राहिला, तर त्याला इतर माणसं जगणं नक्कीच कठीण करून टाकतील. म्हणून अनेक संकटांना तोंड देता-देता जर इतरांचं आणि आपलं अहित होणार नसेल, तर ते क्षणिक खोटं बोलणं पाप नाही. आपल्या आणि इतरांच्या भल्यासाठी बोललेलं खोटं हमखास चालू शकतं.

परंतु जर आपल्या खोटं बोलण्याने कुणाची फसवणूक होत असेल, कुणाला हानी पोहोचत असेल; तर ते खोटं बोलणं म्हणजे निश्चितच पाप आहे. अनेकांना वाटतं– आपण जे खोटं बोलतो, त्याने इतरांचं फार काही बिघडत नाही आणि बिघडणारच असेल, तर त्याचं बिघडेल– आपला त्यात काय तोटा आहे? आपण आपली बाजू सावरून घेतली, बस्स.

परंतु मनुष्याचा हा विचार फार कोता आहे, स्वार्थी आहे. तुमच्या खोटं

बोलण्याने जर तुम्ही कुणाचं नुकसान करीत असाल, तर तुम्ही माणूस म्हणण्याच्या लायकीचे असूच शकत नाही. जर इतर कुणाला हानी पोहोचवून तुम्ही स्वत:चं समाधान करून घेत असाल, तर खरोखरच तुम्ही माणूस असूच शकत नाही. एक वेळ आपल्या स्वत:ला हानी पोहोचली तरीदेखील चालू शकतं, कारण आपण आपली हानी भरून काढू शकतो. परंतु इतरांना हानी पोहोचवून तुम्ही जो तुमचा विश्वास गमावून बसता, तो आयुष्याच्या शेवटापर्यंत भरून निघू शकत नाही. हा मनुष्याच्या खोटं बोलण्याचा आणि त्याच्या खोट्या अभिनयाचा फार मोठा तोटा आहे.

केवळ एवढ्या-तेवढ्या स्वार्थासाठी अनेक माणसं सर्रास बेमालूम खोटं बोलताना दिसतात. त्यांना वाटतं– जग आंधळं आहे, बहिरं आहे; परंतु या जगाची तऱ्हादेखील वेगळी आहे. इथं भिंतींनादेखील कान असतात, डोळे असतात– हे या लोकांना माहीत नाही. दूरवरच्या माणसांशी जेव्हा तुम्ही खोटं बोलत असता; तेव्हा तुमच्या जवळपास तुमचं हे खोटं बोलणं ऐकणारं, पाहणारं कुणी तरी असतंच असतं. जगाच्या तावडीतून तुम्ही तुमचा खोटा अभिनय, खोटी नाटकं लपवू शकत नाही. आज ना उद्या तुमचं हे खोटं वागणं कुठल्या ना कुठल्या माध्यमातून जगासमोर आल्यावाचून राहत नाही.

एकदा एखाद्या मनुष्याला स्वार्थासाठी थोडं-फार जरी खोटं बोलण्याची सवय झाली, तरीदेखील तो मनुष्य त्या गोष्टीला पुढे-पुढे सरावत जातो. त्याला वाटू लागतं की, खोटं बोलल्यानं कुठंच काही बिघडलं नाही आणि खोटं बोलून आपला फायदाच होत आहे.

हा खोटं बोलण्याचा तुमचा अभिनय तुम्ही स्वार्थासाठी वापरत आहात, हे कदापिही तुम्ही विसरू नका. तो काही जगाच्या कल्याणासाठी वापरत आहात, असं नाही. म्हणून जग खपवून घेईल. एखादे वेळी, किंवा दुसऱ्या वेळी तुमच्या या खोट्या आणि लबाड अभिनयाकडे हेतुपूर्वक कुणी दयाळू दुर्लक्ष करेल; परंतु जग आपली फसवणूक कायम कधीच सहन करणार नाही. तुम्हाला वाटत असेल की, आपली प्रत्येक गोष्ट जगापासून लपून राहील किंवा जगाने आपल्याला शोधलेच तर माफ करून टाकेल. परंतु हे सारं ठरतं जगाला तुमच्या या मूर्ख अभिनयाची कितपत झळ पोहोचली आहे आणि पोहोचत आहे यावर.

अभिनय म्हणजेच खोटं-खोटं बोलणं, खोटं-खोटं वागणं. कला म्हणून किंवा लोककल्याण म्हणून त्याचा अंगीकार करणं वेगळं; स्वार्थासाठी, स्वत:ची कातडी वाचविण्यासाठी त्याचा अंगीकार करणं वेगळं.

माणसं एवढ्या-तेवढ्या कारणासाठी याचा आधार घेत असतात. त्यामुळे ते कधी ना कधी लोकांसमोर उघडे पडत असतात. तेव्हा त्यांचा तो खोटेपणा

'आरसा चिंतनाचा' - स्वत:ला ओळखण्याचा

इतरांच्या जिव्हारी लागू शकतो. जी माणसं तुमच्यावर विश्वास ठेवतात, तुमच्यासाठी झटतात; त्यांनाच तुम्ही अंधारात ठेवून वागायला लागलात, तर तुमचं एक वेळचं खोटंदेखील कुणाच्या तरी भावनेला गंभीर ठेच पोहोचवू शकतं.

मूर्ख माणसं नेहमी खोटंच बोलण्याचा प्रयत्न सतत करीत असतात. काहींना तर खोटं बोलण्याशिवाय जमतच नाही. ही माणसं अतिशय लबाड असतात. यांचा कुणावर विश्वास नसतो आणि आपल्यावर कुणी विश्वास ठेवत नाही अशी यांची मानसिक धारणा असते. त्यामुळे ही माणसं आयुष्यभर बेमालूम खोटं बोलण्याशिवाय काहीच करत नाहीत.

यांना कुणाच्या भावनांची पर्वा नसते, परिणामांची पर्वा नसते. ही माणसं फार धाडसी असतात, अशातलाही काही भाग नसतो. उलट, ही अधिक भित्री असतात, म्हणून सतत खोट्याचा आधार घेत असतात. धाडसी मनुष्य खोटं कधी बोलत नाही, तो रोखठोक बोलतो. तोदेखील परिणामांची पर्वा करीत नाही. तो परिणामांना धाडसाने सामोरा जातो. ही भित्री-खोटारडी माणसं परिणामांपासून दूर पळतात.

भीती तर वाटते आणि भोगायचीदेखील तयारी नसते. ही अभिनयात, खोटं बोलण्यात निपुण झालेली असतात. ज्यांच्याबरोबर राहतात, ज्यांचं खातात- पितात– त्यांनादेखील हे फसवण्याचा प्रयत्न करतात.

जगात आज असे कित्येक नवरा-बायको आहेत, तेदेखील एकमेकांना सतत फसवत असतात. जो मनापासून प्रपंच करतो, त्यालादेखील हे सोडत नाहीत. त्याच्याशीदेखील हे पदोपदी खोटं बोलतात. अशा प्रपंचाची काठी मध्येच कधी तरी डगमगू लागते. कारण कुठल्याही प्रपंचाचा तंबू एका काठीवर कधी उभा राहत नाही, एका चाकावर कधी चालत नाही. भक्कम प्रपंचासाठी दोन्हीही काठ्या मजबूत असाव्या लागतात, दोन्हीही चाकं भक्कम असावी लागतात; तर त्या प्रपंचात मुख्य प्रापंचिक हेतूचा रस भरला जातो.

कधी कधी मुलंदेखील आपल्या आई-वडिलांशी खरं बोलत नाहीत. तेही आपल्या जन्मदात्या आई-वडिलांसमोर बेमालूम ॲक्टिंग करतात. आई-वडील आपल्या मुलांवर आंधळा विश्वास ठेवतात आणि मुलं त्याचा गैरफायदा उठवतात.

कधी कधी आई-वडीलच आपल्या मुलांवर काडीचाही विश्वास ठेवत नाहीत. नेहमी त्यांच्याकडे संशयाने पाहत राहतात. त्यांना त्यांच्या आयुष्यात काही तरी करण्यासाठी भक्कम पाठिंबा देण्याची यांची प्रवृत्तीच नसते. त्यामुळे ती मुलं अकाली वयातच खुरटून जातात. मग नाही त्यांना आयुष्यात काही करण्याची उमेद राहत. जगात ती नाही मोकळा श्वास घेऊ शकत आणि आपलं स्वतंत्र विश्व उभं करू शकत.

आज सारं जग आपल्या अभिनयाचा बुरखा पांघरून एकमेकांसमोर वावरत

आहे. शेजारी शेजाऱ्याशी अभिनय करून वागतो. भाऊ भावांशी अभिनय करून वागतात. नात्यातली माणसं आपल्या नातलगांशी अभिनय करूनच वागतात. जगात कुठंही गेलं तरी लोकांनी आता वेगळे मुखवटे चढवून एकमेकांशी अविश्वासाने वागण्याचं व्रतच घेतल्यासारखं दिसतंय. म्हणून आता कुणीही कुणावर विश्वास ठेवायला तयार नाही.

आनंदी, सुखी जगाचा मार्ग तर विश्वासाच्या वाटेवरून जात असतो. त्यामुळे लोक सतत जिकडे-तिकडे दु:खाने, संघर्षाने, हेव्यादाव्याने पिचलेले दिसत आहेत. कुणी कुणावर विश्वास ठेवू इच्छित नाही. जो विश्वास ठेवतो, त्याचा जो-तो केसानं गळा कापायला पाहतो. कधी कधी वाटतं– जगातून जरी विश्वास गेला असला तरी निदान कुटुंबात तो टिकून राहायला हवा होता, म्हणजे बरंचसं जग आज अर्ध-अधिक तरी सुखाचं वाटेकरी झालं असतं.

□□□

३ | भूमिका

भूमिका म्हणजे आपलं कर्तव्य— आपलं काम! आपल्या जीवनातील आपला वास्तविक रोल! या जगात आपण कोणत्या कामासाठी जन्म घेतला आहे, हे निश्चित करणं आणि त्यानुसार जीवन जगायला सुरुवात करणं म्हणजे आपण आपली भूमिका जगणं.

अनेकांना आपला जन्म कशासाठी आहे, हा प्रश्न आयुष्याच्या शेवटापर्यंत पडतच नाही. कित्येक जण केवळ आपल्या पोटाची आणि आपल्या प्रतिष्ठेचीच चिंता करीत-करीत आयुष्याची मार्गक्रमणा करीत असतात. पोट आणि प्रतिष्ठा यांपलीकडे माणूस पाहू शकत नाही, म्हणून तो केवळ त्यातच अडकून पडतो. उठल्यापासून निजेपर्यंत त्याला फक्त डोळ्यांसमोर दिसतं ते आपलं पोट आणि आपली प्रतिष्ठा! यामुळे इतकीच चिंता करणारी माणसं संकुचित होऊन जातात. जी माणसं या दोन गोष्टींच्या पलीकडे जाण्याचा प्रयत्न करतात, ते मुक्तीच्या मार्गाकडे वाटचाल करू लागतात. पर्यायाने त्यांनाच मुक्ती लाभते, जे पोट आणि प्रतिष्ठा सोडून इतर आत्मोद्धाराचा मार्ग अवलंबतात.

सामान्य जीवन जगतानादेखील काही काही भूमिका मनुष्यासाठी नैसर्गिक दृष्ट्या निश्चित झालेल्या असतात. स्त्री आणि पुरुष या दोघांमध्ये जो लिंगभेद आहे, त्यानुसार त्यांच्याही काही महत्त्वाच्या भूमिका आहेत.

आज व्यक्तिस्वातंत्र्याच्या नावाखाली स्त्री-पुरुष समानतेचा डांगोरा पिटून लोक मुक्त आणि दुराचारी जीवन जगण्याचा खटाटोप करतात, परंतु त्यांना त्यातले वाईट परिणाम सुरुवातीला दिसून येत नाहीत. काळाच्या ओघात उशिराने ते त्या परिणामांना बळी पडतात.

आजचा मनुष्य आपले धन, आपले कर्तृत्व, आपलं सौंदर्य, आपली बुद्धिमत्ता या गोष्टींचं प्रदर्शन करून आम्हीही काही कमी नाही, हे इतरांना दाखविण्याचा अट्टहास करतो. म्हणून माणसं निव्वळ प्रतिष्ठेच्या मृगजळामागे धावण्यात आयुष्य खर्च करून टाकतात. प्रतिष्ठेचा भ्रम मनुष्याला मुक्त जीवनाचा आनंद कधीच लाभू देत नाही. उलट, यात 'दिसतं तसं नसतं म्हणूनच जग फसत' ही उपमा दाखविणाऱ्यांना आणि पाहणाऱ्यांनाही लागू पडते.

जगाला तुमच्या या प्रदर्शनात काडीमात्रही रस नसतो. तुम्ही जसे स्वत:ला समजता, तसंच जगदेखील तुमच्याप्रमाणेच स्वत:ला वेगळं समजत असतं. तुम्ही तुमचं त्यांना काही तरी दाखवायला घेऊन जाता, परंतु तुमच्या अगोदरच त्यांच्याकडं तुम्हाला दाखविण्यासारखं पुष्कळ काही असतं. जग आता निव्वळ एकमेकांना एकमेकांचं काही तरी दाखवून वेळ खर्च करीत आहे.

धनवानाला वाटतं, माझ्याकडचं धन लोकांना दाखवावं. मी किती श्रीमंत आहे, हे लोकांनी पाहावं. परंतु याला हे माहीत नसतं की, तुझ्याकडच्या धनाविषयी लोकांना काडीचं आकर्षण नाही. ते मनातल्या मनात म्हणतात– तुझं धन तुझ्याजवळच ठेव; आम्ही काही भिकारी नाही! आणि मनुष्यस्वभावाची विशेष गोष्ट ही असते की, भिकाऱ्यालादेखील वाटते की, जगात माझ्याहून दुसरा कुणी श्रीमंत असूच शकत नाही. तोदेखील आपल्याकडे जी काही माया असते, त्यात खूश असतो. ती माया या ना त्या करणाने तो लोकांना दाखवू इच्छितो. म्हणून तुमच्या धनाचं कौतुक नेहमी तुम्ही तुमच्याजवळच ठेवीत जा. कदाचित लोक तुमचं धन पाहून तुम्हाला लुबाडायला सुरुवात करतील. कारण तुम्ही ज्यांना तुमच्या धनाची मिजासखोरी दाखविता, त्यांना ते कधीच आवडत नाही. तो लगेचच या ना त्या मार्गाने तुम्हाला कंगाल करण्याचा प्रयत्न सुरू करेल. तुमच्याकडून गरज नसतानाही उसनवार मागेल आणि ती उसनवारी परत करणार नाही. कारण त्याला तुम्हाला त्याच्यापेक्षा वर कधीच जाऊ द्यायचं नसतं. तो तुमचे कमाईचे मार्ग कुठल्या ना कुठल्या युक्तीने बंद पाडण्याचा प्रयत्न करेल. शेवटी जगातला प्रत्येक माणूस स्वत:ला कधीच गरीब समजत नाही. जो आपल्या गरिबीचा विनय दाखविण्याचा प्रयत्न करतो, तो हमखास तुम्हाला फसविण्याचा प्रयत्न करीत असतो.

तसेच जर तुम्ही कर्तृत्ववान असाल, बुद्धिमान असाल; तर तुमचं कर्तृत्व, तुमची बुद्धिमत्ता तुमच्या आसपासची माणसं कदापिही सहन करून घेणार नाहीत–

। २६ ।   'आरसा चिंतनाचा' - स्वत:ला ओळखण्याचा

ते भलेही तुमचे नातलग असोत अथवा दुसरे कुणीही तुमच्या परिचयातले असोत. या जगात प्रत्येक मनुष्य स्वत:ला कर्तृत्ववान आणि बुद्धिमानच समजत असतो. त्याला इतरांच्या कर्तृत्वाचं, बुद्धीचं काडीचंही कौतुक नसतं. लोक जे आज इतरांना पुरस्कार वगैरे प्रदान करतात, ते पुरस्कार कधीही मनापासून दिलेले नसतात. तुमची भूमिका जेव्हा समाजात तुम्ही मनापासून वठवता, तेव्हा तो समाज तुमचं गुणगान करायला लागला म्हणजे मग कुणी तरी उठतं आणि तुम्हाला पुरस्कार देऊन मोकळं होतं. कारण त्या पुरस्काराने केव्हा केव्हा एका दगडात दोन पक्षी मारले जाऊ शकतात. एक तर त्या व्यक्तीला पुरस्कार दिला म्हणून त्याचा फुगा फुगायला सुरुवात होते आणि त्याच भ्रमात ती व्यक्ती आपल्या मूळ भूमिकेपासून, मूळ कर्तृत्वापासून पदच्युत होते. अन्यथा, काही काही माणसं समाजात अशीही आहेत की, ती माणसं पैसे देऊन स्वत:ला पुरस्कार मिळवून घेतात. पुरस्कार मिळण्यात आणि मिळवून घेण्यात मोठं अंतर आहे; परंतु त्याशिवाय लोकांच्या डोळ्यांत धूळही फेकता येत नाही आणि आम्ही किती लायकीचे आहोत, हेदेखील सिद्ध करता येत नाही. म्हणून जर तुम्हाला तुमच्यातल्या कर्तृत्वाची, कौशल्याची, बुद्धिमत्तेची जाण असेल; तर कृपा करून या वैयक्तिक गुणांचं जगात प्रदर्शन करायच्या भानगडीत पडू नका. त्यामुळेच तुमचे पाय नेहमी जमिनीवर राहतील आणि तुम्ही तुमच्या जीवनात अधिकात अधिक उन्नत होत राहाल.

सौंदर्याच्या बाबतीतदेखील यापेक्षा वेगळे काही अनुभव येत नाहीत. बहुतेक स्त्रियांना आपल्या सौंदर्याचा अधिक अभिमान असतो, परंतु ते सौंदर्यच त्यांच्या जीवनात त्यांना शापही ठरू शकतं. आपल्या या सौंदर्याचं प्रदर्शन करताना जगातील इतर स्त्रिया कधी स्वत:ला कमी समजत नाहीत. हे उदाहरण केवळ स्त्रियांच्याच बाबतीत नाही, तर पुरुषांनादेखील लागू होतं. जगातली अशी कुठलीच स्त्री किंवा पुरुष स्वत:ला इतरांपेक्षा अधिक कुरूप समजत नाही.

प्रत्येकाला वाटतं, या जगात माझ्यापेक्षा सुंदर कुणी असूच शकत नाही. त्यामुळे जर तुम्ही तुमच्या सौंदर्याचं प्रदर्शन करीत लोकांसमोर गेलात, तर लोक अगोदर तुम्हाला त्यांच्याहून अधिक कुरूप कसं करून टाकता येईल याचा विचार करू लागतात. सौंदर्याची मिजास उतरवायला चारित्र्यावर घाला घातला म्हणजे काम फत्ते होऊन जातं.

लोक मग अशा या सौंदर्याचं प्रदर्शन करणाऱ्या व्यक्तीच्या मागे लागतात. त्या व्यक्तीचं चारित्र्य मलिन करण्याचा सापळा त्या व्यक्तीभोवती टाकतात. एकदा का ती व्यक्ती त्या सापळ्यात अडकली की, जगाचं काम फत्ते झालं. मग त्या व्यक्तीच्या सौंदर्याचा तोरा उतरायला जी सुरुवात होते, ती मग त्याचा नायनाट होईपर्यंत थांबतच नाही.

जग हे नेहमी विरोधाभासात जगत असतं. जे आपण असत नाही, ते आपण आहोत असं लोक दाखवण्याचा प्रयत्न पदोपदी करीत असतात, अट्टहास करीत असतात. जे नैसर्गिक आहे, त्यात ते कधीच खूश नसतात. जे अनैसर्गिक आहे, ते मिळवण्यात यांना धन्यता वाटते.

जो गरीब असतो, तो श्रीमंतीचा आव आणण्याचा प्रयत्न करतो. जो कर्तृत्ववान नसतो, बुद्धिमान नसतो तो आपण कर्तृत्ववान, बुद्धिमान असल्याचं जगापुढे प्रदर्शन करतो. जे सुंदर नसतात, ते मेकअप करून आपलं सौंदर्य लोकांना दाखविण्याचा प्रयत्न करतात. यात व्यक्तीची सारी ऊर्जा वाया जाते. मनुष्याला जसं असायला हवं तसं तो राहण्याचा प्रयत्न करतच नाही.

स्त्रीसाठी काही नैसर्गिक भूमिका निश्चित झाल्या आहेत. तिच्या उदरात बीज आहे. मनुष्याची वंशवेल वाढविण्याचा मान स्त्रीला दिला गेला आहे. परंतु या मानाचं महत्त्व तिच्या लक्षात येत नाही. तिला आपलं सौंदर्य, आपली प्रतिष्ठा त्याहून अधिक मोलाची वाटते; म्हणून ती आई होणंदेखील नाकारायला पाहते. उदरात वारस आणि घरात सुख-दु:खांची सोबत करण्याचा स्त्रीचा नैसर्गिक धर्म आहे. घरातल्या चुलीच्या कामाला आणि घर स्वच्छ करण्याच्या कामाला स्त्रिया आता दुय्यम समजतात. मनुष्याचं अर्ध्याहून अधिक स्वास्थ्य हे घरावर अवलंबून असतं. माणसं दुनियाभर कुठेही गेली तरी रात्रीच्या विसाव्याला आपल्या घराकडंच माघारी येतात. घर हे विश्रांतीचं स्थान आहे. मन:शांतीचा तो आश्रम आहे. परंतु माणसांना घराचं महत्त्व नाही लक्षात येत. घर फक्त राहण्यासाठी आणि स्वयंपाक करून पोट भरण्यासाठी आहे, असा अनेकांचा घराबद्दल गैरसमज आहे. घराचं पावित्र्य तर स्वर्गाहूनही अधिक आहे. जे घर तुम्हाला आराम देतं, विश्रांती देतं, खाण्या-पिण्यातलं सुख देतं, जगापासून अलिप्त ठेवून जगाच्या दगदगीपासून शांती देतं; त्या घराला माणसं मुळात जाणतच नाहीत.

स्त्रीनं घर सांभाळणं हे पाप नाही, तो तिच्यावरचा अन्याय नाही. लोकांनी मनुष्याच्या जीवनातलं सौख्य घालविण्यासाठी चाललेली ती एक चाल आहे. स्त्री घराचं पावित्र्य, घराचं चैतन्य, घरातली स्वच्छता, घरातला उत्साह, घरातला स्वयंपाक उत्तम प्रकारे सांभाळू शकत होती; परंतु ज्यांना तिचं आणि समाजाचं सुख पाहावलं नाही, त्यांनी तिला स्वातंत्र्याच्या नावाखाली रस्त्यावर काढलं. उलट घरात तिला जितकं सुरक्षित वाटत होतं, स्वतंत्र वाटत होतं– त्याहून अधिक ती बाहेर पडल्यानं अडचणीत आली आहे. घरात राहून घरातल्या लोकांना आणि स्वत:ला स्त्री जितकी सुखी ठेवू शकते तितकी स्त्री बाहेरच्या जगात राहून नाही कुणाला सुखी ठेवू शकत– स्वत:ला, मुलांना, पतीला आणि घरातल्या इतर सभासदांनादेखील! घरात जर स्वच्छता नसेल, तर तिथं चैतन्य राहणार कुठून?

। २८ । 'आरसा चिंतनाचा' - स्वत:ला ओळखण्याचा

घरात जर प्रेमाने स्वयंपाक शिजत नसेल, तर पोटात जाणारं अन्न मनुष्यात उत्साह आणेल कुठून? घरात जर सुखाची झोप लागत नसेल, तर पुन्हा दुसऱ्या दिवशी उठून कामाला तरतरी येणार कुठून?

आपल्या पूर्वजांनी हे निश्चितच जाणलं होतं की, स्त्री घराची ही अत्यंत महत्त्वाची बाजू खंबीरपणाने सांभाळू शकते. म्हणूनच त्यांनी स्त्रीचा कधीच अनादर केलेला नाही. कुणाच्याही घरात स्त्रीवर कधीच अन्याय होत नसतो. स्त्री-पुरुषांतलं घट्ट प्रेम स्त्रीचा अनादर करूच शकत नाही. जर स्त्री घरात असेल आणि ती उत्तम प्रकारे घर सांभाळत असेल, तर कोणता मूर्ख पुरुष त्या स्त्रीचा अपमान करेल? स्त्री ही क्षणाची पत्नी आणि आयुष्यभराची माता आपल्याकडे समजली जाते. जगाच्या पाठीवर हिंदूंनी स्त्रीला जितका वरचा दर्जा दिला आहे तितका क्वचितच कुणी दिला असेल. हिंदूंच्या उदारतेला, संयमाला, दिलदारपणाला हिंदू स्त्रीच प्रेरणादायी होते. तिच्याकडे हिंदूंनी केवळ भोग्य वस्तू म्हणून कधीच पाहिलेले नाही. परंतु घरभेदी माणसं नेहमी कुणाची ना कुणाची तरी घरं तोडायला-फोडायला टपलेली असतात. जग बोलतं त्यावर स्त्रिया लवकर विश्वास ठेवतात. त्यामुळे कुणाची घरं फोडायची असतील; तर त्या घरात घुसून तिथल्या स्त्रियांचे कान भरले की, ते घर फुटायला वेळ नाही लागत. नैसर्गिक दृष्टीनं पुरुष सहनशील असतो, परंतु स्त्रिया उथळ स्वभावाच्या असतात. त्यांच्या पोटात फार काही साठून राहू शकत नाही. कदाचित कुणी अगदी कपटी असेल, तर ती गोष्ट वेगळी. घर सांभाळून जर स्त्रियांनी आपल्या पतीला संसारात कामाचा हातभार लावला, तर ते कुणाला नको आहे? परंतु पतीच्या मनाविरुद्ध जाऊन, केवळ पैशाच्या लालसेपोटी स्त्रीचं बाहेर पडणं अनेकांना पसंत पडत नाही.

स्त्रीने जरी तिची थोडीफार कमाई घरात आणली, तरी लाख मोलाचा तिचा संसार मात्र त्या कमाईसाठी पणाला लागण्याची शक्यता असते. त्यापेक्षा घरातल्या माणसांच्या मर्जीने घरातल्यांना सुखी ठेवून त्यांच्या सुखाचा विचार करून स्त्रीने कशातही आपलं करिअर घडवलं, तर ते कुणाला नको असतं? परंतु त्यासाठी तिने अगोदर आपल्या कुटुंबाच्या हिताकडं, सुखाकडं अवश्य लक्ष द्यावं. मुलं आईच्या छत्रछायेखाली ज्या पद्धतीने लहानाची मोठी होतात, तशी ती इतरत्र होत नाहीत.

त्यांना आधी आपल्या आईच्या मायेची, तिच्या उबेची गरज असते. निव्वळ पैसा कमवून लोकांची बरोबरी करण्यासाठी त्यांना पाळणाघरात वाढवणं नाही प्रशस्त वाटत. ती एकदा उडती झाली, म्हणजे मग तुम्ही तुमचं करिअर करायला कुणाचीच ना नाही; परंतु त्यांना जोपर्यंत तुमच्या मायेची गरज आहे तोपर्यंत तुम्ही त्यांच्यासाठी लाखांचा मोह टाळला तरी तो कमीच आहे. मनुष्याच्या जीवनातल्या एकूण चार अवस्था आहेत.

बालपण, तरुणपण, प्रौढत्व आणि म्हातारपण! ज्या-त्या वयात जी-ती भूमिका मनुष्याने मनापासून पार पाडली, तर मनुष्य अगदी सहज मुक्तीला प्राप्त होतो. परंतु ज्या-त्या वयातली जी-ती भूमिका पार पाडण्यास मनुष्य समर्थ ठरला नाही, तर त्याच्या आयुष्याला काहीच किंमत राहत नाही.

पुरुषालादेखील निसर्गाने ज्या मर्यादा घालून दिल्या आहेत, त्या मर्यादेत राहून त्याने आपलं जीवन जगलं पाहिजे. पुरुष कुठेही जाऊन मुक्तपणे अंगमेहनतीचं, बुद्धीचं काम करू शकतो. त्यानं आपल्या जीवनात आपल्या धर्माला जागून धन कमावलं पाहिजे. ते धन आपल्या कुटुंबावर खर्च केलं पाहिजे. जर तो ते व्यसनात, जुगारात अविचाराने खर्च करू लागला; तर त्याला त्याच्या आयुष्याचा खरा रोल समजलाच नाही. कुटुंबाचा उत्कर्ष, उन्नती पाहणं हे त्याचं आद्य कर्तव्य आहे.

कुठल्याही मनुष्यास आपल्या जन्माची आपली भूमिका निश्चित बजावता येते, तेव्हा ती माणसं त्यांच्या जीवनात हमखास यशस्वी होतात. मग त्या कुटुंबातल्या स्त्रीनं कुठं काम करावं आणि पुरुषानं कोणतं काम करावं, यात कुठलाच वाद उरत नाही. म्हणूनच आयुष्यात प्रत्येक मनुष्यानं आपापली भूमिका समजावून घेऊन तसं आचरण करणं तितकंच महत्त्वाचं असतं.

❏❏❏

४ | आदर्श

जगात ज्या-ज्या चांगल्या गोष्टींचं आचरण लोक करतात, ते आचरण त्या लोकांचा आदर्श बनून जातं. चांगलं आचरण म्हणजेच आदर्श! आजचा समाज धकाधकीच्या जीवनाने त्रस्त आहे. वेगाने घडणारे जागतिक बदल त्याला संभ्रमित करीत आहेत. दिखाऊ गोष्टींचा प्रभाव लोकांच्या मनावर तत्काळ पडत आहे. बंगले, गाड्या, खाण्या-पिण्याची रेलचेल, दिखाव्याच्या गोष्टी यांत लोकांना आता आपले आदर्श दिसू लागले आहेत.

यापूर्वीचं जग अनेक संकटांतून या घडीला कसं आलं, याचा लोक विचार करताना दिसत नाहीत. आजचं जे सुख-समृद्धीनं भरलेलं जग आपल्याला दिसत आहे, त्यात जुन्या पिढीचं किती योगदान आहे याचाही हल्ली कुणी विचार करत नाही. लोकांना वाटतं, आज जे काही मिळत आहे ते आपल्या पुण्याईनं आणि आपल्याच कर्मानं मिळत आहे. परंतु हा विचार साफ चुकीचा आहे. आज आपल्या हाती जे-जे काही येतं, त्यात जुन्या पिढीचंही योगदान असतं, म्हणून आपल्याला हे सारं काही सहजासहजी मिळत असतं.

आपल्या पूर्वजांनी घालून ठेवलेल्या भक्कम पायावर आपल्या आयुष्याची इमारत उभी राहत असते. त्यांनी जे पिढ्यान्‌पिढ्या एकमेकांवर आणि निसर्गावर संस्कार केलेले असतात, तेच आपलं प्राक्तन बनून आपल्यासमोर येतात. इथं

आपण ज्या गावात, ज्या शहरात जन्माला येतो, राहतो ती गावं किंवा शहरं एका दिवसात उभी राहिलेली नाहीत. त्यासाठी अनेक पिढ्यांचे हात इथे राबलेले आहेत. इथले रस्ते, सांडपाण्याच्या सोई, पाण्याचे जोड, लाईटचे जोड कुणी एका माणसाने किंवा आपण निर्माण केलेले नाहीत. आपल्या घरात जो पाण्याचा नळ आला आहे तो जिथपासून आला तिथपासून एकट्याने आणायला किती दिवस लागतील, याचा विचार मनुष्य करतो का? आपलं घर ज्यांनी बनवलं, त्यात कुणाकुणाचे हात राबले याचा आपण कधी विचार करतो का? ज्या शहरात आपण सुखाचे दिवस घालवतो, ते शहर कुणी वसवलं याचा आपण शोध घेतो का? घरातली लाईट क्षणभर गेली तरी आपला जीव कासावीस होतो. लगेच आपण वीज पुरवणाऱ्या संस्थेला हक्काने फोन करतो. आम्ही लाईटबिल भरलंय याची जाणीव करून देतो. परंतु ती लाईट आपल्या घरात कशी आणि कुठून आली, त्यासाठी किती हात राबले याचा आपण विचार करतो का?

आपल्याला कुठल्याच गोष्टीचा संयम नसतो. आपण कुणाचा विरोध सहन करू शकत नाही. या जगात आपणच तेवढे शहाणे आणि जग मात्र वेडं– हा समज जो जगाच्या मनामनांत रुजतोय, तो पूर्णपणे चुकीचा आहे.

सार्वजनिक मालमत्तेला हानी पोहोचवताना मनुष्याचा काळजाचा एकही ठोका चुकत नाही. शेजाऱ्याचं नुकसान करताना त्याला थोडीशीही लाजलज्जा वाटत नाही. परंतु आपलं एवढंसं कुणाकडून अनावधानाने जरी नुकसान झालं, तरी ते त्याला सहन होत नाही.

मनुष्यानं किती स्वार्थी आणि आत्मकेंद्रित असावं, यालाही मर्यादा असतात. स्वत:साठी या भूतलावर पशूदेखील जगतात; परंतु इतरांसाठी थोडासा का होईना त्याग करणं, मनुष्याचा खरा धर्म आहे. इतरांच्या उन्नतीमध्येच प्रत्येकाचा उद्धार सामावलेला आहे, हे लोकांना आता सांगून पटत नाही. अनुभवातून शहाणे होतात त्यांची गोष्ट निराळी, परंतु सामान्य मनुष्य हे अनुभव घ्यायलादेखील तयार नाही. कणभर सहकार्य करण्याची दानत त्याच्यात उरलेली नाही. कुणावाचून माझं अडत नाही, अशा भ्रमात आज जो-तो जगतो आहे.

परंतु, तू ज्या घरात राहतो, ते घर तुझं आहे का? तुझ्या घरातली माणसं तुझी आहेत का? तू ज्या गावात, ज्या समाजात राहतो, ते गाव तुझ्या एकट्याचं आहे का? समाजाचं असं तुझ्यावाचून काय घोडं अडतं? इथं मुंगीचंदेखील कुणावाचून अडत नाही, तिथं तू कुठल्या भ्रमात जगत आहेस?

आयुष्यात काही द्यायला शिकलास, तर तुला काही तरी मिळवता येईल; परंतु जर निव्वळ घ्यायची भाषा करशील तर आणि त्याचा मोबदला चुकवायला टाळाटाळ करशील, तर लोक तुझ्याकडून तुझं जे काही असेल ते हिसकावून

घेतील. या जगाचा तू एकटा कर्ता नाहीस. अनेकांचे हात जेव्हा इथं सतत काम करीत राहतात, तेव्हा हे जग तुम्हाला पाहायला मिळतं. चांगल्या-चांगल्या लोकांचा गर्व, ताठा या जगात कधी ना कधी खर्रकन उतरत असतो. नियती कुणाचीही गय करत नाही. गिरणीत धान्य भरडावं तसं प्रत्येकाला भरडून काढते. फक्त कुणाची वेळ लवकर येते, तर कुणाची उशिरा येते. ज्याच्या-त्याच्या पूर्वसुकृताचं आणि कर्माचं फळ ज्याला त्याला कमी-अधिक वेळात मिळत असतं. परंतु ते घेतल्याशिवाय ही नियती तुम्हाला या भूतलावरून सोडत नाही.

मनुष्याला वाटतं– या जगात जे काही मी करतो, ते मी माझ्या मनाने करतो; परंतु तेदेखील खरं नाही. मनुष्य सतत आपल्या भोवतालच्या परिस्थितीशी जुळवून घेत-घेत आपलं कर्म करीत असतो. स्वतःच्या मनाने या जगात एकही मनुष्य स्वतंत्रपणे काम करू शकतच नाही. प्रत्येकाला कुणाच्या ना कुणाच्या आधाराची जीवन जगण्यासाठी गरज असतेच असते. एकटा मनुष्य आपल्या एकट्याच्या जिवावर थोडंदेखील जगू शकणार नाही आणि थोडंदेखील चालू शकणार नाही.

म्हणूनच हे जीवन जगताना मनुष्यानं नेहमी आपला तोरा सोडून जीवन जगण्याचा प्रयत्न करावा. जगाशी हातमिळवणी करून जो जगण्याचा प्रयत्न करतो, तो या जगाच्या पाठीवर आज शहाणा ठरतो. परंतु जर मीच या जगाच्या पाठीवर अधिक शहाणा, जगानं मी सांगेन तसंच वागलं पाहिजे, तसंच राहिलं पाहिजे– या तोऱ्यात जो वागतो, त्याचा इथं निभाव लागणं कठीण आहे. मानवी समाज एका साखळीत एकमेकाला धरून आपली मार्गक्रमणा करीत आहे. त्या कड्या अगदी भक्कम आहेत. त्यांना नाही कुणी धक्का लावू शकत. ज्यांना वाटतं– आमचं समाजावाचून काही अडत नाही, तेदेखील या समाजात त्या साखळीबरोबर फरपटत पुढे-पुढे खेचले जातात.

समाजाला उपकारक जीवन जो जगायला सुरुवात करतो, तो जगात लवकर सुखी होतो. कुणाला विनाकारण त्रास देणं, ही मनुष्याची विकृती आहे. या विकृतीपासून प्रत्येकानं नेहमी दूर राहिलं पाहिजे. आपण इतरांना त्रास द्यायला जाऊ, तेव्हा इतर लोकदेखील आपल्याला त्रास दिल्याशिवाय सोडणार नाहीत. इतरांना आपण मदत केली, तरच ते आपल्याला मदत करतील– ही भावना मनुष्याने आपल्या मनात सतत जागृत ठेवायला हवी.

तुमचं वागणं-बोलणं यांतूनच तुम्ही समाजात प्रकट होत असता, म्हणून तुम्ही त्यात आदर्श ठेवला पाहिजे. आदर्श म्हणजे चांगुलपणा! आपले पूर्वज जे-जे अमर होऊन राहिले– ते कसे जगले, त्यांचं आचरण कसं होतं, ते कसे काम करीत होते– हे जाणून घेऊन आपणही आपल्या जीवनात त्यांच्या आदर्शांचं अनुकरण करायला पाहिजे. त्यांनी घालून दिलेल्या वाटा निश्चितच खडतर

असतील; परंतु त्या खडतर मार्गाने प्रवास करतानादेखील एक वेगळं समाधान, एक वेगळी तृप्ती मनुष्य अनुभवू शकतो.

आदर्श जीवनाचे धडे देणारी शिक्षणव्यवस्था दुर्दैवाने आपल्याकडे राहिलेली नाही. आपले पूर्वज याबाबतीत भाग्यवान ठरले. त्यांच्यावर आदर्श संस्कार करणारे लोक, समाज, शिक्षणव्यवस्था त्यांना लाभली होती. सुसंस्कार, आदर्श ही मनुष्य जीवनाची मूलभूत गरज आहे, हे आपल्या पूर्वजांना माहीत होतं. मनुष्य दैनंदिन जीवनात सतत व्यवहारी वृत्तीने जगत असतो. व्यवहार म्हणजे देणं-घेणं! जर हे व्यवहार नीतिमत्तेने घडत असतील, तर त्याची हानी कुणालाच पोहोचत नाही. परंतु व्यक्तीकडे आदर्श-सुसंस्कार नसतील, तर ती व्यक्ती व्यवहार करण्यात अनीतीचा मार्ग अवलंबू शकते, हे त्यांनी जाणलं होतं. एक व्यक्ती अनीतीने वागत असेल, तर त्या अनीतीचा परिणाम पुढे शेकडो लोकांवर होतो. शेकडो लोक नाइलाजाने तो अनीतीचा मार्ग चोखाळतात.

यापूर्वी हळूहळू आपल्यापर्यंत याच अनीतीचे पडसाद उमटत आले आहेत. समाजाची नीतिमत्ता ढासळण्याचं कारणच हे आहे. माणसं संस्कार, आदर्श या मूल्यांपासून जसजसे दूर जात आहेत तसतशी त्यांची नीतिमत्ता बदलत चालली आहे. मनुष्य केवळ आपल्याच हिमतीवर कधीच सुखाने जगू शकत नाही. परंतु तो त्याकडे हेतुपूर्वक डोळेझाक करतो. त्याला वाटतं, जीवनात आदर्श बाळगले नाही, तर बिघडतं कुठं? परंतु हा विचारदेखील तो एकांगीच करतो. जगानं आपल्याशी आदर्शाने मर्यादेत राहून वागावं, अशी त्याची इच्छा असते. परंतु स्वत: मात्र कसंही वागलं तरी लोकांनी ते चालवून घ्यावं, खपवून घ्यावं अशी याची अपेक्षा असते.

लोक वेडे आहेत आणि हाच एकमेव शहाणा आहे, असा याचा भ्रम असतो. त्या भ्रमाच्या भोपळ्यातून बाहेर आल्याशिवाय अशा लोकांचे डोळे उघडत नाहीत. जशी तुम्हाला जगानं चांगलं वागावं अशी अपेक्षा असते, तसंच तुम्हीही त्यांच्याशी वागा ना! मग बघा– सारं काही अगदी सुतासारखं सरळ होऊन जाईल. परंतु एकानं सरळ वागायचं आणि दुसऱ्यानं कपटी वागायचं, तेव्हा नाही ते सूत जमत. मग अगोदर व्यक्ती-व्यक्तींमध्ये आणि नंतर समाजात अराजकता फैलावत जाते.

लोकांना वाटतं– इतर लोक कपटीपणाने वागतात; मग आम्हीच काय सरळ वागण्याचा ठेका घेतला आहे? ते वाकड्यात चालतात, तर आम्हीदेखील वाकडंच चालणार! परंतु अशानं कधीच कुणाचे संबंध सुधारत नाहीत. मनुष्याच्या आत्मसन्मानाला कधी कुणी ठेच पोहोचवली तर त्याला वेदना या होतातच. परंतु त्यासाठी लगेचच संतुलन घालवून बसायची काही गरज नाही. याला खूप सोपा मार्ग उपलब्ध

। ३४ । 'आरसा चिंतनाचा' - स्वत:ला ओळखण्याचा

असताना चिंता करणं, संघर्ष करणं या भानगडीत पडायची काहीएक गरज नाही.

तूप कितीही आवडीचं असलं, गोड वाटत असलं; तरी त्या तुपात जेव्हा माशी पडते, तेव्हा आपण काय करतो? चिकट माणसं ती माशी त्यातून काढून टाकून ते तूप वापरण्याचा प्रयत्न करतील; परंतु आयुष्यात आपण जे काही मिळवतो जितकं काही मिळवतो, त्यातला काही ना काही भाग हा वाया जाणारच असतो. काही काही गोष्टी या बुडीत खात्यात टाकण्यासारख्याच असतात. हजार मिळविण्यासाठी दोनशे जात असतील, तर दोनशे आनंदाने सोडायची तयारी मनुष्यान ठेवली पाहिजे. दोनशेसाठी आठशे गमावणारा कधीच शहाणा ठरत नाही. मग जर अनवधानाने तुपात माशी पडली असेल, तर ते सारं तुप फेकून द्या. नाही तर माशीच्या पायांचे जीवजंतू तुमच्या शरीरात शिरून एखादा मोठा रोग होण्याची शक्यता नाकारता येत नाही. मग तो रोग दुरुस्त करायला किती खर्च येईल याचा तुम्हाला अंदाज येणार नाही. म्हणून त्यापेक्षा थोडंसं तूप फेकून देण्यातच मनुष्याचा सुज्ञपणा आहे. याच पद्धतीने जेव्हा काही काही माणसं तुमच्या आयुष्यात तुम्हाला नुकसान पोहोचवण्याचा, हानी पोहोचवण्याचा प्रयत्न करतात; तेव्हा तुम्ही त्यांना आपल्या आयुष्यातून कायमचा रामराम ठोका. एका मनुष्यावाचून कधी कुणाचं काहीच अडत नाही. परंतु जर तुमचं आयुष्यच त्या व्यक्तीमुळे पणाला लागत असेल, तर तुम्ही भावनांना महत्त्व देऊच नका. त्याला दूर करण्यातच तुमचं शहाणपण आहे. काटेरी झुडपांना मिठ्या माराल, तर स्वत:ला जखमाच करून घ्याल. काटेरी, विकृत बुद्धीच्या लोकांना धरून ठेवायला जाल, तर स्वत:च्याच आयुष्याचं मातेरं करून घ्याल– मग ती व्यक्ती कितीही जवळची असू द्या.

जीवन जगणं, आनंदानं जगणं– हा प्रत्येक मनुष्याचा जन्मसिद्ध हक्क आहे. आदर्श, संस्कार ही जीवनमूल्ये आपल्या आयुष्यात आनंदाची बरसात करत असतील, तर तडजोड नको. व्यक्ती गेली तरी चालेल, पण आपलं आदर्श व्यक्तिमत्त्व जाता कामा नये. आयुष्यात टाकाऊ जे असतं, ते तत्काळ सोडून द्यायचं असतं. जे शाश्वत असतं, ते मात्र कायमस्वरूपी धरून ठेवायचं असतं. आदर्श धरून ठेवाल; तर आयुष्यात सतत आनंद, उत्साहाने भरून राहाल. आदर्श सोडाल, त्या दिवशी समस्या तुमचा पाठपुरावा करायला सुरवात करतील.

म्हणूनच जमेल तिथून, जमतील तितके आदर्श आयुष्यात गोळा करण्याचं ध्येय मनाशी सतत बाळगा. कुणीही, काहीही म्हणालं तरीदेखील आपले आदर्श चुकूनही सोडू नका. क्षणिक मोहाच्या लालसेपोटी स्वत:ला आणि स्वत:च्या आदर्शांना गहाण पडू देऊ नका.

❑❑❑

५ । न्याय

जगात कुणावर कुठल्याही मार्गाने अन्याय होत असेल, तर तो दूर करून त्या व्यक्तीला तिचं जीवन जगण्यास सुलभता आणि स्वातंत्र्य प्राप्त करून देणं म्हणजे न्याय! हे साऱ्या जगाचं दायित्व असतं. स्वार्थांध लोक जेव्हा नीतिमत्ता सोडून दुसऱ्या कुणावर तरी अन्याय करू लागतात, तेव्हा इतरांचं जगणं अवघड होऊन जातं. त्यामुळे समाजात मनुष्याने स्वतंत्र न्यायव्यवस्था निर्माण केली आहे. या न्यायव्यवस्थेत राजापासून रंकापर्यंत सर्वांना समान वागवलं जाईल, अशी हमी दिली गेली आहे. असं असतानादेखील त्या न्यायव्यवस्थेमध्येच कधी कधी केवळ व्यावसायिक साधन म्हणून अन्यायाचीदेखील बाजू घेतली जाते. न्यायव्यवस्थेत जेव्हा अशा प्रवृत्ती बळावतात, तेव्हा संपूर्ण न्यायव्यवस्थाच पोकळ बनून जाते.

आता कुणाचे काही वाद निर्माण झाले, तर ते न्यायालयाच्या वतीने न्यायाधीशामार्फत मिटवण्याची सर्व देशांत तरतूद आहे. परंतु वादी-प्रतिवादी जेव्हा न्यायालयात न्याय मागायला जातात, तेव्हा त्यांची बाजू घेणारे मध्यस्थ वकील त्या खटल्यांकडे पूर्णपणे निरपेक्ष वृत्तीने पाहतातच असे काही नाही. आज खटले घेणारे वकील केवळ फीकडे लक्ष ठेवून खटले स्वीकारतात. परंतु ज्याचा खटला येतो, तो खरोखरच अन्यायाचा बळी ठरला आहे की नाही, हे सहसा पाहिलं जात नाही. अन्याय करणाऱ्याचा खटलादेखील जेव्हा वकील स्वीकारतात,

'आरसा चिंतनाचा' - स्वतःला ओळखण्याचा

तेव्हाच त्या खटल्यावर अन्याय होतो. प्रत्येक वकिलानं जर खरोखरच आपलं अशील निरपराध आहे का, याची शहानिशा करून खटला स्वीकारला तर न्यायालयापर्यंत अगदी पाव टक्कादेखील खटले पोहोचणार नाहीत. अपराध्यांचे खटले स्वीकारले जाताच अपराधी मनुष्याची गुन्हा करण्याची प्रवृत्ती कमी होण्याऐवजी अधिकच बळावते. त्याला एक प्रकारे कायदेशीर पाठिंबा मिळतो. मग तो त्या आधाराने खऱ्या निरपराधालाही अपराधी म्हणून सिद्ध करतो. त्यामुळे निरपराध माणसाची देखील मनोवृत्ती बदलते. या जगात जर अपराध्याचेच पाठीराखे असतील, तर मी तरी स्वच्छ जीवन का जगावं– अशी त्या निरपराध व्यक्तीची भावना बनून जाते.

त्यामुळे एका गुन्ह्याचे पडसाद गुन्हेगारीच्या वाटेकडे अनेक पटींनी उमटायला सुरुवात होतात. मग निरपराध माणसंदेखील कायद्याचा अनादर करू लागतात. पैशाच्या किंवा मनगटाच्या बळावर खटले लढवले जातात. गोरगरिबांना त्यांच्या कामाच्या व्यापात खटले लढवणं शक्य होत नाही. मग ते हातात आणि आपल्या या हरलेल्या जीवनाबरोबरच नीतिमत्ताही सोडून देतात. म्हणून जे वकील खटला घेतात, त्यांनी तरी अपराधी पारखून त्याचा खटला घ्यायचा किंवा नाही हे ठरवलं, तर ते समाजाला सर्वोच्च शिखरावर चुटकीसरशी नेऊन ठेवू शकतील.

वैद्याला रोगातलं जसं कळतं तसं वकिलाला गुन्हेगारीची जाण असते. तेच अपराध्याला दंड आणि निरपराध्याला न्याय मिळवून देऊ शकतात. ज्यांना देशाची म्हणजेच लोकांची खऱ्या अर्थाने निरपेक्ष वृत्तीने सेवा करायची आहे, त्यांनीच या वकिली क्षेत्रात काम करून देशाची मान उंचावण्याचं काम करावं. अपराधी अगदी घरचा असला तरीदेखील त्याला कधी कुणी पाठीशी घालू नये. अपराध्याला पाठीशी घालणारा मनुष्य प्रत्यक्ष अपराध करणाऱ्यापेक्षा दसपट अधिक गुन्हा करतो आणि तरीदेखील तो नामानिराळा राहतो.

न्यायव्यवस्था ही जेव्हा उत्पन्नाचं साधन बनून जाते, तेव्हा ती पूर्णपणे ढासळली जाते. लोक न्यायव्यवस्थेकडे उदरभरणाचं, आपल्या गरजा भागविण्याचं साधन म्हणून पाहतात. जगात प्रत्येक व्यक्तीला मान, प्रतिष्ठा हवी असते. ती मिळवण्याचा सोपा मार्ग म्हणजे ‘पैसा’– असा जगाचा गोड गैरसमज होऊन गेला आहे. तसं असतं तर भारतीय जनतेनं गांधीजींना महात्मा म्हणायचं काही कारणच नव्हतं. त्यांनी त्यांच्या या महात्मा पदवीसाठी लोकांना किती धनदौलत वाटली? लोकमान्य टिळकांनी लोकमान्य पदवीसाठी किती धन वाटलं? महात्मा फुलेंनी महात्मा या पदवीसाठी किती धनदौलत वाटली?

आजचा माणूस मान आणि प्रतिष्ठा मोजतो ती केवळ पैशांत! गाडी, बंगला, सूटबूट, पार्ट्या या संकल्पना आज प्रतिष्ठेच्या बनून गेल्या आहेत. यासाठी लागणारा

पैसा मिळवायचा असेल, तर त्यासाठी एक तर भरपूर कष्ट करायला हवेत अथवा वडिलार्जित संपत्ती तरी गडगंज हवी. परंतु कित्येकांकडे या दोन्हींचीही वानवा असते, तेव्हा ते तिसऱ्या गोष्टीचा वापर करतात. कमीत कमी श्रमात लोकांना अधिकात अधिक कसं लुबाडता येईल, इतकाच मार्ग लोकांसमोर उरतो.

आज समाजाच्या दुर्दैवानं डॉक्टर, इंजिनिअर, वकील या अत्यंत महत्त्वाच्या क्षेत्रांत मनुष्य कुठल्याही मार्गाने प्रवेश मिळवतो आणि कुठल्याही मार्गाने समाजाची वाट्टेल तशी पिळवणूक करतो. अर्थात या तीन क्षेत्रांतच ही मर्यादा ओलांडली गेली आहे, असं काही नाही. इतर सर्वच क्षेत्रांत अल्पावधीत श्रीमंत होऊन प्रतिष्ठा मिळवण्याची ही मनोवृत्ती फैलावली आहे. त्यामुळे त्याविरुद्ध आवाज उठवायचा कुठे? आणि कुणी? या प्रश्नांना आता समाजातल्या कुठल्याही व्यक्तीकडं उत्तरं नाहीत.

जे न्यायदानाच्या क्षेत्रात काम करतात, त्यांच्यावर जरी कुणी अन्याय केला तरी त्या न्यायाच्या उपासकांनाही कुठे न्याय मिळवता येईल की नाही, ही शंकाच आहे. म्हणजेच ज्यांना जे काही पिकवता येतं, तेदेखील आता त्यांचे त्यांनाच पिकवता येण्याची शाश्वती राहिलेली नाही.

आता पदव्यांची 'पदवी' ही मान्यता न राहता ती केवळ 'लेबल्स' उरली आहेत, असं वाटायला लागलं आहे. पदवीचा मान तेव्हाच राखला जातो, जेव्हा ती पदवी घेणारा त्या पदवीशी आपल्या अंतर्मनातल्या सदसद्विवेकबुद्धीला जागून न्याय देण्याचा प्रयत्न करतो. जर तसं त्या पदवीधारकांना करता येत नसेल, तर त्यांनी खरोखर सौजन्यानं आपली पदवी विद्यापीठांना परत करून दुसरा काही तरी पेशा पत्करावा. परंतु माणसं आता स्वत:च स्वत:शी न्याय करायला धजत नाहीत. आपण जी पदवी घेतो, ती आपली नैतिक जबाबदारी असून आपल्या उदरभरणाअगोदर समाजाचं हित त्या पदवीशी बांधलं गेलं आहे याचा आजच्या जगात एकही महाभाग विचारच करत नाही.

शिक्षणसंस्थांमध्ये देणगीच्या नावाखाली प्रवेश दिला जातो आणि मिळवला जातो. लक्षावधी विद्यार्थ्यांमध्ये एखाद्या विद्यार्थ्याचीही नैतिकता जागी होणं आज अवघड होऊन बसलं आहे. शिक्षण देता-घेतानाच जर आज भ्रष्टाचाराचा अवलंब केला जात असेल, तर त्याची वसुली करण्यासाठी ही भावी भारताची सक्षम पिढी भारताला कशी काय सक्षम करणार? फुकटचा पैसा आता कुणाला नको आहे? जितकं काम करतो, त्या कामाच्या मोबदल्याइतकंच मूल्य घेण्याची दानत आता कुणात राहिली आहे? जिकडे-तिकडे जर हेच चित्र दिसत असेल, तर हा देश अजून कित्येक वर्षं नाही सक्षम होऊ शकणार. कदाचित तत्पूर्वीच त्याचा जगाच्या पाठीवर लिलाव करण्याची वेळ देशाच्या या सुपुत्रांवर नक्कीच येऊ शकेल.

'आरसा चिंतनाचा' - स्वत:ला ओळखण्याचा

अन्यायाविरुद्ध जेव्हा रक्त उसळणं बंद होतं, भ्रष्टाचाराची कीड जेव्हा घराघरात घुसायला लागते, नात्यागोत्याची-शब्दांची किंमत जेव्हा शून्य होऊन जाते; तेव्हा ती घरं, गावं, राज्यं आणि राष्ट्रं हमखास पोकळ बनून जातात. त्यांच्या या न्यायव्यवस्था, दवाखाने, सामाजिक सेवा तितक्याच पोकळ असतात. या लोकांच्या तोंडात केवळ बढाया असतात आणि त्या निव्वळ तोंडातल्या वाफा असतात.

राष्ट्र, राज्य, गाव, घर आणि माणूस जेव्हा खऱ्या अर्थाने कुठल्याही क्षेत्रात मजबूत बनवायचा असेल; तेव्हा त्याची पायाभरणी मजबूत होणं गरजेचं असतं. पायाच पोकळ असेल तर त्या राष्ट्राची इमारतदेखील तितकीच पोकळ असते. म्हणूनच ज्या राष्ट्रातली माणसं शब्दाला जागणारी, कट्टर स्वाभिमानी असतात; केवळ तेच आणि तेच राष्ट्र जगाच्या पाठीवर भक्कमपणाने उभं राहू शकतं.

भुक्कड, लाचार, अन्यायी लोकांचा बुजबुजाट ज्या गावांत, राज्यांत, राष्ट्रात वाढतो; ती गावं, राज्ये आणि राष्ट्रं कुणीही अगदी सहज उलथवून टाकू शकतो. आजपर्यंत अनेकदा पारतंत्र्याची झळ सोसूनही आम्ही कधी शहाणे झालोच नाहीत. खरं स्वातंत्र्य आम्हाला कधी कळालंच नाही. आम्ही विचार करतो तो केवळ स्वत:चा! निव्वळ स्वत:चा विचार करणं, हे भुक्कडपणाचं लक्षण आहे. खरा माणूस तोच जन्माला येतो, जो अगोदर इतरांचा विचार करतो आणि नंतर आपला स्वत:चा विचार करतो. न्यायी मनोवृत्ती म्हणतात ती हीच!

संपूर्ण जग केवळ या एकाच मनोवृत्तीचं आचरण केलं, तर सत्युगाकडे जाऊ शकेल. परंतु तसं शास्त्र, तशी शिक्षणव्यवस्था लोकांच्या वाट्याला यायला हवी. 'अगोदर इतरांचं कल्याण करणं, हा स्वत:चा धर्म समजून नंतर स्वत:च्या कल्याणाचा विचार करणं.' इतकंच ते कल्याणकारी सूत्र आहे. या एकाच सूत्रापुढे सर्व धर्म, सर्व सिद्धान्त तोकडे आहेत. आजचं जग अगोदर आपला विचार करतं. करेना का; परंतु इतरांना लुबाडून, त्यांना लाचार करून कधीही आपलं स्वत:चं हित मनुष्य करून घेऊच शकत नाही, हे यापुढच्या पिढीला जरी कळालं तरी त्यांचं कायमस्वरूपी कल्याण हमखास व्हायला वेळ लागणार नाही.

जर तुम्ही इतरांच्या कल्याणाचा विचार करीत असाल, आपल्यामुळे कधी कुणाला त्रास होणारच नाही, या मनोवृत्तीने जगायला सुरुवात कराल; तर तुमचं वाईट करणारं या जगात कोण असू शकेल? जगात सारे संघर्ष निर्माण होतात ते केवळ स्वार्थी वृत्तीपोटी! स्वार्थ बाजूला ठेवून जर जगाशी आचरण केलं, सरळ मार्गाने योग्य वर्तन केलं; तर संघर्षाची ठिणगी पडायचं काही कारणच नाही. हळूहळू जगाच्या पाठीवरची सारी न्यायालये ओस पडायला सुरुवात होईल. फक्त प्रत्येक मनुष्याने त्याच्या आयुष्यात इतकाच दृढ निश्चय करण्याचा अवकाश आहे की– "मी माझ्या आयुष्यात चुकूनही कधीच कुणाची फसवणूक करणार नाही,

आयतं कुणाचं घेणार नाही.' केलेल्या कामापेक्षा अधिक मोबदला कधी घेणार नाही.'' या सूत्राचा अवलंब करायला एकाएकी या बेगडी जमान्यात धाडस होणार नाही, परंतु सुरुवात तर करावीच लागणार आहे.

मनाच्या, प्रतिष्ठेच्या संकल्पना बदलल्या तर यात बदल करणं कठीण नाही. ''मी जो आहे, जसा आहे– सक्षम आहे, सुंदर आहे. माझी झोपडी मला सुखाची आहे. गाडी नाही, परंतु ईश्वराने मला माझ्या कामापर्यंत जायला पाय दिले आहेत. काम करायला, कष्ट करायला दोन हात दिले आहेत. न्याय-अन्यायाची पारख करायला मला ईश्वराने सद्बुद्धी दिली आहे. आणि हे सर्व अमूल्य धन माझ्याकडे असताना मी अनीतीच्या, अन्यायाच्या मार्गावरून चुकूनही जाणार नाही.''

अंतर्मनात केवळ हा संकल्प करण्याचा अवकाश आहे आणि त्या दिशेने वाटचाल करण्याचा दृढ मार्ग निश्चित करणं आवश्यक आहे; मग तुम्हाला अगदी राहायला झोपडी असली, एका वेळचंच खायला मिळालं तरी तुम्ही जगाच्या पाठीवर खरे सम्राट असाल. तुमच्यातला स्वाभिमान आणि उदारता तुम्हाला एका अशा उंचीवर घेऊन जाईल की, ती उंची केवळ तुमचं अंतर्मनच अनुभवू शकेल. जीवनात जो सुगंध पसरेल, तो केवळ तुम्हालाच जाणवेल.

आजच्या जगात नीतीच्या गोष्टी करणाऱ्यांना वेडं ठरवलं जातं, मूर्ख मानलं जातं. हे ठरवणारेच किती वेडे आणि मूर्ख आहेत याचा कुणीही विचार करून पाहावा. सत्याला मूर्ख ठरविणारी हाडा-मांसाची माणसं असूच शकत नाहीत; ते तर निव्वळ मातीचे गोळे आणि डोक्यात दगड भरलेले माणसाचे पुतळे असतात.

तेव्हा, जग काय म्हणेल आणि ही दगडं काय म्हणतील याचा विचार कधीच करू नका. जगात एकच सत्य चिरकाल टिकणारं आहे– ते म्हणजे नीतीनं केलेलं आचरण!

त्या मार्गावरून एकदा हमखास चालण्याचा प्रयत्न करा. त्याची गोडी लागली, म्हणजे तुम्ही कधीच माघारी फिरणार नाहीत. इतरांना हात देऊन त्या मार्गावरून यायला तुम्ही प्रवृत्त कराल. आनंदाने, सुखाने इतके वेडे होऊन जाल की, तुमचा तो आनंद सर्वत्र ओसंडून वाहू लागेल. तुम्ही बेफाम होऊन नाचू लागाल. तेव्हा हे दगडदेखील संभ्रमात पडतील. मग तुमचं पाहून तेही याच वाटेवर येण्याचा प्रयत्न करतील. सत्याच्या मार्गाने जाणारी ही वाट इतकी विशाल आहे की, ती सारं विश्व स्वत:मध्ये सामावून घेऊ शकते.

आज तिच्या नेत्रांमध्ये एक अनीतीचा अश्रू ठिबकत आहे, इतकंच! तोही कधी तरी निश्चित विरून जाईल आणि अखंड मानवजात पुन्हा एकदा नीतिमत्तेच्या छत्राखाली येऊन सुखावेल.

❑❑❑

'आरसा चिंतनाचा' - स्वत:ला ओळखण्याचा

६ । अन्याय

अन्याय करणारा आणि अन्याय सहन करणारा या दोघांनाही समाजात दोषी धरलं जातं. याचं कारण असं की, अन्याय करणारा हा दोषी असतोच; परंतु जो अन्यायाविरुद्ध बंड करून उठत नाही, तो त्या अन्याय करणाऱ्याला एक प्रकारचं प्रोत्साहनच देत असतो. जगात अन्यायरहित जीवन जगण्याचा प्रत्येकाला अधिकार आहे. धनदांडगे, मनगटशाहीचा वापर करणारे, कुटिल बुद्धीचे लोक सामान्य जनतेवर सतत अन्याय करू पाहतात. त्यामुळे गरीब, असहाय आणि सामान्य जीवन जगू पाहणारी जनता या लोकांच्या अत्याचाराला कायम बळी पडत असते.

अनेक माणसं जितकं होईल तितकं आयुष्य आळसात जगण्याचा प्रयत्न करतात. त्यांचा आळसच त्यांच्या आयुष्यातल्या अपयशाला कारणीभूत होऊन जातो. परंतु ते हे मान्यच करत नाहीत की, आमच्या आळशी वृत्तीमुळे आम्ही आमच्या आयुष्यात अपयशी ठरलो आहोत. मनुष्य स्वतःच्या कितीही चुका झाल्या तरी त्या प्रांजळपणाने कबूल करण्याचं धाडस दाखवत नाही. उलट, त्याबाबतीत इतरांना दोषी ठरवण्याचा प्रयत्न करतो. परंतु त्याचा हा भित्रेपणादेखील नंतर अन्याय बनून जातो. धाडसी, सरळ मनाची माणसं जगात कधी कुणावर अन्याय करत नाही. तसेच त्यांच्यावर जरी कुणी अन्याय केला, तरी ते धाडसाने अन्यायविरुद्ध आवाज उठवतात. त्यामुळे सरळ मार्गाने जाणाऱ्या

आणि धाडसी लोकांवर अन्याय करायला चांगल्या-चांगल्यांना विचार करावा लागतो.

ज्या काळात मनुष्यावर चांगले संस्कार व्हायचे असतात, त्या काळातच जर माणसं आळसात जगली; तर पुढे त्यांना उर्वरित आयुष्य घालवणं फार कठीण जातं. संपूर्ण आयुष्यात ज्या-त्या गोष्टी ज्या-त्या वयातच झालेल्या बऱ्या असतात. लहाणपणातच योग्य शिक्षण दिलं गेलं, कष्टाची सवय लावली गेली, योग्य संस्कार केले गेले; तर त्या व्यक्तीचं भविष्य हमखास उज्ज्वल असतं. परंतु कित्येक पालक मोह-मायेच्या पोटी आपल्या अपत्याच्या प्रेमात गुरफटून जातात. त्यांची मोह-माया त्यांना आपल्या वारसांच्या बाबतीत योग्य निर्णय घेऊ देत नाही. सैनिकांमध्ये जर व्यायाम, लढाईचं शिक्षण दिलं गेलं नाही; तर ते सैनिक कसे बनू शकतील आणि आपल्या मातृभूमीचं कसं रक्षण करू शकतील?

पालकांची मुलांच्या बाबतीतली मोह-माया त्या मुलांना त्यांच्या आयुष्यात अधू करायचं काम करते. मुलंदेखील आपल्या बालपणात जसं शिक्षण देऊ तशीच घडविली जातात. अतिप्रेमाने ती अनेकदा आळशीच बनून जातात. तुम्ही जर ते जे मागतील, ते म्हणतील, ते सांगतील तसं वागत गेलात; तर तुम्ही त्यांच्यावर फार मोठा अन्याय करीत आहात. तुमच्या या मोह-मायेच्या बुद्धीपायीच ती हट्टी बनतात. मग त्यांना आयुष्यात कुठलीच गोष्ट कष्टाने करायची सवय राहात नाही. या भूतलावर एकही मनुष्य कष्टाशिवाय जगूच शकत नाही– हा या सृष्टीचा अलिखित नियम आहे. तुम्ही त्यांच्यापुढे कितीही धनदौलतीची भांडारं उघडून ठेवलीत, तरी त्यांच्या दृष्टीने तुमच्या या धनदौलतीचं मोल शून्य आहे. धनदेखील जेव्हा कष्टाने मिळवलं जातं, श्रमाने मिळवलं जातं, नीतीनं मिळवलं जातं; तेव्हाच त्या धनाला योग्य किंमत येत असते. परंतु विनाश्रमाचं, विनाकष्टाचं, आयतं, वाममार्गाने मिळवलेलं धन शेवटी शून्य किमतीचंच असतं.

लोक आता पैशासाठी धावधाव धावतात. अनेक पिढ्यांचं कल्याण करण्याचं वेड त्यांना लागतं. परंतु ही उरापोटी केलेली धावाधाव खरोखरच पुढच्या पिढीला कळून येणार आहे का? जो आपल्या स्वतःच्या कष्टाने काही तरी करतो, काही तरी मिळवतो; त्यालाच त्याच्या कमाईची किंमत कळू शकते. आयता पैसा मनुष्याला काम करू देत नाही, उत्साही बनवू शकत नाही. वाममार्गाचं आचरण करायला तो कारणीभूत ठरतो.

जगात जितके काही अपराध घडतात, त्यांतले निम्याहून अधिक अपराध घडण्याचं कारणच आयता पैसा असतो. कुठल्याही मनुष्याला आयता पैसा देणं म्हणजे भिकाऱ्याला भीक देणाऱ्यातलाच प्रकार आहे. भिकारी माणसं कधी कष्ट करत नाहीत. त्यांना सतत भीक मागून जगायची सवय लागल्यामुळे आयुष्यात ते

'आरसा चिंतनाचा' - स्वतःला ओळखण्याचा

पूर्णपणे निकामी होऊन जातात. वडिलार्जित आयता पैसा उडविणारे आणि भीक मागून जीवन जगणारे यात विशेष फरक नाही. दोघेही आळसाचे महापुतळेच असतात. दोघेही गंजून गेलेलेच असतात. चैतन्य त्यांच्या आयुष्यात कधी उरत नाही आणि दिसूनही येत नाही.

आयुष्यातल्या खऱ्या आनंदाला, खऱ्या सुखाला हे कधीच प्राप्त होत नाहीत. कुणावर मनुष्याचा कितीही जीव असला तरी त्या मनुष्याला आयता पैसा कमावून देण्यापेक्षा नीतिमत्तेनं पैसा कमावण्याचं शिक्षण देणं, हे त्या व्यक्तीसाठी सर्वांत मोलाचं दान असतं. भिकाऱ्यांना भीक घालणारे लोक त्यांना अधिक भिकारी करून टाकतात, गांजून टाकतात. त्याला पैशाची भीक घालण्याऐवजी दोन वेळचं अन्न कसं आपल्या कष्टानं कमवावं याचं शिक्षण दिलं, तर अशा लोकांचे त्या भिकाऱ्यावर अनंत उपकार होतात.

आळशी, आयत्या पैशावर जगणारी माणसं गुन्हेगारीकडे, अत्याचाराकडे, व्यसनांकडे लवकर आकर्षित होतात. एकदा ती त्या दुष्टचक्रात सापडली, तर त्यांना त्यातून बाहेर काढणं अवघड होऊन जातं.

मनुष्य हा अनुकरणप्रिय प्राणी आहे. सवयीचा गुलाम आहे. त्याला कुणाचं अनुकरण करण्याची सवय लावण्यापेक्षा स्वत:च्या बुद्धीला चालना देऊन जगायचं शिक्षण देणं सर्वश्रेष्ठ शिक्षण आहे. त्या सवयींचा गुलाम होऊ देण्याऐवजी सवयींनी त्याचं गुलाम होणं कुठल्याही व्यक्तीच्या दृष्टीनं अधिक हिताचं आहे. अशीच माणसं व्यसनांच्या, क्षणिक सुखांच्या आहारी कधीच जात नाहीत. व्यसनं आणि क्षणिक सुख मनुष्याला अधिक अन्यायी, अत्याचारी व्हायला प्रवृत्त करतात. समाजात जो एका ठरावीक दारिद्र्यरेषेखालचा गट आहे, त्या लोकांमध्ये व्यसनाधीनता आणि गुन्हेगारी अधिक दिसून येते. ही माणसं व्यसनांच्या पूर्णपणे आहारी गेलेली दिसून येतात. व्यसनांचा अंमल त्यांना आपोआपच गुन्हेगारीकडे खेचून नेतो. कारण व्यसनात अडकलेली माणसं कष्ट करीत नाहीत, त्यामुळे त्यांचं उत्पन्न शून्य असतं. उत्पन्न शून्य आणि व्यसनांची सवय हा विसंगत मेळ त्या व्यसनांची परिपूर्ती करण्यासाठी आपोआपच गुन्हेगारीला प्रोत्साहन देतो. मग अनेक अपराधांमागून अपराध यांच्या खाती जमा होतात. हे स्वत: नरकात पडलेले असतातच, परंतु यांच्यामुळे यांचं सारं कुटुंब नरकयातना भोगत असतं. दुर्दैवानं यांची ज्यांच्या-ज्यांच्याशी गाठ पडलेली असते ते अभागी माता-पिता, पती अथवा पत्नी, मुलंबाळं यांच्या या व्यसनांचे बळी ठरतात. व्यसन एक माणूस करतो; परंतु दु:ख, दारिद्र्य आणि नरकयातना मात्र सारं कुटुंब भोगत असतं. ही एक व्यक्ती आपल्या मनगटशाहीवर अथवा कुटुंबाच्या भावनिक प्रेमाच्या आधारावर त्या कुटुंबावर सततच अत्याचार करीत राहते. तेव्हा त्या कुटुंबानेच विचारविनिमय

करून एक तर प्रेमानेच त्याला बाहेर काढावं अथवा प्रेमभावना विफल ठरत असतील तर कठोर बनून त्या व्यक्तीचा त्याग करावा; परंतु एका व्यक्तीच्या मूर्खपणासाठी सारं कुटुंब धारेवर धरू नये. यातून कुणीही कधीच सुखी होत नाहीच, परंतु कुटुंबातल्या इतरांनाही त्याचीच बाधा भविष्यात होण्याची शक्यता नाकारता येत नाही.

अन्यायी, अत्याचारी माणसं कधी कधी सामंजस्याने ठिकाणावर येऊ शकतात; परंतु त्यांच्याशी सामंजस्य, समेट घडवून आणणाऱ्यांचीच समाजात वानवा असते. ज्या लोकांना अशा संकटात सापडलेल्या व्यक्तींची मजबुरी कळते, ते लोक तर अनेकदा यांचं लवकर कसं वाटोळं होईल किंवा आगीत तेल टाकून त्यांना लवकर वाममार्गाला कसं लावता येईल अशा पद्धतीनं यांच्याशी वागतात. समाजात आज सहकार्यापेक्षा असहकाराचीच प्रवृत्ती अधिक आढळून येते. दुसऱ्याचं वाटोळं होत आहे तर त्यात आपलं काय जातंय, अशी पाशवी वृत्ती लोकांमध्ये उत्पन्न झाली आहे.

जो-तो फक्त आपल्याच सुखाचा विचार करतो. पीडित माणसांना यांच्या पीडेपासून सोडवणूक करण्याऐवजी आपणही अधिक कसं पिडता येईल, अशा विकृत आनंद घेणाऱ्यांची जगाच्या पाठीवर कमतरता नाही.

खूप लोक स्वत: वाममार्गाच्या प्रवाहात वाहून जाताना कुणी तरी त्यांना चार गोष्टी सामंजस्याच्या सांगाव्यात, कुठे तरी आधार मिळावा या अपेक्षेत असतात. परंतु वाममार्गाला गेलेला प्रत्येक मनुष्य टाकाऊ झाला, अशी मनोवृत्ती बाळगून लोक या लोकांशी जेव्हा वागू लागतात; तेव्हा तो अधिकच खचतो आणि वाममार्गाच्या दलदलीत अधिकच फसतो. अट्टल गुन्हेगारांना दांडकी दाखवून सरळ करणं आणि भावनेचं शस्त्र वापरून सामान्य गुन्हेगारांना सरळ करता येणं शक्य आहे. फक्त भोवतालच्या लोकांनी त्यांना ओळखल्यानंतर तो अट्टल गुन्हेगारी वृत्तीचा आहे की भावनेचा भुकेला आहे, हे पाहून त्याच्यावर उपचार करावेत. पैशाची हाव कुणाला नसते? प्रत्येक मनुष्य पैसा कमावण्यासाठी वाट्टेल त्या मार्गाचा अवलंब करतो. परंतु प्रत्येक पैसा जर नीतीने कमावला, तर मनुष्य गुन्हेगारीकडे जाण्याचा प्रश्नच उरत नाही.

पैशासाठी माणसे नीती सोडतात. व्यापार करत असतील, तर व्यापारात इतरांना फसवतात. भेसळ, मापात फसवणूक, उत्तम दर्जाच्या मालाच्या किमतीत दुय्यम दर्जाचा माल विकणे, पुरवठादाराची फसवणूक करणे, अशा गैरमार्गांनी कमाई करणारे व्यापारी इतरांवर अन्यायच करीत असतात.

काही काही माणसं आपल्याच कुटुंबातल्या माणसांचीही फसवणूक करायला मागे-पुढे पाहत नाहीत. पती-पत्नी एकमेकांना विवाहाच्या संदर्भात खोटी माहिती

देऊन हुंड्याची मागणी करून फसविण्याचा प्रयत्न करतात. हुंडाबळी महिलांची संख्या आज समाजात कमी नाही. हे लोक जिथं अत्यंत पवित्र जीवनाची वाटचाल करायची असते, त्या कौटुंबिक जीवनालाच नरक बनवून टाकतात. एकमेकांवर वेगवेगळ्या मार्गांनी अन्याय करीत असतात.

कित्येक लोक नोकरी करता-करता भ्रष्टाचार करून लोकांवर राजरोस अन्याय करतात. कित्येक लोक सहकाराच्या नावावर, शासनाच्या नावावर सामान्य लोकांना राजरोस लुटतात आणि जनतेवर सतत अन्याय करतात.

काही डोकेबाज लोक वेगवेगळ्या कंपन्यांची स्थापना करून सामान्य लोकांना भागधारक बनवतात. जनतेचा पैसा कंपनीच्या नावाने गोळा करतात. तो पैसा राजरोसपणे आपल्या घशात घालतात. तेवढ्यानेही समाधान झाले नाही, तर त्या भागधारकांचे भाग मार्केटमध्ये जुगारी पद्धतीने विकायला शासनाकडून परवानगी मिळवतात. शेअर मार्केटच्या नावावर लोकांना या जुगाराची सवय लावतात. सतत खाली-वर बाजारभाव करून उर्वरित जुगारी पब्लिकचे खिसे रिकामे करतात. शासकीय परवान्याने अशा प्रकारे हे लोक शेअरबाजाराच्या नावाखाली त्यात पडणाऱ्या लोकांना भिकेला लावतात आणि स्वत: गडगंज संपत्तीचे मालक बनून जातात.

काही चतुर लोक कंपन्यांच्या नावाखाली वेगवेगळ्या सेवा लोकांना पुरवितात आणि त्या सेवांच्या बिलात काही छुपे चार्जेस लावून लोकांच्या खिशांतून वारेमाप पैसा ओढायचं काम करतात. ही शुद्ध फसवणूक असूनही जिथे न्यायनिवाडेच या धनदांडग्यांनी खरेदी केलेले असतात, तिथं ही गरीब जनता त्यांना काय दंड देऊ शकणार? जग मौज-मजेसाठी, मजेहजेसाठी लोकांना वेठीस धरत आहे. अनेक मार्गांनी लुटालूट करून एकमेकांना फसवत आहे.

हे सारं अन्यायाचं साम्राज्य कुठं तरी थांबावंस वाटत असेल, तर प्रत्येक मनुष्यानं आपल्यापासून सुरुवात करायला हवी. आयतं काही घेणार नाही आणि स्वत: होऊन कुणावर अन्याय करणार नाही– इतका जरी मनुष्य आज बदलला, तरीदेखील अनेक लोक सुखी होऊन जातील.

◻◻◻

७ | करिअर

आपल्या आयुष्याला आपण जी दिशा देतो, आपल्या दैनंदिन गरजा भागविण्यासाठी आपण नोकरी-व्यवसाय जे काही स्वीकारतो, ते आपलं करिअर बनून जातं.

बालपणात आपल्याला आपली दिशा कधी कळून येत नाही. तेवढी समज आपल्या बुद्धीला आलेली नसते. तेव्हा आपले पालक आपल्याला दिशा दाखविण्याचं काम करतात. आपल्याला बोटाला धरून चालायला शिकवतात. आपल्या आयुष्याचं अर्धंअधिक करिअर घडविण्यासाठी आपले पालक आपल्याला मदत करतात. आपल्याला जन्म देऊन हे विश्व, हे जग दाखवून त्यांनी आपल्यावर अनंत उपकार केलेले असतात. परंतु ते बालपणात आपल्याला जे काही शिक्षण देतात, तेच शिक्षण आपल्या भविष्यातल्या करिअरचा पाया बनून जातं. आपल्याही नकळत आपण आपल्याच पालकांनी घालून दिलेल्या पायवाटेवरून वाटचाल करतो आणि आपलं ध्येय निश्चित करतो.

समजा, आपल्या आई-वडिलांनी आपल्याला शाळेतच पाठवलं नाही, चार अक्षरंही शिकवली नाहीत; तर आपण अक्षरओळख कशी करून घेऊ शकू? समाजात वावरताना, जगाची भटकंती करताना जर आपल्याला अक्षरओळखच नसेल, तर आपलं किती अडून पडेल याची कल्पनाच केलेली बरी!

आपल्या बालपणात आपले आई-वडील आपल्यासाठी कष्ट करतात. आपल्याला अन्न-पाणी भरवतात. प्रेमाने वेगवेगळ्या प्रकारचं शिक्षण देतात. म्हणून आपण नेहमी त्यांच्या ऋणात राहायला शिकलं पाहिजे. कधी कधी आपले आई-वडील तितके जाणकार नसतात. त्यांना त्यांच्या आई-वडिलांकडून किंवा समाजाकडून हवं ते शिक्षण मिळालेलं नसतं. त्यामुळे ते आपल्या मुलाला कोणत्या प्रकारचं आणि कसं शिक्षण द्यावं, या बाबतीत अज्ञानी असतात. संभ्रमात असतात. कधी कधी त्यांची आर्थिक स्थिती बेताची असते. अज्ञानामुळे, अशिक्षितपणामुळे त्यांनादेखील समाजात चांगल्या प्रकारची नोकरी, चांगल्या प्रकारचा उद्योग-व्यवसाय करता येत नाही. म्हणून ते इच्छा असूनही मुलांना हवं तसं शिक्षण देऊ शकत नाहीत.

जेव्हा आपण सुज्ञ होतो, आपल्याला जेव्हा कळायला लागतं; तेव्हा आपणदेखील आपल्या आई-वडिलांना समजावून घेणं गरजेचं असतं. तसंच आपण ज्या मुलांना जन्म देऊ, त्यांच्यासाठी आपण आपलं कर्तव्य योग्य रीतीने पार पाडू शकू काय याचादेखील आपण विचार करायला हवा. कारण जगातल्या प्रत्येक पिढीमागे त्या पिढीच्या पालकांची अथवा पूर्वजांची काही ना काही पुण्याई असते, त्याग असतो, कर्तृत्व असतं.

आपल्यापर्यंत जर आपल्या पूर्वजांकडून हा शिक्षणाचा, संस्काराचा वारसा चालत आलेला नसेल, तर आपण केवळ आपल्या पालकांना, आपल्या पूर्वजांना दोष देण्यात वेळ घालविण्यापेक्षा आपण आपल्या पुढच्या पिढीला आपल्यापेक्षा किती उत्तम रीतीने शिक्षण देऊ शकतो, त्यांच्यावर किती चांगल्या प्रकारचे संस्कार करू शकतो याला खरं तुमच्या दृष्टीने महत्त्व आहे.

निव्वळ भूतकाळात अडकून पश्चात्ताप करण्यात काहीएक अर्थ नसतो. भूतकाळ केव्हाच भूतकाळात जमा झालेला असतो. काळ कोणताही असो– भूतकाळ असो, वर्तमानकाळ असो अथवा भविष्यकाळ– या तीनही काळांचा केवळ आपल्या उन्नतीसाठीच वापर करून घेतला पाहिजे. आपल्याला वाटतात तशा या तीनही काळांतील घटना कधीच घडून येत नाहीत. परंतु जर आपण आपल्या भूतकाळात कोणत्या गोष्टींना मुकलो याचं चिंतन जर केलं, तर आपण आपल्या आयुष्यात त्या गोष्टी मिळविण्याचा निश्चितच प्रयत्न करू शकतो. आपल्या पूर्वजांकडून आपल्याला हवं तसं घर मिळालं नाही तर नाही मिळू द्यात; त्यांच्या परिस्थितीमुळे त्यांना नाही तुम्हाला तुमच्या इच्छेनुसार घर देता आलं. जगात सारेच लोक काही आपल्या अपत्यांना त्यांच्या इच्छेनुसार साऱ्याच गोष्टी देऊ शकत नाहीत. तुम्ही एकटेच स्वत:ला कमनशिबी समजू नका. तुम्ही एकटेच अशा गोष्टींनी बळी पडलेले पहिली माणसं नाहीत. अनेकांना या ना समस्यातून जावंच लागतं. अनेकांच्या इच्छा नाही पूर्ण करू शकत त्यांचे पूर्वज. म्हणून काही

आपल्या नशिबाला दोष देत बसू नका. उठा, कंबर कसा. देवानं तुम्हाला भौतिक साधनांपेक्षाही अमूल्य अशी तुमच्या मनगटांत शक्ती भरून ठेवलेली आहे. तुम्हाला तुमच्या इच्छांना मूर्त स्वरूप देण्यासाठी सक्षम बुद्धी दिली आहे. तुम्ही तुमच्या मनगटाच्या शक्तीला जर तुमच्या बुद्धीची जोड दिलीत; तर एकच काय, शेकडो घरं तुम्ही जगाच्या पाठीवर तुमच्या कर्तृत्वाने निर्माण करू शकाल.

खूप माणसं केवळ पश्चात्ताप करण्यात आणि भविष्याची स्वप्नं पाहण्यातच आपल्या आयुष्याचा बहुमोल वेळ विनाकारण खर्च करीत बसतात. ज्यांना वेळेचं गणित समजलं नाही, ते आपल्या आयुष्यातला बहुमोल वेळ विनाकारण खर्च करीत बसतात. ज्यांना वेळेचं गणित समजतं, ते आपल्या आयुष्यातल्या प्रत्येक सेकंदाचा उपयोग काही तरी मिळविण्यासाठी करतात. निव्वळ पैसा मिळवणं म्हणजे तितकाच वेळ कारणी लागणं– असा अर्थ वेड्यानेदेखील गृहीत धरू नये. निव्वळ संपत्तीच्या मागे लागणाऱ्यांना अजिबात पैसा मिळत नाही हे कालातीत सत्य आहे. ज्या गोष्टीच्या मागे मनुष्य सतत लागतो, ती गोष्ट त्याला कधीच प्राप्त होत नाही. ज्या माणसावर तुम्ही मनापासून प्रेम करायला लागाल आणि त्या प्रेमाचा त्या व्यक्तीवर भडिमार करू लागाल, तेव्हा त्या व्यक्तीला तुमच्या प्रेमात कधीच रस उरणार नाही.

आयुष्यात ज्या काही गोष्टी मिळवायच्या असतात, त्या अगदी संयमाने मिळवायच्या असतात. वेड घेऊन सतत त्याच्या मागे लागण्याने त्या कधीच मिळत नाहीत.

मनुष्य सर्व गोष्टींनी परिपूर्ण होण्यासाठी त्याने आपल्या वेळेचं, श्रमाचं आणि बुद्धीचं योग्य गणित जुळवणं महत्त्वाचं असतं. सतत एकच एक काम केल्यानं आयुष्यात कंटाळा येत जातो.

म्हणून आपण जी काही कामं करतो, ती नेहमी आपल्या आवडीची आणि विविध प्रकारची असली पाहिजेत. अधून-मधून मनुष्याला त्यातून विरंगुळाही मिळतो.

सर्वप्रथम आपल्याला जेव्हा समज यायला लागते, तेव्हा तुम्ही आपल्या आयुष्यात आपण काय काय शिकलो नाही याबद्दल चिंतन करा आणि काय काय शिकल्याने आपण आपल्या आयुष्यात धन व प्रतिष्ठा प्राप्त करून घेऊ शकू याचंही चिंतन करा.

चिंतन केल्यानं तुम्हाला तुमच्या मूळ प्रश्नापर्यंत पोहोचता येते. जर तुम्ही लिहायला-वाचायला शिकला नसाल, तर अगोदर ही कमतरता आयुष्यातून कशी काढून टाकता येईल याचा विचार करा. कारण लिहिता-वाचता येणारं माध्यम हे निव्वळ बोलता येणाऱ्या माध्यमापेक्षा किती तरी श्रेष्ठ आहे. निव्वळ बोलून तुम्ही

'आरसा चिंतनाचा' - स्वतःला ओळखण्याचा

जगाला फार जाणू शकणार नाही; परंतु लिहिता-वाचता यायला लागलं तर तुम्ही सारं जग वृत्तपत्रांच्या माध्यमातून, ग्रंथांच्या माध्यमातून सहज जाणून घेऊ शकाल.

खूप लोकांना लिहिता-वाचता येत असूनही ती माणसं आपल्या आयुष्यात आपल्या मनासारखं करिअर घडवू शकत नाहीत. याचं कारण एकच असतं की, ते स्वतःबद्दल कधी चिंताच करत नाहीत. चिंता ही मनुष्याला केवळ जाळण्याचंच काम करते, असं नाही; ती अनेक वेळा मनुष्याला चिंतन करायलाही प्रवृत्त करते. म्हणून जी-जी माणसं जगाच्या पाठीवर महान झाली आहेत, त्यांनी नेहमी आपल्याहून अधिक जगाची जास्त चिंता केली. त्यामुळेच ती माणसं स्वतःसाठी काय केलं यापेक्षा जगाच्या दृष्टीने ती महान बनून गेली.

करिअर करणं म्हणजे फक्त स्वतःचाच विचार करणं– असा फक्त यातून अर्थ घेण्याचं काहीएक कारण नाही. ज्याला जे क्षेत्र आवडतं, त्यानं त्या क्षेत्रात विनाअपेक्षा काम करायला लागावं. काम केल्यानंतर त्या कामाचा मोबदला कुठल्याही मार्गाने तुमच्या पदरात येऊन पडतच असतो. त्याची काळजी तुम्ही सोडून द्या. जो केवळ मोबदल्याच्या अपेक्षेने करिअर करायला जाईल, त्याचं करिअर नेहमीच अंधारात राहील. त्याच्या हातून काही नाही घडू शकणार. करिअरसाठी नेहमी आधी काही तरी शिकावं लागतं आणि काही तरी शिकण्यासाठी त्यागाची गरज असते. लोक जिथं जिथं जातात तिथं तिथं त्यागाऐवजी भोगाची अपेक्षा घेऊन जातात. कामाला सुरुवातही करत नाही तोच मोबदला किती मिळेल याची अपेक्षा करतात. या माणसांना नाही कुणी थारा देत. कारण यांना कामच माहीत नसतं. आपण काय करतो हे दाखविण्याअगोदर जर मोबदल्याच्याच गोष्टी तुम्ही करायला लागलात; तर समोरची व्यक्ती तुम्हाला लगेचच ओळखते. तुम्ही आयुष्यात इतर काही शिकलेलाच नाहीत. या लोकांना वाटतं तितकं जग निश्चितच वेडं नसतं.

जगाला काम करणारी माणसं हवीच असतात, परंतु मनापासून काम करणारी माणसं त्यांना हवी असतात. जो माणूस मनापासून काम करतो, त्याला त्याच्या अपेक्षेनुसार निश्चितच मोबदला मिळत असतो. परंतु जे कामच जाणत नाहीत आणि पगाराची गलेलठ्ठ अपेक्षा घेऊन फिरतात, त्यांना जगात कधीच कुठलंच काम मिळत नाही.

या जगात जी-जी माणसं आपापल्या क्षेत्रात मोठी झाली आहेत, त्यांनी अगोदर मोबदल्याकडे कधीच लक्ष दिलं नाही. ते केवळ त्या-त्या क्षेत्रातलं ज्ञान आत्मसात करीत राहिले. ज्या वेळी मनुष्याला एखाद्या क्षेत्रातलं परिपूर्ण ज्ञान मिळतं, तेव्हा तो मनुष्य त्या क्षेत्रातला तज्ज्ञ बनून जातो. मग त्याच्या त्या कामाबद्दल जग तो मागेल तितका मोबदला द्यायला तयार होतं. कारण त्यानं केलेल्या बिनचूक कामाची ती किंमत असते. त्याने वाचवलेल्या वेळेची ती किंमत असते.

नोकरी-व्यवसायात जेव्हा माणसं कामापेक्षा अधिक वेळ इतर फालतू गोष्टींमध्ये घालवू लागतात, तेव्हा ती माणसं त्या नोकरीत किंवा त्या व्यवसायात कधीच टिकत नाहीत. माणसाचं करिअर केवळ नोकरी करायला मिळाली, व्यवसाय थाटला, यातच घडत नाही. सुदैवाने मिळालेल्या या क्षेत्रात त्याला मनापासून योगदान द्यावं लागतं, मनापासून काम करावं; लागतं, तेव्हाच त्याचं त्या क्षेत्रात हळूहळू बस्तान बसायला लागतं. स्थिर व्हायला कदाचित वेळ लागू शकतो, कारण कुठलेही काम करताना उतावीळपणा कामात कधीच चालत नाही. मनापासून जी माणसं स्वत:ला कामात वाहून घेतात, तीच त्या कामात यशस्वी होतात. ते कामच त्यांचं कर्म बनून जातं. तेच त्यांचं करिअर असतं.

❑❑❑

'आरसा चिंतनाचा' - स्वत:ला ओळखण्याचा

८ । सल्ला

जाणकारानं देत जावा, अडाण्याने घेत जावा सल्ला! सल्ला म्हणजे मार्गदर्शन. गुरू आणि शिष्याचं नातं नेहमी सल्ला-मसलतीचं नातं असतं. गुरू आपल्या शिष्याला वेगवेगळ्या समस्यांवर सतत मार्गदर्शन करीत असतात, म्हणजे सल्ला देत असतात. गुरूने केलेले मार्गदर्शन हे केवळ सल्ला न राहता ते एक परिपूर्ण ज्ञान बनून जातं.

जो मनुष्य एखाद्या गोष्टीत पुरेपूर पारंगत झालेला असतो, पूर्ण ज्ञानी बनलेला असतो; तोच इतरांना त्याच्या विषयातलं ज्ञान वाटू लागतो. तेच ज्ञान इतरांसाठी सल्ल्याचं, मार्गदर्शनाचं काम करतं.

मनुष्यानं आपल्याला जे काही मार्गदर्शन हवं असतं, ते ज्ञान त्या-त्या क्षेत्रातील दिग्गज लोकांशी चर्चा करूनच नेहमी मिळवायला हवं; अन्यथा अर्धवट ज्ञान प्राप्त झालेला मनुष्य एखाद्याला चुकीचं ज्ञान वाटण्याची शक्यता अधिक असते. अशा अर्धवटरावांचे सल्ले घेऊन मनुष्य अडचणीतदेखील येऊ शकतो.

या जगात पूर्ण ज्ञानी पुरुष मिळणं कठीण आहे. प्रत्येक मनुष्याची प्रत्येक क्षेत्रात काम करण्याची क्षमता वेगवेगळी असते. एकाच क्षेत्रात एखादा मनुष्य अतिशय कुशलतेने काम करू शकतो, तर त्याच्या बरोबरची त्याच क्षेत्रात काम करणारी माणसं तेवढ्या कुशलतेने कधीच करू शकत नाहीत. निसर्गतः प्रत्येक

व्यक्तीच्या आकलनाचा आणि कामाच्या क्षमतेचा पिंड वेगवेगळा असतो. म्हणूनच एकाच वर्गात शिकणाऱ्या अनेक विद्यार्थ्यांना एकाच शिक्षकाने शिकवलेल्या विषयात कधीच एकसारखे गुण मिळत नाहीत. तसेच एकाच कार्यालयात, एकाच तऱ्हेचं काम करणारी माणसं एकाच पद्धतीने एकसारखं काम कधीच करू शकत नाहीत.

व्यक्तीव्यक्तींची कार्यक्षमता, बौद्धिक पात्रता नेहमी कमी-अधिक असते. म्हणून लोक जेव्हा कुणी आपल्याहून अधिक कार्यक्षम, कुशल आणि बुद्धिमान मनुष्य आपल्या सहवासात येतो, तेव्हा ते त्या मनुष्याचा अंतस्थ तिरस्कार करू लागतात. मत्सर करू लागतात.

खरं तर असं काहीही करण्याची गरज नसते; परंतु अनेक माणसं आपल्या अहंकाराला चिकटून बसलेली असतात. त्यांना नेहमी वाटतं– या जगात आपल्याहून अधिक कार्यक्षम, आपल्याहून अधिक हुशार कुणीच असू नये. परंतु ही गोष्ट मत्सर करणाऱ्याच्याही हातात नसते आणि कार्यक्षम व्यक्तीच्याही हाती नसते. इथे केवळ समज आणि गैरसमजाचा प्रकार उदयाला येत असतो. वास्तविक कुणी हुशार असलं तरी इतरांचं काही बिघडत नाही आणि कुणी हुशार नसलं तरी इतर कुणाचं काही बिघडत नाही.

हा ज्याच्या-त्याच्या सुज्ञपणाचा प्रश्न असतो. मनुष्य आपल्या आयुष्यात जितक्या सुज्ञपणाने जगण्याचा प्रयत्न करतो तितकी त्याची दृष्टी जगभर विशाल होत जाते. सुज्ञपणा हे ज्ञानजागृतीचं साधन आहे. जी माणसं अर्धवट ज्ञानाने भरून जातात, ज्यांचा फुगा गर्वाने फुगू लागतो; ती माणसं ज्ञानसाधनेच्या सोपानावरून कधीच वाटचाल करू शकत नाहीत. ते लोक कधी कुणाचं ऐकून घेत नाहीत. त्यांच्या हिताच्या सांगितलेल्या गोष्टीदेखील त्यांच्या मनाला रुचत नाहीत. मनुष्य आपल्या आयुष्यात जितका नम्र होतो, जितका वाकायला शिकतो तितकाच अधिक तो ज्ञानाला प्राप्त व्हायला लागतो.

जगातलं कुठलंही ज्ञान कुणीही मोफत वाटत सुटत नाही. ज्ञान वाटतानादेखील ज्ञान प्राप्त करून घेणारा किती निर्मळ आणि शुद्ध मनाचा आहे, हे पाहिलं जातं. तेव्हाच कुणी तरी आपल्या ज्ञानाची कुपी अशा जिज्ञासू माणसाबरोबर उघडी करायला सुरुवात करतो. भ्रमात आणि गर्वात जगणाऱ्या लोकांसमोर कधीही कुणीही आपलं बहुमोल ज्ञान उघडं करायच्या फंदात पडत नाही.

भ्रमिष्ट, गर्विष्ठ स्वभावाची माणसं नेहमी अर्धवट असतात. त्यांना वाटतं– आपल्याला जे काही कळतं ते इतर लोकांना कळतच नाही. अशी मूर्ख माणसं त्यांना त्यांच्या हिताच्या कितीही गोष्टी सांगितल्या, तरी ती सारखी वादावर येत असतात. जगात कुठलेही प्रश्न वादाने सुटत नाहीत, हे या मूर्खांना माहीतच

'आरसा चिंतनाचा' - स्वतःला ओळखण्याचा

नसतं. ते आपल्या चुकीच्या मतांवरदेखील अडेलतट्टूसारखे अडून बसलेले असतात. सुज्ञ मनुष्याच्या दृष्टीने अशा मूर्खांपुढे गीता वाचूनदेखील काहीही त्यातून निष्पन्न होण्यासारखं नसतं.

ज्ञान नेहमी शुद्ध आणि निर्मळ अंत:करणावरच कोरलं जाऊ शकतं. जी माणसं जिज्ञासू असतात, त्यांचंच अंत:करण केवळ शुद्ध आणि निर्मळ असू शकतं. माणसाचं मन नेहमी त्या-त्या माणसाच्या वागण्यातून, बोलण्यातून आणि आचरणातून कळत असतं. कोण माणूस किती निर्मळ आणि किती शुद्ध मनाचा आहे, हे त्याच्या सहवासात आल्यानंतरच इतरांच्या लक्षात येऊ शकतं. म्हणूनच माणसाचा सहवास हादेखील सामान्य मनुष्याच्या दृष्टीने अतिशय महत्त्वाचा असतो.

आपल्याकडे साधू-संन्याशांची परंपरा निर्माण झाली ती याच विचारांमधून! जगात सुज्ञ लोकांची नेहमीच कमतरता असते आणि मूर्खांचा भरणा अधिक असतो. तेव्हा अशा मूर्खांच्या सहवासात राहून दु:खी आयुष्य जगण्यापेक्षा ज्यांना मूर्खांची जाण येते, ते संन्यास घ्यायला प्रवृत्त होतात. मूर्ख मनुष्य नेहमी गर्व, ताठा, प्रपंच या गोष्टींना चिकटून बसलेला असतो. घरदार, नातीगोती या गोष्टींचा त्याला अधिक मोह असतो. त्यांच्यातच तो आयुष्यभर अडकून पडलेला असतो. त्यामुळे त्याला आपल्या प्रापंचिक विश्वापलीकडे काही दिसतच नाही. प्रापंचिक यश हेच जीवनाचे सार तो मानून बसतो. अशा लोकांना कुणी काही हिताचं सांगायला गेलं, तर त्याला ते कधीच पटत नाही. मग तो इतरांनाच मूर्खात काढण्याचा प्रयत्न करतो. जगाकडून उधार घेतलेल्या अर्धवट ज्ञानाच्या कुसावर तो आपल्या प्रपंचाचा डोलारा हाकू लागतो. अशा माणसाला सुज्ञ मनुष्याने सल्ला देणं म्हणजे आपल्याच पायावर दगड मारून घेतल्यासारखं आहे. सल्ला देण्यासाठी आणि घेण्यासाठीदेखील योग्य वेळ, योग्य प्रसंग, योग्य घटनेचा योग आलेला पाहूनच देणाऱ्याने सल्ला द्यावा आणि घेणाऱ्याने तो घ्यावा.

आई-वडील आपल्या मुलांना सतत काही ना काही सल्ले देतच असतात. अर्थात मुलांना ते जे काही सल्ले देतात, ते मुलांचं हित पाहूनच देत असतात. परंतु सतत सल्ला देऊन मुलांना वाढवणं म्हणजे त्यांना परावलंबी करण्यासारखं आहे. तुमच्या सततच्या सल्ल्याने ती अधू बनून जाण्याची शक्यता असते. आयुष्यातल्या प्रत्येक कामात जर त्यांना तुमच्या सल्ल्याची गरज पडू लागली, तर जगात त्यांनी स्वतंत्रपणे स्वत:च्या हिमतीवर निर्णय घ्यायला शिकायचं कधी? चोवीस तास तर तुम्ही आपल्या मुलांबरोबर राहू शकत नाही. चांगलं-वाईट या दोन्ही गोष्टींच्या अनुभवातून जेव्हा माणसं जातात, तेव्हा ती अधिक सुज्ञ होतात. म्हणूनच आपल्या मुलांनादेखील पालकांनी फार काळ आपल्यावर विसंबून ठेवू

नये. तुमची माया, तुमचा जीव त्यांच्यात अडकतो; परंतु मनावर थोडासा भार ठेवून, थोडं कठोर होऊन त्यांच्या हितासाठी त्यांना काही प्रमाणात स्वायत्तता ही दिलीच पाहिजे. म्हणजे, तेदेखील आपल्या आयुष्यात आपल्या मनाने चांगले-वाईट निर्णय घ्यायला सक्षम होऊ शकतील.

आज तुमचा काळ उमेदीचा असेल, तुम्ही त्यांना तळहातावरच्या फोडाप्रमाणे जपायला जाल; परंतु उद्या जेव्हा तुमचं वार्धक्यात पदार्पण होईल आणि तुम्ही त्यांच्यावर विसंबून राहाल, तेव्हा त्यांनी काय करायचं? तुम्ही आज असाल; पण उद्या नसाल, तेव्हा त्यांनी कुणाच्या तोंडाकडे पाहायचं?

जग तर हे असं विचित्र बनून गेलं आहे की, ते आपल्याला सोडून इतरांना कुणी जवळ करत नाही. आपल्याशिवाय इतरांना कुणी कुणाच्या हिताचा सल्ला देत नाही. मग या तुमच्या लाडाकोडात वाढलेल्या लेकरांनी नंतर कुणाच्या तोंडाकडे पाहायचं? चुलते, मामा, काका आता केवळ नावापुरते उरले आहेत. वंशवेली हळूहळू दूर-दूर जातात. आपल्या पोटच्या पोरांशिवाय लोकांना इतरांची कितीही असहाय लेकरं असली तरी आता दिसत नाहीत. जो-तो केवळ आपल्या चौकटीत अडकून पडला आहे. सख्ख्या भावाची लेकरं पोरकी झाली तरी ती सांभाळायची दानत आता कुणात उरली नाही. आपल्या लेकरांना भरवताना यांचा ऊर सतत भरलेला असतो, परंतु आपल्या सख्ख्या भावाच्या अनाथ लेकरांना मात्र रिमांडहोम दाखवायला आता कुठल्या काका-मामाचं काळीज थरथरत नाही.

जग बदलून गेलं आहे. माणूस न् माणूस आता फक्त पायापुरतं पाहायचं काम करतो. त्याच्या डोळ्यांत आता फक्त आपल्यापुरतेच अश्रू उरले आहेत. इतरांची दु:खं कितीही गहन असली तरी ती यांना आता स्पर्श करीत नाहीत. समाजाचं हृदय आता दगडी बनून गेलं आहे. कुणालाच कुणाशी आता देणं-घेणं उरलेलं नाही.

हा निबर झालेला माणसाच्या काळजातला दगड थोडा जरी नरम झाला, तरी माणूस माणसाच्या जवळ यायला पुन्हा एकदा सुरुवात होऊ शकेल. जगात कुणीही कुणाच्या कर्मातलं काढून नेऊ शकत नाही. ईश्वर ज्याला जितकं द्यायचं तितकंच देतो, ही श्रद्धा दृढ झाली म्हणजे घट्ट झालेलं काळीज नरम व्हायला सुरुवात होते. अन्यायी-अत्याचारी माणसं जगावर अन्याय-अत्याचार करतात, परंतु त्यांच्या जवळच्या माणसांना मात्र या लोकांच्या पापाची फळं भोगावी लागतात. निदान या पाप्यांचा, या अत्याचारी लोकांचा नायनाट झाल्यावर त्यांच्या भोवतालच्या निष्पाप माणसांना वाचवणं, हा खरा मनुष्याचा धर्म आहे.

तुम्ही जर खरोखरच एखाद्या क्षेत्रातले तज्ज्ञ असाल, तर तुमचं ते बहुमोल ज्ञान तुम्ही लोकांना अवश्य वाटा. कारण आज याच एका गोष्टीची जगात

। ५४ ।   'आरसा चिंतनाचा' - स्वत:ला ओळखण्याचा

कमतरता आहे. लोक आपलं अर्धवट ज्ञानदेखील पुरवून-पुरवून खातात. त्यांना वाटतं, आपलं ज्ञान वाटल्यानं जग सुज्ञ होऊन जाईल आणि आपण भिकारी होऊ. हा तर शुद्ध अज्ञानीपणा आहे. जगात एकमेव ज्ञान ही गोष्ट अशी आहे की, ती वाटल्यानं पुन्हा सतत वाढतच राहते, वाढतच राहते– घटण्याचं तर ती नावच घेत नाही. परंतु यावर लोकांचा विश्वास असेल तर ना! ज्यांना आपल्या ज्ञानाबद्दल पुरेपूर खात्री आहे, त्यांनी हा प्रयोग अवश्य करून पाहावा. कुणी तुमच्याकडे सल्ला मागायला आलं, तर आपलं अंत:करण मनापासून मोकळं करा. त्या मोकळ्या अंत:करणात तुम्ही जे भांडार मोकळं केलं, त्यापेक्षा किती तरी पटींनी भर पडल्याची तुमची खात्री होईल. तेव्हा त्या परिपूर्ण ज्ञानाचे कुबेरदेखील तुमचा निश्चितच हेवा करू लागतील.

परंतु, केवळ आपल्या परिपूर्ण ज्ञानापुरतंच! जे क्षेत्र आपलं नाही, त्याबद्दल एक चकार शब्ददेखील बोलू नका. अन्यथा, सल्ला बाजूला राहून आपण स्वत:च फजीत होण्याची शक्यता नाकारता येत नाही.

प्रत्येक मनुष्यानं आपल्या प्रांतात काम करावं; आपल्यापुरतं काम करावं. इतरांच्या कामांत लक्ष घालणं, इतरांना वेडं समजणं हे अर्धवटपणाचं लक्षण आहे.

तेव्हा आयुष्यात सल्ले द्या– परंतु जे कळतं, तेवढ्यापुरतेच! सल्ले घ्या, परंतु गरजेपुरतेच आणि तज्ज्ञ व्यक्तींकडूनच!

◻◻◻

९ । भटकंती

    व्यक्तीनं नेहमी वेगवेगळ्या गावांना अधून-मधून भेटी दिल्या पाहिजेत. वेगवेगळ्या प्रसिद्ध नैसर्गिक ठिकाणांना, ऐतिहासिक ठिकाणांना भेटी दिल्या पाहिजेत. त्यामुळे विविध प्रकारच्या लोकांचा सहवास घडतो, विविध प्रदेश पाहायला मिळतात. निसर्गाच्या जवळ जायला मदत होते. दृष्टी विशाल होऊ लागते. वेगवेगळ्या धार्मिक स्थळांना भेटी दिल्यास मनाचं संतुलन, पावित्र्य वाढायला लागतं. मनातल्या वाईट विचारांची निवृत्ती व्हायला लागते. म्हणूनच तीर्थस्थळांना भेटी देण्याची, तीर्थस्नान करण्याची प्रथा मनुष्यात रुजली आहे.

    प्राथमिक गरजांची पूर्तता करता-करता मनुष्य तेच ते काम करून थकून जातो. शरीर थकलं तर विश्रांती घेऊन त्याचा थकवा दूर करता येतो, परंतु मन थकलं तर त्याला विरंगुळा हवा असतो. त्याच त्या कामांनी मनाचा थकवा वाढत जातो. अशा वेळी आपण मनोरंजनाची साधनं जवळ करतो. घरात दूरदर्शन येण्याचं कारणच हे आहे. दिवसभराच्या कामातून थकून आल्यानंतर आपल्याला निव्वळ उदरभरण आणि झोपच आवश्यक नसते. त्याबरोबर थोडं-फार मनोरंजनही हवं असतं. म्हणून आपण थोडा वेळ का होईना, टी. व्ही. लावून बसतो. वेगवेगळी चॅनेल्स बदलून आपल्या आवडीचे कार्यक्रम बघतो. काही लोक नाटकं बघतात. पूर्वी तमाशा थिएटर असायचे– ते पाहायला काही लोक जायचे, सिनेमा

थिएटरमध्ये जाऊन सिनेमा पाहायचे. आता ही सर्व करमणुकीची साधनं दूरदर्शनमुळे घरात आली आहेत. हातात रिमोट घेऊन वेगवेगळ्या चॅनेल्सची भटकंती एका रिमोटवरून करता येते.

काहींना विविध प्रकारचे ग्रंथ वाचायला आवडतात, काहींना दैनिकं-मासिकं वाचायला आवडतात. अनेकांना काही तरी वाचन केल्याशिवाय झोपच लागत नाही.

अलीकडे दूरदर्शनच्या माध्यमाने वाचनसंस्कृती तशी कमी झाली आहे, परंतु मनुष्याला एकदा त्यात गोडी लागली म्हणजे तो वाचनदेखील आवडीने करू लागतो. घरबसल्या दूरदर्शन, वाचन ही विरंगुळ्याची साधनं जरी उपलब्ध असली तरीदेखील त्यांचाही कधी कधी कंटाळा येऊ लागतो. अशा वेळी रोजच्या कामातून सुट्टी घेऊन कुठे तरी जाऊन यावंसं वाटतं.

माणसाचं मन स्वभावत:च चंचल आहे. ते सतत स्थिर कधीच राहू शकत नाही. त्याला झोपेत काय जी स्थिरता लाभते, तेवढीच. परंतु जागृत अवस्थेत मनुष्य नाही स्थिर बसू शकत. त्याचं मन त्याला काही ना काही उपद्व्याप करायला भागच पाडतं. म्हणून मनाचाच आधार घेऊन मनाच्या चंचलतेकडं मनुष्यानं बारकाईनं लक्ष ठेवायला शिकलं पाहिजे. शरीरापेक्षा मनात प्रचंड शक्ती एकवटलेली आहे. शरीरापेक्षा मन नेहमी किती तरी पटींनी काम करीत असतं. शरीर लवकर थकतं, परंतु मन कधी लवकर थकत नाही. थकल्यावरदेखील त्याच्या विचारांची शृंखला सतत चालू असते. बसल्या-बसल्या ते सतत कुठे तरी भटकंती करीत असतं.

शरीर हा मनाचा रथ आहे आणि मन हे त्या रथाचा सारथी आहे. मनाच्या इशाऱ्यावरच शरीराचा रथ त्याच्या इच्छेनुसार चालत असतो. म्हणूनच मनुष्यानं मनावर ताबा मिळवणं फार गरजेचं आहे. विचार केला, तर मन स्वत:च स्वत:ला आकळू शकते. परंतु विचार करण्याची क्षमताच जर गमावून बसाल, तर त्या मनुष्याला मनावर अंकुश ठेवणं कधीच जमणार नाही.

खूप लोकांना मनाचा सूक्ष्म अभ्यास नसल्यामुळे ते आपल्या मनाचा वापर कधीच करून घेऊ शकत नाहीत. मनाला जर संयमानं हाताळलं, तर ते नराचा नारायण करून दाखवतं. परंतु जर मनावर मनुष्याचा ताबाच नसेल, तर ते मनुष्याला राक्षस, सैतान काहीही बनवू शकतं.

मनाला ताब्यात ठेवण्याचा जर काही मार्ग असेल तर त्याच्या इगोला, अहंतेला बाहेर काढून ठेचून टाकणं. हे ज्यांना जमतं, ती माणसंच आपल्या जीवनात क्रांतिकारक बदल घडवून आणू शकतात. मनाची विचलित अवस्था होण्याचं कारण आसपासची परिस्थिती हेदेखील आहे. जेव्हा जेव्हा मन एखाद्या ठरावीक विचारांच्या तरंगांमध्ये स्थिर असतं, तेव्हा मधेच जर काही विरोधात्मक

प्रसंग घडले तर मनाची स्थिरता भग्न होते. मनाचे तरंग अतिशय सूक्ष्म असतात. त्यांना आंदोलीत करायला, असंतुलित करायला काहीही कारण पुरतं. म्हणून मनाच्या बाबतीत अतिशय सावध राहिलेलं कधीही हिताचंच आहे. जग जितकं मनुष्याला हानी पोहोचवू शकणार नाही तितकी हानी आपलंच मन आपल्याला पोचवू शकतं. जग जितकं आपलं कल्याण करू शकणार नाही तितकं कल्याण आपलं मन आपल्यासाठी करू शकतं. म्हणून मनुष्यानं जगात कधीच कुणासाठी गुलाम होऊ नये, परंतु आपल्या मनाचा गुलाम होण्यात मनुष्याचा फायदाच फायदा आहे. जी माणसं आपल्या मनाचं ऐकायला शिकतात, ती नेहमी आपल्या कल्याणाच्या मार्गाकडे वाटचाल करू लागतात. परंतु जी माणसं आपल्या मनाला भाव देत नाहीत, मनाचं ऐकत नाहीत– ती नेहमी अविचाराने अडचणीत येताना दिसतात. मनाचं ऐकणं म्हणजेच विचारपूर्वक कुठल्याही गोष्टीचा निर्णय घेणं. काहींना वाटतं– आम्ही जे काही करतो, ते आमच्या मनाप्रमाणेच करतो; परंतु तो भ्रम असतो. तसं असतं, तर तुम्ही चुकीचे निर्णय आयुष्यात कधीच घेतले नसते. मनाचं जो ऐकतो, तो विचार करून निर्णय घेतो. म्हणून असा मनाच्या विचाराने चालणारा मनुष्य चुकीच्या निर्णयापासून नेहमी चार हात दूरच राहतो.

कुठल्याही व्यक्तीला विचार करण्याची सवय लागते, तेव्हा ती व्यक्ती चांगल्या-वाईटातला फरक हमखास ओळखायला शिकते. मन कधीच कुणाला वाईट मार्गाने जायला प्रवृत्त करत नाही. त्याच्यात सारासार विचार करण्याची क्षमता आहे. परंतु त्याच्याकडेच दुर्लक्ष करून कुठल्या तरी भ्रमापायी, इच्छेपायी, मोहापायी मनुष्य वाममार्गाकडे आकर्षित होतो; तेव्हा मन सुप्तावस्थेत निघून जातं, ते जागृत राहू शकत नाही. मोह, माया, स्वार्थ अशा वृत्ती मन जाणत नाही. त्या प्रबळ झाल्या म्हणजे मन क्षीण होऊन जातं. मग मनुष्य स्वतःवरचा ताबा गमावून बसतो. मोह, माया, स्वार्थ इत्यादी गोष्टींचा त्याच्यावरील प्रभाव वाढून तो इतर गोष्टींच्या अधीन होऊन जातो. यालाच मन गढूळ होऊन जाणं म्हणतात. या सर्व गोष्टी मग मनावर थोपल्या जातात. लादल्या जातात.

मनाची क्षमता, त्याची भटकंती विशाल आहे. ते क्षणात तुम्हाला संपूर्ण विश्वाची सफर घडवून आणू शकतं. मोह, माया, स्वार्थ या सर्व गोष्टी संकुचित आहेत. त्या तुम्हाला ठरावीक कक्षेत बंदिस्त करून ठेवतात. त्या तुम्हाला त्या वर्तुळाबाहेर पडू देत नाहीत. मनुष्य या गोष्टींच्या वर्तुळात अडकून पडतो, तेव्हा तो खुजा होऊन जातो. त्याची विशालता या गोष्टी संपवून टाकतात.

मुक्त जीवनाचा आनंद घेण्याची क्षमता केवळ तुमच्या मनात आहे. तुमचं मन तुम्हाला हवा तितका आनंद, सुख प्राप्त करून देऊ शकतं. परंतु त्याला तुम्ही स्वार्थाची वेसण घालायला नको. मोह, मायेत अडकून ठेवायला नको. मन थकतं ते

नेहमी याच गोष्टीमुळे! तुम्हाला जगात अशी काही माणसं दिसतील की, ती कामाचे डोंगरच्या डोंगर उपसतात; परंतु थोडेदेखील ते थकलेले दिसून येत नाहीत. वर्षानुवर्षे ते एकच काम तितक्याच तन्मयतेने, उत्साहाने करताना दिसून येतात. याचं कारण हेच की, ते मनाला जाणून आहेत. मनुष्य जे-जे काही काम करतो, ते सर्व काम मनाने करतो. मनाला जर तुम्ही मधेच स्वार्थ, मोह, माया या गोष्टी चिकटवल्या; तर ते कधीच आपला उत्साह, कार्यक्षमता टिकवून ठेवू शकणार नाही. या गोष्टी त्याला बांधून ठेवतात. विचारांची दिशा मधेच बदलल्यामुळे ते थकायला लागतं. ते मुक्त असतं– तेव्हाच ते कुठल्याही व्यक्तीचा उत्साह, कार्यक्षमता टिकवून ठेवू शकतं. जगात तुम्ही त्याला सांभाळलंत, तर तुम्ही तुमच्या इच्छेनुसार त्याच्याकडून कसलंही आणि कितीही काम करून घेऊ शकाल. परंतु तुम्ही जेव्हा त्याला दुराग्रही बनवता, वाममार्गाने जायला प्रवृत्त करता; तेव्हा ते तुम्हाला नाही साथ देऊ शकत. मग तुम्ही तुमच्या मनाचे स्वामी राहूच शकत नाही. तुम्ही तुमच्या क्षणिक स्वार्थासाठी आपल्या मनाचं स्वातंत्र्य गमावून बसता. क्षणिक मोह तुम्हांला पारतंत्र्यात ढकलून देतो. एखादा अपराधदेखील तुम्हाला लोकांच्या हवाली करू शकतो. मग तेव्हा तुम्ही तुमचे राहतच नाहीत. तुम्हाला तुमच्या मनाने चालताच येत नाही. लोक सांगतील तसंच तुम्हाला समाजात वागावं लागतं, चालावं लागतं. म्हणूनच आपलं काहीही हरवलं तरी चालू शकतं; परंतु मन मात्र सतत अगदी नाजूक फुलाप्रमाणं, तळहाताच्या फोडाप्रमाणं जपायला हवं. त्याच्यावर आयुष्याच्या शेवटापर्यंत आपलं आणि आपलंच अधिराज्य चालायला हवं. क्षणिक मोह, माया, स्वार्थाचे पाश त्याला लागू देऊ नयेत. मन नेहमी शुद्ध असतं, निर्मळ असतं, पवित्र असतं. त्याला तुमचा स्वार्थ अशुद्ध करून टाकतो. म्हणूनच शक्यतो स्वार्थापासून दूर राहायला जो शिकतो, तो आपल्या मनाला उत्तम प्रकारे हाताळू शकतो. पर्यायाने स्वत:ला सक्षम, सुसंस्कारित बनवू शकतो.

जगात फिरताना, भटकंती करताना असं हे स्वच्छ निर्मळ मन घेऊन तुम्ही जाता; तेव्हा तुम्हाला तुमच्या दृष्टीतून जो जगाचा अनुभव येतो, तो खूप आल्हाददायक असतो. तो अनुभव तुमच्या भावभावना अनंत पटींनी आनंदित करतो. ते सुख तुम्हाला पराकोटीचं सुख वाटायला लागतं. म्हणूनच जेव्हा आपण कुठे कामानिमित्त जातो, तेव्हा ते तिथले भाव नेहमी आपल्याला वेगळ्याच विश्वात घेऊन जातात. वेगळाच आनंद प्राप्त करून देतात.

आयुष्यात कधी कधी वेळात वेळ काढून जगाची सफर, जगाची भटकंती मोकळ्या मनाने अवश्य केली पाहिजे. त्याने जीवनातला आनंद वाढतो, उत्साह वाढतो– पर्यायाने आयुष्यदेखील वाढतं.

❑❑❑

१० । ग्रंथ

ग्रंथांना मनुष्याच्या जीवनात गुरूइतकं महत्त्व आहे. 'ग्रंथ हेच गुरू' असं मनुष्य मानतो. गुरू शिष्याला एकच विषय वारंवार आणि कुठेही समजावून देऊ शकत नाही. ग्रंथाचा वापर नेहमी वारंवार करता येतो आणि आपण त्याचं अध्ययन कुठेही करू शकतो. घरात, प्रवासात ग्रंथ आपल्याला वापरता येतात.

ग्रंथाचा शोध हा मनुष्याच्या दृष्टीने अत्यंत मौलिक शोध आहे. गुरू एक वेळ शिष्यांमध्ये भेदभाव करू शकतात, परंतु ग्रंथ हा भेदभाव कधीच करू शकत नाही. त्यांचं अध्ययन कुणीही, कुठेही वारंवार करू शकतो.

मनुष्यात जसजशी भाषेची उत्क्रांती होत गेली, तसतशी लिखित स्वरूपात ग्रंथांची मनुष्यास गरज निर्माण होत गेली. सुरुवातीला मनुष्य शिलालेखांच्या माध्यमातून आपले विचार व्यक्त करू लागला. परतु शिलालेखांत मर्यादित मजकूर कोरता येत होता. मनुष्याला जास्तीत जास्त विचार कसे लिखित स्वरूपात मांडता येतील याचा तो विचार करू लागला. नंतर रंग आणि भूर्जपत्र यांचा मनुष्याने शोध लावला आणि रंग– ज्यांना शाई संबोधलं गेलं– यांच्या माध्यमातून ग्रंथनिर्मिती करू लागला. अनेक विचार भूर्जपत्राच्या माध्यमातून तो व्यक्त करू लागला. अनेक शिष्य या ग्रंथांच्या माध्यमातून जुन्या पिढीचे विचार मुखोद्‌गत करू लागले. एका पिढीकडून दुसऱ्या पिढीकडे हस्तांतरित करू लागले.

। ६० । 'आरसा चिंतनाचा' - स्वतःला ओळखण्याचा

त्यानंतर कागदाचा आणि मुद्रणयंत्राचा शोध लागला. त्यामुळे मनुष्य आपले एकूणएक विचार खऱ्या अर्थाने ग्रंथामध्ये मुद्रित स्वरूपात मांडण्यात यशस्वी होऊ लागला. अशा प्रकारच्या कागदावरील मुद्रित प्रती सामान्य लोकांना खरेदी करणं सोईचं होऊ लागलं. ग्रंथ घराघरांत पोहोचणं सुलभ झालं.

या शतकात संगणकाचा शोध लागल्यामुळे मुद्रणव्यवस्था अधिकच सुलभ झाली. हाताने खिळे जुळवून ग्रंथ बनविण्याची प्रथा बंद पडू लागली.

आता कुठलाही मजकूर मनुष्य संगणकीय माध्यमातही साठवू लागला आहे. त्यासाठी कागदच हवा, अशी काही जरुरी राहिली नाही.

मनुष्याचा आणि ग्रंथांचा सहवास आजच्या जमान्यात अतूट आहे. ग्रंथांच्या आधाराशिवाय मनुष्य विविध क्षेत्रांतलं आपलं ज्ञान वाढवू शकत नाही. ही गोष्ट संपूर्ण जगाच्या लक्षात आली आहे. आजचं आधुनिक, पुढारलेलं जग आपण पाहतो; त्याला ही आधुनिकता देण्याचं काम केवळ ग्रंथांनी केलं आहे. कारण जगातलं जवळजवळ सारं ज्ञान मनुष्य आपल्या ग्रंथांमध्ये बंदिस्त करण्यात यशस्वी झाला आहे.

ग्रंथांचा सहवास मनुष्याला आज बालपणापासूनच मिळतो. कुणीही मनुष्य जेव्हा आपल्या अपत्याला शाळेत घालतो, तेव्हा त्याच्या शिक्षणासाठी पाठ्यपुस्तके घेऊन देतच असतो.

पाठ्यपुस्तके हेदेखील ग्रंथच आहेत. या पाठ्यपुस्तकांच्या माध्यमातून मनुष्याची भाषा सुधारते; गणित, विज्ञान यांची माहिती मिळते. विविध भाषांचा परिचय वाढून त्या-त्या भाषांवर प्रभुत्व यायला सुरुवात होते. ग्रंथांमुळे केवळ शाळा, विद्यालये, महाविद्यालयांतून अभ्यास करता येतो, असं नाही; आता त्यांच्यामुळे घरात बसूनही त्यांच्या आधारानं खूप काही शिकायला मिळतं. त्यांचं पठण वारंवार करता येणं सहज शक्य झालं आहे.

जी व्यक्ती ग्रंथाशी मैत्री करते, ती व्यक्ती तिच्या जीवनात अनेक क्षेत्रांतलं ज्ञान हस्तगत करू शकते. ग्रंथांचे जगाच्या पाठीवर आज जितके प्रकार उपलब्ध आहेत, तितके क्वचितच कुठल्या क्षेत्रात कशाचे तरी प्रकार असतील. ग्रंथांची विविधता हे मानवी जीवनाचं खरं यश आहे. ग्रंथ हे आज सर्वस्पर्शी आहेत. आज कुठल्याही विषयाचं ज्ञान कुठल्याही व्यक्तीला ग्रंथाच्या माध्यमातून सहज उपलब्ध झालेलं आहे. जुन्या पिढीला हे भाग्य कधी लाभलं नव्हतं, त्यामुळेच तो समाज आजच्याइतकी प्रगती करू शकला नाही.

ग्रंथांनी समाजापुढे ज्ञानाची भांडारं खुली करून टाकली. हवं तितकं ज्ञान यातून मनुष्य लुटायला लागला. मनुष्याची प्रगती नेहमी त्याच्या ज्ञानावर अवलंबून असते. ज्ञानाचं भांडार समोर खुलं असताना मनुष्य अडाणी, अज्ञानी राहूच शकत नाही.

सर्व प्रगतिशील राष्ट्रं आज त्यांच्या प्रगतीचं रहस्य विचारलं, तर ते केवळ

त्यांच्याकडे असलेल्या ग्रंथांमधून दडलंय, हे छातीठोकपणे कबूल करतील.

मनुष्याचं आयुष्य इनमिन शंभर वर्षांचं असतं. एक मनुष्य या अल्प आयुष्यात ग्रंथांशिवाय जुन्या पिढीचं अगाध ज्ञान आकलन करूच शकणार नाही. जगाच्या पाठीवर जे-जे महात्मे होतात, ते-ते आपलं सर्व ज्ञान या ग्रंथांमधून लिखित स्वरूपात मागे सोडून जातात. आपण सामान्य लोक जे काही ज्ञान मिळवतो, ते त्यांच्या ग्रंथांमधून साठलेल्या ज्ञानाच्या आधारावरच मिळवतो. आजचा कुठलाही मनुष्य आपल्या पूर्वजांच्या या लिखित स्वरूपातल्या ग्रंथांच्या आधारानेच घडलेला असतो. ग्रंथ हे महान संस्कृतीचं आणि संस्काराचं द्योतक आहे.

जगावर आज ग्रंथांमधल्या विचारांचा, आचारांचा जितका प्रभाव आहे तितका क्वचितच कुठल्या गोष्टींचा असेल. लोक आज ग्रंथांपेक्षा दूरदर्शनला अधिक महत्त्व देतात; परंतु दूरदर्शनवर दाखविले जाणारे एकूणएक कार्यक्रम केवळ ग्रंथांच्या पानांमधून उचललेले असतात. जर ग्रंथ नसते, तर दूरदर्शन चालूच शकलं नसतं अन् सिनेमा निर्माण होण्याचाही प्रश्नच उद्‌भवला नसता. नाट्य, संगीत निर्माण झालंच नसतं. आज जे शास्त्रशुद्ध कार्यक्रम कुठेही मनुष्य पाहतो, ते सर्व कार्यक्रम ग्रंथांचा आधार घेऊन बनविलेले असतात.

मनुष्याच्या मनातली विचाराची ऊर्मी, तरंग जेव्हा लिखित स्वरूपात ग्रंथांच्या माध्यमातून प्रकट होतात, तेव्हाच ते ग्रंथ या सर्व कलाक्षेत्राचे पाईक बनून जातात. सर्व कलाक्षेत्राचा मूळ पाया मन आहे आणि त्या मनातल्या विचारांचं अस्तित्व अमर करणारे ग्रंथ आहेत.

जगाच्या पाठीवर खूप महान-महान व्यक्तींचा जन्म होतो. त्या व्यक्ती समाजात राहून अनंत प्रकारचं ज्ञान संग्रहित करतात. त्यांच्या मेंदूत ते सर्व ज्ञान साठवलं जातं. परंतु ते जेव्हा कागदावर उमटतं, तेव्हा ते चिरंतन बनून जातं. त्या महान व्यक्तींच्या महान विचारांचा जगाला या ग्रंथांच्या माध्यमातून अलौकिक फायदा मिळायला सुरुवात होते. म्हणून ग्रंथ कशाही प्रकारचे असले, तरी त्यात निश्चितच कुणाचे तरी अनुभव व्यक्त झालेले असतात.

ग्रंथ हे असं साधन आहे की, मनुष्य जशी इच्छा करतो तसं ते त्या मनुष्याला घडविण्याचं काम करतात. त्यांच्या आधारानं मनुष्य कुठल्या कुठे पोहोचू शकतो.

जो आपलं ज्ञान, आपले विचार ग्रंथांमधून व्यक्त करतो– त्या सर्व व्यक्ती जगाच्या पाठीवर आजतागायत अमर झाल्या आहेत. त्यांचं नाव लोकांच्या जिभेवर सदैव असतं. ग्रंथांच्या माध्यमातून अनेक व्यक्तींचं दिव्यत्व जगाच्या पाठीवर प्रकाशमान झालं आहे. व्यक्ती राहिल्या नाहीत; परंतु त्यांचे विचार ग्रंथांच्या माध्यमातून कायम चिरंतन राहिले, त्या व्यक्तीचं नाव अमर करून राहिले.

ग्रंथांचं महत्त्व त्यांच्याशी मैत्री करणाऱ्यालाच कळतं. आज प्रत्येक मनुष्य जरी

ग्रंथांच्या आधारानं सुज्ञ झाला असला, तरीदेखील त्या सर्वांनाच ग्रंथांची गोडी वाटेल असं काही नाही. काही लोक ग्रंथांचा वापर केवळ आपल्या उदरनिर्वाहाची तरतूद करण्याइतपतच करतात. त्यांच्या आधाराने हे रोजीरोटीला लागतात, परंतु त्यांच्याशी यांची मैत्री नाही होऊ शकत. पित्याकडून जशी पुत्र वडिलार्जित संपत्ती हक्काने हस्तगत करून घेतो त्याप्रमाणे हे आवश्यक तितकं उधार ज्ञान या ग्रंथांकडून घेतात. त्याला कामचलाऊ ज्ञान म्हणतात. तेवढ्यावर ते आपल्या जीवनाची वाटचाल करीत राहतात. लिहिता-वाचता आलं, गणिताची आकडेमोड जमायला लागली म्हणजे यांचं काम भागून जातं. नंतर ते नाही ग्रंथांच्या जवळ जाण्याचं धाडस करत.

दूरदर्शनचा मारा होण्याआधी ग्रंथ हेदेखील मनुष्याचं मनोरंजनाचं साधन होतं. त्याचीच पुढची पायरी दूरदर्शनमध्ये रूपांतरित झाली. ग्रंथांमध्ये या सर्व दूरदर्शनवर दिसणाऱ्या मनोरंजक मालिकांचं मूलभूत ज्ञान असतं. तेच यातून लोकांना दाखविलं जातं.

दूरदर्शनपूर्वी शहरांमधून ग्रंथालये असायची, आजदेखील ती आहेत. त्या ग्रंथालयांतील ग्रंथ हे मनुष्याच्या परिपूर्ण मनोरंजनाचं आणि ज्ञानाचं खरं भांडार आहे. धर्मग्रंथ, कथा, कादंबऱ्या, लेख, कविता, नाटके इत्यादी सर्व प्रकारची पुस्तके या ग्रंथालयांमधून सहज मिळतात. ज्यांना ग्रंथवाचनाचं वेड असतं, ते या ग्रंथालयांचा लाभ बरोबर उठवतात.

लोकांना आज विचारलं की, तुम्ही ग्रंथ का वाचत नाहीत, तर त्यांच्याकडून विविध प्रकारची उत्तरं ऐकायला मिळतात. काही जण सांगतात– आम्हाला इच्छा आहे, परंतु वेळच नाही; काही जण सांगतात– ग्रंथांच्या किमती इतक्या आहेत की, ते घेणं परवडतच नाही.

'नाचता येईना अंगण वाकडे' अशी या लोकांची गत असते. वाचनाने मनोरंजन होतं, मनाला शांती मिळते, मन उत्साही बनतं, भाषेवर प्रभुत्व येतं, जगात वावरताना प्रभावी व्यक्तिमत्त्वाचा लाभ घडतो, विविध प्रकारचं त्यातून ज्ञान मिळतं, मेंदू सदैव ताजातवाना राहतो, आकलनशक्ती वाढते, निरीक्षणक्षमता वाढते... जगात अनेक सर्वश्रेष्ठ गोष्टींचा लाभ एका वाचनाच्या सवयीने घडतो, हे लोकांना पटवून दिलं तरी ते लोक एका कानाने ऐकतात आणि दुसऱ्या कानाने सोडून देतात.

लक्षावधी रुपयांची घरं, गाड्या आज लोकांकडे आहेत. घरात लक्षावधी रुपयांचं फर्निचर, दूरदर्शन संच, इतर गृहोपयोगी मशिन्स आहेत; परंतु त्यांच्या घरात-आयुष्यात खूप काही शिकवणारी दोन पुस्तकं मात्र नाहीत, हे या लोकांचं खरं दुर्दैव आहे. ज्या गोष्टींचा मनुष्याने कधीच कंटाळा करू नये, तिचाच सर्वाधिक कंटाळा आज माणसं करीत आहेत. म्हणूनच माणसांचं वर्तन केवळ आपल्यापुरतं संकुचित बनून गेलं आहे. ग्रंथ माणसाला नेहमी संस्कार, संस्कृतीचं

विशाल दर्शन घडवतात. परंतु केवळ देहाच्या मोहात अडकलेली माणसं पुस्तकांना शत्रू समजण्यापलीकडं काहीच समजणार नाहीत.

आज शाळा, विद्यालये आणि महाविद्यालयांतून कॉपी करून पदव्या घेणाऱ्या लोकांकडून ग्रंथवाचनाची काय अपेक्षा करावी? ज्या वयात अनंत श्लोक पाठ व्हावेत, ज्या वयात सुवाच्य अक्षरवळण आत्मसात करावं– ते वय व्यवहारवादाचं शिक्षण डोळ्यांसमोर ठेवून दिलं जात असेल, तर या भूतलावर केवळ व्यापारी (वैश्य) जमात निर्माण करणाऱ्या शाळा दारोदार काढल्या जात आहेत, यापलीकडे जगाचं वेगळं चित्र दिसून येत नाही. सनद मिळाल्यानंतर मुलाखतीला जाताना साधा अर्ज मातृभाषेत सुवाच्य अक्षरात ज्यांना लिहिता येत नाही, त्यांनी आपल्या आयुष्यात काय शिक्षण घेतलं याचा जरूर विचार करावा.

संगणकावर मुद्रित केलेला इतर भाषेतला Biodata जेव्हा हे कुणाकडे घेऊन जातात, तेव्हा त्यांची खरोखरच दया येते. त्यांच्या बुद्धीची कीव येते. ते त्यांच्या आयुष्यात काय काय शिकले, ते त्यांचा Biodata च सांगून जातो. सनदी भरपूर असतात, परंतु त्या त्यांना कशा मिळाल्या– हे त्यांचं वागणं, बोलणं, उठणं, बसणं आणि त्यांचं हस्ताक्षरच सांगून जातं. अशी माणसं जगाच्या पाठीवर तयार व्हायला लागली, तर जगाचं पतन व्हायला खरोखरच फार काळ राहिलेला नाही, असं वाटायला लागतं.

ज्यांना जगाची पदोपदी फसवणूक करायला वेळ आहे, पिकनिक करायला वेळ आहे, ज्यांच्याकडे गप्पागोष्टी करायला वेळ आहे, ज्यांच्याकडे निरर्थक मालिका पाहायला वेळ आहे, ज्यांच्याकडे हॉटेलिंग करायला वेळ आहे– त्यांना तास-अर्धा तास वाचन करायला, चिंतन करायला वेळ नाही, ती खात्रीने माणसं असणं कठीण आहे.

समाजाची आजची ही दुरवस्था का निर्माण झाली याचा विचार केला, तर जाणवतं की– समाज आपल्या पिढीवर योग्य वाचनसंस्कार करायला कुठे तरी अपुरा पडत आहे. निदान तासभर का होईना जो वाचन करतो तो त्याच्या आयुष्यात खूप काही मिळवतो.

ज्या घरात ग्रंथ नाहीत, ते घर खरोखरच भिकाऱ्याचं घर मानलं जातं– मग ते घर कितीही सुबक फर्निचरने सजवलेलं का असेना! परंतु ज्या घरात इतर अनेक साधनांची कमतरता जरी असली आणि थोडेफार का होईना ग्रंथ त्या घरात असतील ते घर खरोखरच वैभवशाली असतं. त्या घरातल्या फर्निचरपेक्षा तिथले ग्रंथच त्या कुटुंबाचा परिचय करून देतात. नेमके तिथे सुज्ञ, ज्ञानी लोक राहतात की केवळ अडाणी, अज्ञानी माणसं राहतात याची ओळख त्यावरून होते.

❒❒❒

। ६४ । 'आरसा चिंतनाचा' - स्वतःला ओळखण्याचा

११ | वाचन

जो अगोदर लिहायला शिकतो, तोच वाचायलाही शिकतो. लिहायला शिकल्याने अक्षरओळख होते. नंतर त्या अक्षरांचे शब्द बनतात आणि शब्दांमधून भाव व्यक्त होतात– लिहायचं आणि वाचायचं मनुष्याच्या दृष्टीने इतकं महत्त्व आहे.

शब्दांचं विशेष हेच आहे की, त्या शब्दांमध्ये भाव दडलेले आहेत. शब्दांची ओळख होते, तेव्हा त्यांचे भावदेखील कळायला लागतात. जगातलं संपूर्ण लेखन हे भावभावना व्यक्त करण्याचं मोठं साधन आहे. लेखनातून विचारांची व आचारांची देवाण-घेवाण सहज करता येते. त्यासाठी त्या-त्या भाषांशी व्यक्तीचा परिचय होणं अत्यंत गरजेचं असतं. भाषा अवगत झाली, म्हणजे त्या भाषेतल्या शब्दांचं आकलन होऊ लागतं. भाषाच ओळखीची नसेल, तर आपण त्या अक्षरांकडे निव्वळ पाहत राहू; परंतु आपल्याला त्या भाषेचं वाचन करता येणार नाही आणि त्यामुळे त्या भाषेत काय लिहिलं आहे, हेदेखील आपल्याला कळणार नाही.

म्हणूनच भाषेच्या संदर्भात 'वाचाल तर वाचाल' असं म्हणतात. या तीन शब्दांतच भाषेबद्दलचा गहन अर्थ दडलेला आहे. ज्यांना वाचता येतं, ते शब्दांचा अर्थ जाणून त्याप्रमाणे वागू लागतात. परंतु अर्थच माहीत नसेल, भाषा परिचयच झालेला नसेल, तर कागदावरचे ते विचार अशा व्यक्तीला जाणून घेता येणार नाहीत. ती व्यक्ती मग इतरांच्या मागेच राहून जाईल.

व्यक्तीला ज्या समाजात राहायचं आहे, तिने त्या समाजाची भाषा अवगत करून घेतलीच पाहिजे; तरच त्या व्यक्तीला तो समाज आणि त्या समाजातील लोकांचे आचार-विचार समजावून घेता येणं शक्य होईल.

जगाच्या पाठीवर अनेक भाषा आहेत. त्या सर्व भाषा शिकून घेण्याची काहीएक आवश्यकता नाही. आपण जिथे राहतो, जिथे आपलं आयुष्य सर्वाधिक जाणार असतं, ती भाषा प्राधान्याने शिकून घेणं अत्यावश्यक असतं. म्हणूनच त्या त्या परिसरातील शाळांवर त्या-त्या राज्याची भाषा शिकणं अनिवार्य वा सक्तीचं केलेलं असतं. एका दृष्टीने ते शाळेच्या, समाजाच्या आणि विद्यार्थ्यांच्या दृष्टीने योग्यच असतं. आपण ज्या परिसरात राहतो, ती भाषा आपल्याला यायलाच हवी; अन्यथा आपण तिथल्या लोकांशी दैनंदिन व्यवहार कसे करू शकू?

वाचनाने आपले दैनंदिन व्यवहार सुलभ होऊन जातात. म्हणूनच ती भाषा त्याच पद्धतीने लिहिता, वाचता, बोलता येणं गरजेचं असतं. सामान्यपणे आता मनुष्य आपली मातृभाषा लिहायला, बोलायला, वाचायला शिकतोच शिकतो. भाषा ही अनेक वर्षांनी समृद्ध झालेली असते. प्रत्येक भाषेची गोडी, बाज वेगवेगळा असतो. प्रत्येक शब्दात वेगवेगळ्या परिस्थितींनुसार वेगवेगळे अर्थ दडलेले असतात. मनुष्य ती भाषा बोलू लागला, म्हणजे त्याला नेमक्या वेळी नेमके शब्द आठवतात आणि तो त्या पद्धतीने इतरांशी सुलभतेने संभाषण करू शकतो.

कुठलीही भाषा निव्वळ लिहिता येणं, बोलता येणं आणि वाचता येणं– हे आता सामान्य झालं आहे. त्याहीपलीकडे आता अनेक भाषांमधून वेगवेगळे ग्रंथ प्रकाशित होत असतात. वेगवेगळी दैनिकं, मासिकं प्रकाशित होत असतात. त्यांचं अवांतर वाचन करणंदेखील मनुष्याच्या दृष्टीने फार महत्त्वाचं आहे.

या दैनिकांच्या, मासिकांच्या आणि ग्रंथांच्या माध्यमातून जनतेला एकमेकांच्या मनातल्या आचार-विचारांची देवाण-घेवाण करणं अगदी सोपं होतं. आपल्या आसपासचा समाज जर जाणून घ्यायचा असेल, त्यांचे आचार-विचार जर समजावून घ्यायचे असतील; तर मनुष्याने ही दैनिकं, मासिकं आणि ग्रंथवाचनाची सवय आवश्य लावून घेतली पाहिजे.

वाचनाचे मनुष्याच्या जीवनात अनेक फायदे आहेत. ते त्याला सतत वाचन केल्याने निश्चितच प्राप्त होतात. ज्यांचं भरपूर अवांतर वाचन असतं, ती माणसं त्या वाचनातून जगाबद्दलचं अधिक ज्ञान प्राप्त करून घेऊ शकतात. त्यामुळे त्या व्यक्तीचे आचार-विचार हमखास प्रगल्भ होतात. नियमित वाचन करणारी माणसं समाजात आपला वेगळा ठसा उमटवतात. त्याचं कारण त्यांना त्या नित्याच्या वाचनातून अवगत झालेलं ज्ञान! वाचनाने स्वतःचा विकास नेमका घडतो. समाजात वागताना कोणत्या वेळी काय करावं, कसं वागावं,

'आरसा चिंतनाचा' - स्वतःला ओळखण्याचा

कुणाशी काय बोलावं, कसं बोलावं याची जाण वाचनातून हमखास येते.

काही लोक धनाने श्रीमंत असूनदेखील मनाने दरिद्री असतात. त्यांना समाजात कसं वागावं आणि कसं बोलावं, हेदेखील कळत नाही. कोणत्या प्रसंगी काय आचरण करावं, हेदेखील कळत नाही. त्यामुळे ही माणसं समाजात आपली योग्य छाप पाडू शकत नाहीत. पैसा निव्वळ तुमच्या भौतिक गरजा भागवतो. तो असला काय आणि नसला काय– त्याचा विशेष परिणाम मनुष्याच्या आचरणावर कधीच पडत नाही. व्यक्तीचा प्रभाव लोकांवर नेहमी तिच्या वागण्यातून आणि बोलण्यातून पडत असतो. जगात जी-जी माणसं धनाने आणि मनानेही मोठी असतात, तीच जगात नेहमी उठून दिसतात.

एक वेळ धनाची तडजोड चालू शकते. ते तर जीवन जगण्याचं साधन आहे. परंतु मनावरील संस्कार घडवण्यात वाचनाची मोठी साथ मिळते. ग्रंथांमधून, दैनिकांमधून, मासिकांतून ज्या सामान्यज्ञानाचा मनुष्याला सतत लाभ होत असतो तो पैशानं मिळणाऱ्या लाभापेक्षा नेहमीच अनंत पटींनी जास्त असतो.

पैसा मिळवणं, साठवणं आणि त्याची जपणूक करणं हीदेखील एक कला आहे. अडाणी मनुष्याला कितीही धन सांभाळायला दिलं, तर तो मनुष्य त्या धनाचा सांभाळ आणि वाढ करू शकत नाही. याचं कारण त्याचं अज्ञान! परिस्थितीनुसार समाज सतत बदलत असतो. तेव्हा त्याला आपल्याकडे जमा होणाऱ्या धनाबाबतही वेगवेगळे निर्णय घ्यावे लागतात. योग्य गुंतवणूक, योग्य नोकरी ही साधनं अवांतर वाचनामुळे अधिक सुलभतेने मिळवता येतात.

वाचन हे मनुष्याला सर्वांगाने परिपूर्ण बनविण्याचे काम करते. वाचनाने भाषेवरील प्रभुत्व वाढते. वाचनाने बुद्धीचा विकास होतो. बुद्धीचा विकास करणं हेच मनुष्याचं अंतिम ध्येय असतं. कारण मनुष्याला त्याच्या जीवनात ज्या-ज्या काही गोष्टींचा लाभ होतो, तो त्याच्या बुद्धीनुसार होतो. ज्या लोकांचा बुद्धीचा विकास योग्य होत नाही, ती माणसं समाजात नेहमी मागे राहून जातात. त्यांना अगदी आपलं पोट भरणंदेखील कठीण होऊन जातं.

आपल्या बालपणात जी-जी माणसं शिक्षणापासून वंचित होतात, त्यांना गरिबीची झळ हमखास सोसावी लागते. कारण लेखन, वाचन ही मनुष्याचा विकास करायची सर्वश्रेष्ठ साधनं आहेत. म्हणूनच ज्यांना स्वतःला काही शिकता आलं नाही, त्या लोकांनी तरी आपल्या अपत्यांना शिक्षण घेण्यापासून वंचित ठेवू नये. वाटेल ते कष्ट करून मुलांना शिक्षित करून आपल्या वाट्याला आलेल्या दारिद्र्याच्या वाटेवरून बाजूला जाण्याची संधी त्यांना अवश्य उपलब्ध करून द्यावी. आपल्याकडे वाचनसंस्कृती ज्या प्रमाणात रुजायला हवी आहे, त्या प्रमाणात अद्याप ती रुजलेली नाही. लोकांना वाचनाची गोडी लावणं हे खरं तर आजच्या

शिक्षणसंस्थांचं उत्तरदायित्व आहे. परंतु वाईट याचंच वाटतं की, वारेमाप फी आकारूनदेखील या संस्थांची ग्रंथालये कधीच परिपूर्ण नसतात. आज सर्व शिक्षणसंस्था केवळ नफेखोरीच्या मागे लागलेल्या आहेत. विद्यार्थ्यांकडून छापील फॉर्ममध्ये ठरावीक रक्कम ग्रंथालयाच्या नावाने उकळली जाते, परंतु ग्रंथखरेदी न करताच त्या रकमा परस्पर वैयक्तिक कारणांसाठी खर्च केल्या जातात.

सर्वसामान्य माणसाची वाचनाची भूक भागावी, आवड जोपासली जावी म्हणून 'गाव तिथे ग्रंथालय' या प्रकारच्या योजना अनुदान देऊन शासनाने राबविल्या आहेत. अनेक गावांना त्या माहीतच नाहीत. ज्यांना माहीत आहेत, ती ग्रंथालये नावापुरती आहेत. कित्येक लोकांना आपल्या गावात ग्रंथालय आहे, हेदेखील माहीत नसतं. ग्रंथालय चालविणारे ते गावकऱ्यांना कळूदेखील देत नाहीत. दैनिके, मासिके, ग्रंथ यांवर जास्तीत जास्त किती सवलत मिळेल आणि जमल्यास संपूर्ण अनुदान स्वत:च्या उदरनिर्वाहासाठी कसं खर्च करता येईल, इतकंच अनेक ग्रंथालयांना आपलं कार्य साधता येतं.

ग्रंथ महाग आहेत, या लंगड्या सबबीखाली माणसं घरात ग्रंथ आणत नाहीत. खरं तर यांचा दिवसाचा इतर व्यसनांवरचा खर्च काढला, तर ते ग्रंथांच्या किमतीपेक्षा किती तरी अधिक असतो. परंतु ज्या गोष्टींचा मुळातच कंटाळा आहे, त्या गोष्टींसाठी ही माणसं कशाला पैसा खर्च करतील? काही ठिकाणची ग्रंथालये अगदी व्यवस्थित चालू असतात, परंतु तिथे जाऊन अल्प वर्गणी भरून वाचन करण्याची प्रवृत्ती अद्याप तरी समाजात रुजत नाही.

ग्रंथवाचनाची गोडी अगदी सहजासहजी लागत नाही. कारण मनुष्य एक वेळ शारीरिक श्रम कितीही करू शकतो, परंतु मेंदूवर तो ताण पडू देत नाही. खरं तर मेंदूला चालना दिल्यानेच मनुष्याची त्याच्या आयुष्यात उन्नती होत असते; अन्यथा मनुष्य केवळ सांगकाम्या म्हणूनच जगात वावरत राहतो. वाचनाशिवाय मनाने निर्णय घेण्याची क्षमता व्यक्तीमध्ये निर्माण होऊ शकत नाही.

वाचन नाही, तर बुद्धीचा विकास नाही. बुद्धीचा विकास नाही, तर उन्नती नाही. उन्नती नाही, तर दारिद्र्यावर मात करता येत नाही. म्हणून मनुष्याने वाचायला अवश्य शिकलं पाहिजे आणि निव्वळ वाचायला शिकून थांबू नये. अवांतर वाचन सतत करीत राहिलं पाहिजे. आज जो वाचतो, तोच केवळ जगात वाचू शकतो; अन्यथा अनेक संघर्ष, अज्ञान, दारिद्र्य यांनी अगोदरच बुडालेली माणसं सुज्ञ झालीच नाहीत तर ती पुन्हा हमखास बुडत राहणार! बुडतच राहणार!

आता जगात कुणी कुणाला वाचवत नाही. ज्याला-त्याला वाचवतं ते केवळ त्याचं ज्ञान! आणि ज्ञान मिळवण्यासाठी वाचनाची साधना हवीच हवी!

❏❏❏

'आरसा चिंतनाचा' - स्वतःला ओळखण्याचा

१२ | संघर्ष

या जगात संघर्ष कधी कुणाच्या वाट्याला आला नाही, असा जगाच्या पाठीवर एकही भाग्यवान शोधूनही सापडणार नाही. मनुष्यच काय– परंतु या सृष्टीत, या विश्वात सजीव आणि डोळ्यांना दिसणाऱ्या निर्जीव वस्तूदेखील संघर्षातून सुटत नाहीत.

आपल्या भोवतालचं संपूर्ण विश्व हे संघर्षानं भरलेलं आहे. प्रत्येक गोष्टीचं परिवर्तन हा त्या गोष्टींचा संघर्ष असतो. दगड, माती आपल्याला निर्जीव वाटत असली तरीदेखील तेही संघर्षातून सुटत नाहीत. त्यांनाही ऊन, वारा, पाऊस यांना तोंड द्यावं लागतं. ग्रह, तारे एकमेकांभोवती फिरतात; परंतु त्यांच्यावरही उल्कापात, भूकंपासारख्या घटना सतत घडत असतात. एखादा लहान ग्रह मोठ्या ग्रहाच्या कक्षेला छेदायला गेला, तर मोठा ग्रह त्या ग्रहाला आपल्याकडे आपल्या गुरुत्वीय बलाने खेचून घेतोच; तेव्हा तो ग्रह अर्ध्या वाटेतच शकलं-शकलं होऊन मोठ्या ग्रहावर आदळतो.

संघर्ष हे या विश्वाचं अटळ सत्य आहे. संपूर्ण विश्वात अनंत ग्रह, तारे, आकाशगंगा सतत फिरत असतात; परंतु त्यांनादेखील खेचून घेणारे महाभयंकर भोवरे या विश्वात अनेक आहेत. ज्यांना वैज्ञानिक कृष्ण विवरे म्हणतात. ही विवरं अखंड आकाशगंगा गिळंकृत करूनदेखील साधा प्रकाशकिरणही बाहेर पडू देत

नाहीत. सूर्याच्या हजारो पट मोठे असणारे तारे हे राक्षसी कृष्ण विवरांचाही क्षणात चट्टामट्टा करून टाकतात.

मनुष्याला आपल्या समस्या, आपली दुःखं फार मोठी वाटतात. हा प्रत्येक मनुष्याचा गुणधर्म आहे. प्रत्येक व्यक्ती नेहमी आपले दुःख व आपल्या समस्या इतरांपेक्षा मोठ्या मानीत असते. परंतु जगात सर्वच जिवांना कमी-अधिक प्रमाणात सुख-दुःख, संघर्ष प्राप्त होतच असतात.

मनुष्य हा या भूतलावरचा ज्ञानी प्राणी मानला जातो. ज्या अर्थी त्याने निर्जीव लोखंडाला धावायला लावलं, त्याच्याकडून प्रचंड कामं तो करून घेऊ लागला; याचाच अर्थ आज मनुष्याच्या अगाध ज्ञानाबद्दल शंका घेण्याचं काहीच कारण नाही. ज्या अर्थी त्याने आकाशात हबलसारख्या दुर्बिणींची स्थापना करून तिच्या डोळ्याने संपूर्ण विश्वाचा पसारा पाहिला, त्या अर्थी तो निश्चितच ज्ञानी आहे. त्याच्या या महान शोधाबद्दल त्याला निश्चितच दाद द्यायला हवी.

परंतु आपल्या बुद्धिमत्तेचं तेज तो काही क्षणिक भावनांसाठी क्षणात हरवून बसतो, हा दोषही त्याच्यामध्ये आहेच. आपण आणि आपल्या भोवतालचं जग या पृथ्वीवर सुखा-समाधानाने जीवन व्यतीत करायला आलो असून शेवटपर्यंत आपण याच एका ध्येयाने जगत राहिलं पाहिजे, याचा त्याला अधून-मधून विसर पडतो. तो पुन्हा आपल्या मूळ स्वभावाकडे वळून आयुष्यात जमवलेलं पुण्य, ज्ञान, कर्तृत्व कधी कधी घालवून बसतो.

याचं कारण एकच असतं– तो अनंत शोध लावू शकतो. प्रचंड श्रम करायला तो घाबरत नाही, कित्येक गोष्टींचा तो धाडसाने सामना करतो; परंतु अनेकदा तो फारच संकुचित वृत्तीने वागतो, आपण स्वत: होऊनच स्वार्थात अडकून पडतो. त्यामुळे त्याला अनेक ठिकाणी संघर्षाला सामोरं जावं लागतं. स्वार्थ हा त्याचा फार मोठा शत्रू आहे, परंतु त्या शत्रूला तो चांगल्या प्रकारे ओळखू शकत नाही. बाहेरचे शत्रू त्याला आपल्या डोळ्यांनी उघड-उघड दिसतात; परंतु आपल्याच आत दडलेला स्वार्थाचा, मत्सराचा शत्रू त्याला त्याच्या डोळ्यांमागे दडलेला कधीच दिसत नाही.

जगाच्या पाठीवर माणसा-माणसांत आज ज्या काही समस्या आहेत, संघर्ष आहेत, शत्रुत्व आहे– ते केवळ त्या-त्या लोकांच्या डोळ्यांमागे दडलेल्या स्वार्थी, मोहांध, मत्सरी वृत्तीमुळे आहे. लोकांना बाहेरचे शत्रू दाखविता येणं आणि त्यांचा नायनाट करता येणं फार सोपं आहे; परंतु त्यांच्या डोळ्यांमागे दडलेल्या या भयंकर मोहांध, स्वार्थी, मत्सरी शत्रूला दाखवून देणं महाभयंकर आणि कठीण काम आहे.

त्यासाठी बाहेरच्या कुठल्याही सज्जनाचा काहीएक उपयोग होत नाही.

। ७० ।   'आरसा चिंतनाचा' - स्वतःला ओळखण्याचा

त्याला केवळ एकच मार्ग असतो– आतून आत्मचिंतन करून बुद्धीचा तिसरा डोळा उघडण्याचा!

जोपर्यंत या स्वार्थी, ढोंगी, संधिसाधू, मोहांध, मत्सरी आंधळ्यांचा हा तिसरा बुद्धीचा डोळा उघडत नाही तोपर्यंत त्यांना त्यांच्या डोळ्यांमागे लपलेले शत्रूदेखील दिसत नाहीत.

मनुष्याची दृष्टी समोर पाहू शकते, फार फार तर थोडंसं तिरकस डाव्या-उजव्या बाजूला पाहू शकते; परंतु दृष्टीला आपल्या पाठीमागचं काहीच दिसू शकत नाही. त्यामुळे लोक डोळस असूनही आंधळे ठरतात, ते यामुळेच!

ईश्वराने प्रत्येक सजीवाला बुद्धी नावाची एक अंतर्दृष्टी दिलेली आहे. जे डोळ्यांना पाहता येत नाही, ते त्या अंतर्दृष्टीने मनुष्य पाहू शकतो. म्हणूनच त्याला चांगलं काय, वाईट काय यातला फरक सहज कळून येतो. परंतु काही काही स्वार्थांध आणि संधिसाधू माणसं चांगल्या-वाईटातला फरक कळूनदेखील ढोंगीपणाचा बुरखा पांघरून लोकांना लुबाडायचा प्रयत्न करतात. त्यांना माहीत असतं की, काही काही गोष्टींवर आपला अजिबात अधिकार नाही, तरीदेखील ते इतरांच्या कष्टाच्या कमाईवर हात मारण्याचा प्रयत्न करतात. तेव्हा ज्याचं जातं, त्याला वेदना या होतातच. आपल्या कर्माने, आपल्या श्रमाने मिळवलेली कुठलीही गोष्ट इतक्या सहजासहजी कुणी कुणाला देईल का– अगदी वेडा असला तरीदेखील?

परंतु मनगटशाही, धनगटशाही, सत्ताशाही अशा अनेक फुकटच्या शाह्या वापरून माणसं एकमेकांना लुटायचा प्रयत्न करतात. चोरांना चोरांनी लुटलं तर जगात कधीच कुणाला काहीच वाटत नाही; परंतु चोर जर सावाला लुटायला लागला, तर साऱ्या जगाच्या दृष्टीने निश्चितच मनुष्याच्या बाबतीत विशेष फरक पडतो.

या भूमीवर आज मनुष्यानं आपलं श्रेष्ठत्व अनेक मार्गांनी सिद्ध केलं आहे. लुटारू वृत्तीपेक्षा त्याच्या कोमल मनात एका सदसद्विवेकबुद्धीचा झरा सतत खळाळत असतो. त्यामुळे तो समाजधारणा करून समाजात एकमेकांच्या सोबतीने एकत्र राहू शकतो.

चोऱ्या करून, लुटालूट करून जगणं हा आपला धर्म नाही, हे त्यानं वारंवार जनतेला दाखवून दिलं आहे. प्रसंगी त्याने आपल्या त्यागाचीही पराकाष्ठा करून अडचणीत येणाऱ्या जीवमात्राला वाचविण्याचा प्रयत्न केला आहे. आपल्या धर्माच्या आचरणासाठी कित्येकदा तो आत्मबलिदान देण्यासाठी मागे-पुढे पाहत नाही. ही धरणी आणि या धरणीवरचा आपला मुक्काम क्षणिक आहे, हे आता मनुष्याला अवगत झालं आहे. इथं कितीही धन जोडलं, माणसं जोडली, साम्राज्य जोडलं; तरीदेखील अंतिम समयी हे धन, माणसं आणि साम्राज्य आपल्यासोबत

कधीच येत नाही, हेही त्याला वेगळं सांगावं लागत नाही. मग या टीचभर पोटासाठी या चोऱ्यामाऱ्या करणं खरोखर त्याला पटतं का?

परंतु कधी कधी माणसंच माणसाचे हाडवैरी बनून जातात. सामान्य जीवन जगणाऱ्या सरळ मनाच्या माणसांच्या जिवावर जेव्हा क्षणिक सुखाला लालचावलेली, व्यसनांमध्ये हरवून गेलेली माणसं उठतात– तेव्हा संघर्ष अटळ बनून जातो. सामान्य मनुष्य जेव्हा आपल्या मर्यादेत राहून जगतो, तेव्हा हे लुटारू त्यांना लुटायचा सतत प्रयत्न करीत राहतात. शोषण करायलादेखील एक ठरावीक मर्यादा असते. जगाला किंवा समाजातल्या कुठल्या सामान्य घटकाला हानी पोहोचू नये, म्हणून सामान्य माणूस कधी कधी माघार घेतो. त्या माघार घेण्याला ही स्वार्थी माणसं त्यांचा भित्रेपणा समजायला लागतात. परंतु या मूर्खांना हे कधीच कळत नाही की, जगाच्या पाठीवर इतरांच्या कल्याणासाठी जो माघार घेतो, तोच खरा शूर असतो. भीती तर चोरांच्या, लुच्च्यांच्या आणि हलकट लोकांच्या मनात दडलेली असते; म्हणून तर ते सदान्‌कदा मनगटशाही, धनगटशाहीचं प्रदर्शन करू पाहतात. परंतु अन्यायाचं, अत्याचाराचं कवच धारण केलेल्या एखाद्या सामान्य माणसाचा एकच फटका यांना आईचं दूध आठवायला पुरेसा असतो, हे या माकडांच्या कधीच लक्षात येत नाही. लुच्चेपणाचा पोरकट खेळ समाज काही काळ समजावून घेतो, परंतु त्याचा अतिरेक समाजातल्या कुठल्याच सामान्य मनुष्याला कधीच सहन होत नाही.

स्वार्थी, ढोंगी, लुच्चे, लफंगे, मत्सरी लोक गोरगरीब-सामान्य मनुष्याला कितीही वेठीला धरू द्यात– जोपर्यंत त्यांचे शंभर अपराध भरत नाहीत तोपर्यंत समाज सहन करतो आणि जेव्हा सामान्य मनुष्याच्या सहनशक्तीचा ज्वालामुखी फुटतो, तेव्हा त्या ज्वालामुखीत ही फोलकटं क्षणात कशी भस्म होऊन जातात ते कळूनही येत नाही.

म्हणूनच जन्माला आलेल्या माणसानं जगताना जगात नेहमी अदबीनं जगायला शिकावं. एकाहून एक हरीच्या लालांना ही धरणीमाता सतत जन्म देत असते. म्हणून कुणीही इथं जे आहे, ते ईश्वराचं समजून भजूनच खावं. आपल्या बापाचं आणि आपलं इथं कधीच काहीही नसतं, हे सत्य भल्या-भल्यांनी कधीच विसरू नये.

❒❒❒

। ७२ । 'आरसा चिंतनाचा' - स्वतःला ओळखण्याचा

१३ | दिशा

दिशानिश्चितीमुळे जीवनात निर्णय घेणे सोईचे होऊन जाते. पृथ्वीदेखील अष्टदिशांनी निश्चित केलेली आहे. पूर्व, पश्चिम, उत्तर, दक्षिण, ईशान्य, वायव्य, नैर्ऋत्य, आग्नेय या दिशा निश्चित केल्यामुळे कोणते प्रदेश कोणत्या दिशेला आहेत आणि प्रवास करावयाचा ठरल्यास कोणत्या दिशेने प्रवास केल्यास आपण निश्चित ठिकाणी पोहोचून जातो, हे दिशांवरून निश्चित होतं. सूर्य, चंद्र नेहमी पूर्वेकडून उगवतात आणि पश्चिमेकडे मावळतात, हे आता निश्चित होऊन गेलं आहे. जशा पृथ्वीवरच्या दिशा निश्चित केल्या आहेत, तशाच मनुष्य आपल्या अपेक्षित ध्येयांच्या बाबतीतदेखील दिशा निश्चित करू शकतो. मनुष्याचं जीवन अनेक अंगांनी घडलं जातं, परंतु सर्वच क्षेत्रांत त्याला सुलभतेनं काम करता येईल असं नाही. मनुष्याची आवड, त्याचा कल वेगवेगळ्या प्रकारचा असतो. काही क्षेत्रांत काम करणं त्याला आवडतं, तर काही क्षेत्रांत त्याला काम करायला आवडत नाही. त्यामुळे तो आपल्या आवडीच्या क्षेत्रांत काम करू लागला, तर त्याच्या जीवनाची दिशा निश्चित होऊन जाते.

मनुष्याच्या आवडी-निवडी या त्याच्या बालपणात निश्चित व्हायला सुरुवात होते. त्याला भोवतालची परिस्थिती कारणीभूत असते. त्याच्या भोवताली जसे वातावरण असते, तशी त्याची आवड बनून जाते. जिथे त्याला मायेचा ओलावा

मिळतो, जिथे त्याला आपुलकी मिळते; तिथेच तो रमायला लागतो. तिथल्या लोकांमध्ये तिथली माणसं जेव्हा त्याचं कुठल्या तरी बाबतीत कौतुक करतात, प्रोत्साहन देतात, प्रेरणा देतात– त्या क्षेत्रात त्याची आवड वाढू लागते.

शेवटी मनुष्य हा प्रेमाचा, मानाचा, आपुलकीचा भुकेला असतो. त्याला या गोष्टी जिथे मिळतात तिथं तो आवडीने काम करू लागतो. तिथेच त्याला विरंगुळा मिळू लागतो. परंतु जिथे त्याचा तिरस्कार होतो त्याच्या कामाला महत्त्व दिलं जात नाही, त्याचा सतत कुठल्या ना कुठल्या कामावरून अपमान केला जातो; तिथे मात्र त्याचं मन रमत नाही. मनुष्य हा समाजप्रिय प्राणी आहे. त्याला ओळखणारी, जाणणारी आणि जाणून घेणारी माणसं हवी असतात. ती त्याला जिथे भेटतात, तिथेच तो जाण्याचा सतत प्रयत्न करतो.

कुटुंबाची रचना नेहमी याच सिद्धांतावर होत असते. कुटुंबातील माणसं एकत्र राहतात त्याचं कारण हेच आहे. ते लहानपणापासून एकमेकांना ओळखतात. एकमेकांच्या आवडी-निवडी एकमेकांना माहीत झालेल्या असतात. त्यामुळे नकळत ते एकमेकांना जाणून घेतात आणि तसेच एकमेकांशी वागतात.

मनुष्याला जेव्हा कुटुंबाच्या बाहेर पडून काही तरी करावं लागतं, तेव्हा तो त्याचा कसोटीचा काळ असतो. कारण कुटुंबात राहणं आणि समाजात राहणं यात खूप मोठं अंतर आहे. मनुष्य कुटुंबात सहज स्वतःला सामावून घेऊ शकतो, समजावून घेऊ शकतो. परंतु समाजात इतरांशी मेळ घालणं त्याला कठीण आहे. व्यक्ती काही लोकांशी मैत्रीचं नातं जोडते, याला कारणही हेच असतं. जेव्हा दोन व्यक्तींचे आचार-विचार जुळायला लागतात, तेव्हाच त्या दोन व्यक्तींमध्ये मैत्री घडून येते. जर त्यांचे आचार-विचार जुळत नसतील, तर त्या दोघांमध्ये मैत्री जुळून येणं कठीण आहे. समाजप्रथाच ही आहे की, नेहमी सम विचारांची माणसं एकत्र येतात, त्यांच्यातच मैत्री होऊ शकते आणि त्यांचाच समाज बनू शकतो.

मनुष्याला आपल्या पोटासाठी कधी ना कधी बाहेर पडावंच लागतं. घरात बसून आयतं कुणी कुणाला खायला घालीत नाही. त्यामुळे पोटासाठी का होईना, मनुष्याला घराबाहेरची वाट ही धरावीच लागते. आपण आपल्या मुलांना जे शिक्षण देतो, ते याचसाठी देतो. त्यांना आपण जे काही शिकवतो, ते पोट भरण्याचं शिक्षण असतं. तसं नसतं, तर त्यांना आपण शाळेत पाठवलंच नसतं. पदरमोड करून त्यांना शाळा शिकवायची आपल्याला गरज पडलीच नसती. परंतु आज आपल्याला हे माहीत झालंय की, आजच्या ज्या शाळा आहेत, त्या मुलांना पोटं भरायला शिकवणाऱ्या शाळा आहेत. शाळा काढण्याचं उद्दिष्ट मानवी जीवनात हे आहे– जिथे मुलं शिक्षण घेऊन आपल्या पायावर उभी राहतील. आपल्या जीवनातल्या आपल्या सर्व गरजा ते स्वतःच भागवायला शिकतील.

'आरसा चिंतनाचा' - स्वतःला ओळखण्याचा

जगात कसं वागलं, कसं राहिलं आणि काय केल्यानं त्या व्यक्तीचा पोटाचा आणि मानापानाचा प्रश्न सुटेल हे काम शाळा करून देतात. जीवनाची दिशा त्या दाखवून देतात, निश्चित करून देतात.

मुलांना शाळा शिकणं खरं तर आवडतच नाही. मनुष्याचा मूळ पिंड खेळणं, भटकणं, मौजमजा करणं असा आहे. परंतु पोटालाच जर मिळालं नाही, तर तो मनुष्य आपल्या आवडी-निवडी कशा जपू शकेल? त्यामुळे 'पोट' हा मनुष्याचा मूळ प्रश्न आहे आणि नंतर आवडी-निवडी आहेत. म्हणून त्याला शाळेत, विद्यालयात, महाविद्यालयात जाणं आवडो अथवा न आवडो; परंतु त्याला त्याच्या भविष्याचा, पोटाचा विचार करून तिथं जाणं अत्यावश्यक होऊन जातं. कारण जे शिकतात, तेच कुठं तरी काम करण्याच्या लायक होतात. जगात काम हे फक्त लायकीच्याच लोकांना मिळतं. बाकीचे बेकारी, दारिद्र्य भोगतात. म्हणून जे आपल्या शालेय जीवनात काही तरी शिकण्यासाठी भरपूर कष्ट घेतात, ते निश्चितच इतरांच्या पुढे निघून जातात. त्यांना नाही जीवन जगण्यात अडथळा येत. मग ते आपल्या इच्छेनुसार पोटही भरतात आणि आपल्या आवडी-निवडींची पूर्तताही करून घेतात. कारण त्यांच्या परिश्रमाने त्यांच्या जीवन जगण्याची दिशा निश्चित ठरून गेलेली असते. जे शिक्षण घ्यायचा कंटाळा करतात, ज्यांना शाळा नको असते, अभ्यास नको असतो; ते आपल्या आयुष्यात आपली जीवन जगण्याची दिशा नाही निश्चित करू शकत. ते मग भरकटतात. पडेल ते काम करण्याची त्यांच्यावर वेळ येते. साधा पोटाचा प्रश्नदेखील त्यांच्याच्याने सुटत नाही; आयुष्यातल्या इतर आवडी-निवडी तर बाजूलाच राहून जातात.

जगात कष्टाशिवाय मनुष्याला कधीच काही मिळत नाही. परंतु ज्या-ज्या व्यक्ती आपल्या बालपणापासून स्वतःला कष्ट करण्याची, मेहनत करण्याची, अभ्यासाची सवय लावून घेतात; त्यांना आयुष्याचं ओझं कधी वाटतच नाही. ते जगाच्या पाठीवर कुठेही गेले तरी निभावून जातात; परंतु ज्या लोकांना बालपणात या सवयी अंगी लागत नाहीत, ती माणसं मग आळशी बनून जातात. त्यांना कष्टाची, मेहनतीची, अभ्यासाची भीती वाटायला लागते. मग ही माणसं कष्टापासून, मेहनतीपासून, अभ्यासापासून दूर पळायला लागतात. अनेक सबबी पुढे करून ती त्यापासून आपली सुटका करून घेतात. जगात श्रमाशिवाय, मेहनतीशिवाय, अभ्यासाशिवाय तर काहीच मिळत नाही. मग जी माणसं या मूलभूत गोष्टींपासूनच दूर पळतात, त्यांना जगात काय मिळणार आहे?

आयुष्यात जर आपण काही मिळवू शकलो नाही, तरीदेखील आपलं पोट आपल्याला स्वस्थ बसू देत नाही. कामाची, अभ्यासाची भीती वाटते, त्यामुळे काही मिळत नाही. मग अशा लोकांसमोर एकच पर्याय उरतो– वाममार्ग, अनीतीचा

मार्ग! मग कष्ट करण्यापेक्षा चोऱ्या करणं, लबाड्या करणं सोपं वाटायला लागतं. पोट भरण्यासाठी तो त्यांना जवळचा मार्ग सापडतो. मग ते जवळचा, दूरचा असा कुणी पाहतच नाहीत. आपला कोण, इतरांचा कोण– या साऱ्या नात्यागोत्यांच्या भानगडी ते विसरून जातात. जो तावडीत सापडेल, त्याच्याकडून ही ऐतखाऊ माणसं जे काही लुबाडता येईल ते लुबाडण्याचा प्रयत्न करतात. मग यांची दिशाच बदलून जाते. वाममार्गाचा अवलंब करून जगणं, एवढंच यांच्या हाती उरतं.

जगाच्या पाठीवर पुढच्या पिढीचं भवितव्य हे मागच्या पिढीच्या हातात असतं. आज समाजात जे चांगल्या मार्गाने गेले, त्यांच्या पूर्वजांनी त्यांच्यासाठी काही तरी केलं म्हणून ते त्या मार्गाने वाटचाल करू शकले. जे वाममार्गाने गेले त्यांना नाही त्यांच्या पूर्वजांना घडविता आलं.

मनुष्याला जीवन जगताना दोन गोष्टींची आवश्यकता असते. पोट भरण्यासाठी अन्न आणि समाजात प्रतिष्ठेने जगण्यासाठी संस्कार. या दोन्हीही गोष्टी मिळविण्याचं शिक्षण नेहमी मागच्या पिढीने पुढच्या पिढीचं दायित्व स्वीकारून पुढच्या पिढीला दिलं पाहिजे. कारण आपण जे काही असतो, ते आपल्या पूर्वजांचं फलित असतो. आपले वारस उद्या जे काही असतील, ते आपलं फलित असेल. यात त्यांना किंवा समाजाला दोष देण्यात काहीच अर्थ नसतो. आपल्याला आपली नैसर्गिक आणि सामाजिक जबाबदारीदेखील कळायला हवी. तीच जर आपल्याला समजत नसेल, तर आपण मनुष्य म्हणवून घेण्याच्या लायकच नसतो. आपण जे झाडं लावतो, त्याला तशीच फळं येतात. आपण आज जे काही पेरणार असतो, तेच उद्या उगवणार असतं. आपल्या कुटुंबाविषयीचं दायित्व नेहमी आपलंच असतं; आपण ते समाजावर किंवा सरकारवर नाही लादू शकत. जे आपल्या कर्तव्यापासून पळवाट शोधतात– तेच लोक नातलग, समाज किंवा सरकारवर आपलं ओझं टाकायचा प्रयत्न करतात. तसं असेल तर अशा व्यक्तींनी प्रपंच थाटायच्या भानगडीतच पडू नये. झेपत नसेल, तर कशाला या भानगडीत पडता? स्वतःची डोकेदुखी वाढवून जगाचीही डोकेदुखी कशाला वाढवीत बसता? त्यापेक्षा संन्यास घेणं सोपं. कष्ट करायची हिंमत ज्याच्यात असेल, त्यांनीच प्रपंचाच्या भानगडीत पडावं. तेव्हाच समाजात ताठ मानेनं मिरवावं. परंतु लायकी नसताना प्रपंचाचं ढोंग करू नये. त्यामुळे तुम्हाला वाटत असेल की समाजाला, इतर लोकांना आपण सहज फसवू शकतो; परंतु त्यांना तुम्ही काय फसवणार– तुम्ही तर स्वतःचीच फसवणूक करून घेता! स्वतःच लंपटासारखे, भुरट्यासारखे जगता. दिखावा करण्यात फक्त तुम्ही तरबेज असता, परंतु लोकांनाही तुमचं हे ढोंग कधी ना कधी कळतंच. उघडे पडता, तेव्हा झोळी गळ्यात घेण्याची वेळ येते. खोट्या मानमर्यादा गुंडाळून ठेवाव्या लागतात. परंतु भिक्षा तरी किती आणि कुठपर्यंत मागणार? बरं,

'आरसा चिंतनाचा' - स्वतःला ओळखण्याचा

ती केवळ स्वत:साठी नाही तर मांडलेल्या प्रपंचातल्या साऱ्यांसाठीच मागावी लागते. त्यापेक्षा संन्यास केव्हाही परवडतो– निदान प्रपंचाचं झेंगट तरी गळ्यात पडत नाही आणि वाममार्गाची कास तरी धरावी लागत नाही. जे घेता येईल ते एकट्यासाठी असेल– मग त्या यातना असो, दु:ख असो– परंतु प्रपंच करून निष्पाप जिवांचं वाटोळं करायचं पाप तरी माथी येणार नाही.

म्हणूनच जो कष्ट करायला घाबरत नाही, स्वाभिमान कधी सोडत नाही, जे करतो ते धैर्याने करतो, शौर्याने करतो, फुकट काही घेत नाही; त्याची दिशा ठरून जाते. त्यांनाच प्रपंच करण्याचा या भूतलावर अधिकार आहे; अन्यथा दिशाहीन लोकांना केवळ संन्यास, निवृत्ती हाच एकमेव मार्ग आहे– तीच त्यांची दिशा आहे.

१४ । शिक्षण

शिक्षण म्हणजे काय, हा प्रश्न मोठा गहन आहे. कारण शिक्षण हे केवळ एकाच गोष्टीचं असू शकत नाही. शिक्षणाची विशालता फार मोठी आहे. प्रत्येक क्षेत्रात त्या क्षेत्राबद्दल जाणून घेण्याची जिज्ञासा म्हणजे शिक्षण!

जेव्हा एखाद्या गोष्टीबद्दल त्या मनुष्याच्या मनात ती गोष्ट जाणून घेण्याची जिज्ञासा निर्माण होते व तो ती गोष्ट जाणून घ्यायला मनापासून सुरुवात करतो, तेव्हा ते त्याचं शिक्षण सुरू होतं.

मुलांना पालक शाळेत पाठवतात; तेव्हा त्यांनी भाषा, विज्ञान, गणित इत्यादी विषय जाणून घ्यावेत, शिकून घ्यावेत म्हणून ते त्यांना तिथे पाठवतात. आयुष्यात मातृभाषा सर्वप्रथम शिकणं फार गरजेचं असतं. म्हणून प्रत्येक व्यक्ती आपल्या मातृभाषेतील अंकलिपीपासून भाषेचा आणि अंकांचा परिचय करून घ्यायला सुरुवात करते. ते त्यांचं प्राथमिक शिक्षण असतं.

जसजशी मुलांना अक्षरओळख व्हायला लागते, अंकांची ओळख व्हायला लागते, तसतशी मुलं एकेका पायरीने भाषा आणि गणित पुढे-पुढे शिकत जातात. एक वेळ विज्ञानाचा परिचय झाला नाही तरी मनुष्याचं फार काही अडत नाही, परंतु भाषा आणि गणिताची पुरेपूर ओळख होणं प्रत्येकाच्या दृष्टीनं फार महत्त्वाचं असतं. आपल्या आयुष्यातले आपले सारे काही दैनंदिन व्यवहार भाषा आणि

    'आरसा चिंतनाचा' - स्वतःला ओळखण्याचा

गणितावरच अवलंबून असतात. जे भाषेत आणि गणितात मागे राहून जातात, ते त्यांच्या आयुष्यात खूपच मागे राहून जातात.

व्यवहारज्ञानाचा पायाच भाषा आणि गणित आहे. हा पाया प्रत्येकानं आपल्या बालपणातच पक्का करणं अत्यावश्यक आहे. शिक्षण घेताना मनुष्यानं भाषा आणि गणिताच्या बाबतीत थोडीदेखील तडजोड स्वीकारू नये.

वयाची पहिली पंचवीस वर्षे मनुष्यानं आपल्या शिक्षणासाठी खर्च करावीत, असा आयुष्याच्या बाबतीतला दंडक आहे. या पंचवीस वर्षांत मिळवलेलं वेगवेगळ्या प्रकारचं ज्ञान तुम्हाला तुमच्या पुढील पंचाहत्तर वर्षांच्या आयुष्यात पदोपदी उपयोगी पडत असत. वयाच्या पंचविशीनंतर मनुष्य प्रपंचात अडकतो, तेव्हा त्याला आपल्या आणि आपल्या कुटुंबाच्या उदरनिर्वाहासाठी नोकरी-व्यवसाय करावा लागतो. परंतु त्याने जर आपल्या पंचवीस वर्षांच्या कमाईत योग्य शिक्षण घेतलं नाही, तर त्याला पुढील आयुष्यात अनंत अडचणींना तोंड द्यावं लागतं.

मुलांना पंचवीस वर्षांपर्यंत शिकवणं, ही खरं तर त्यांच्या पालकांची जबाबदारी आहे; परंतु काही पालकांना शिक्षणाचं गांभीर्य हवं तितकं कळत नाही. त्यामुळे पालक फावल्या वेळात मुलांना शाळेत पाठवतात व उर्वरित वेळात त्यांच्याकडून आपल्या घरातली, व्यवसायातली कामं करून घेतात.

आपला देश हा शेतीप्रधान देश आहे. त्यामुळे बहुतेक समाज हा शेती-व्यवसायात अडकलेला आहे. शेतकरी आपल्या मुलांना पुरेपूर शिक्षण देत नाहीत. ते फावल्या वेळात शाळा आणि उर्वरित वेळात शेतीकाम अशी मुलांच्या दैनंदिन जीवनाची विभागणी करून टाकतात. त्यामुळे मुलं दोलायमान होऊन जातात. त्यांचं अर्ध लक्ष शाळेत आणि अर्ध लक्ष शेतात राहतं. त्यामुळे ती दोन्हीही क्षेत्रांत कुशलतेने कामं करू शकत नाहीत. त्यांना शाळेत दिलेले गृहपाठ करायला शेतीकामामुळे वेळ मिळत नाही. त्यांना ज्या वयात खेळ आणि अभ्यास या दोन गोष्टींचा लाभ व्हायला हवा, त्या दोन्हीही गोष्टी सहसा त्यांच्या वाट्याला येत नाही. म्हणून ग्रामीण भागातील मुलं सहसा मागे राहून जातात.

मुलांच्या शिक्षणाचं योग्य नियोजन करणं, ही पालकांची जबाबदारी असते; परंतु त्यांना आपल्या कामाच्या व्यापात मुलांकडे लक्ष द्यायलाच वेळ मिळत नाही. आपला देश हा गरिबांचा देश आहे. त्यामुळे घरातल्या एकूण एक माणसांना पोटासाठी, घर चालविण्यासाठी काही ना काही उद्योग-व्यवसाय हा करावाच लागतो. परंतु, जीवन आणि काम यांची योग्य विभागणी करता येत नसल्यामुळे खूप लोक एकदा पैशाच्या मागे लागले तर पैशाच्याच मागे लागतात. मग घरातल्या मुलांनाही ते आपापल्या उद्योग-व्यवसायात ओढण्याचा प्रयत्न करतात. हा मार्ग कुटुंबाच्या आर्थिक स्थैर्यासाठी तात्पुरता बरा वाटतो. परंतु मुलंदेखील

शिक्षणापासून वंचित राहिल्याने त्यांची आयुष्याची गुणवत्ता कधीच सुधारत नाही. मग या मुलांना नेहमी दुय्यम दर्जाचं आयुष्य वाट्याला येतं. कुठे मनासारख्या नोकऱ्या यांना मिळत नाहीत, कुठे व्यवसायात पडले तर व्यवसायात यश येत नाहीत. हे सारे परिणाम अपूर्ण शिक्षण मिळाल्याने त्यांना भोगावे लागतात. मग दारिद्र्याची साखळी ही तुटता तुटत नाही. ती तशीच पिढ्यान् पिढ्या पुढे चालत राहते.

प्रशिक्षित, कष्टाळू माणसांना जगभर मागणी आहे. आपल्याकडे लोकांमध्ये एक गोड गैरसमज पसरलेला आहे. शिक्षणाने आजपर्यंत कधी कुणाचं भलं झालं आहे का? या गैरसमजाचा अर्थ बोलणाऱ्यालादेखील कळालेला असतो की नाही, याबद्दल शंकाच आहे.

शिक्षण म्हणजे काय, हे तरी या व्यक्तींना कळतं की नाही, याबद्दलही शंकाच आहे. अशी वाक्यं नेहमी अडाणी आणि बेजबाबदार माणसंच करू शकतात. शिक्षणाइतकं आणि शिकण्याइतंक पवित्र कार्य जगाच्या पाठीवर दुसरं असूच शकत नाही. जगात अनेक यशस्वी लोकांना जर विचारलं की, तुमच्या यशाचं रहस्य काय– तर जाणणारा प्रत्येक जण हेच उत्तर देईल की, 'शिक्षण'.

निव्वळ लिहिता-वाचता यायला लागलं म्हणजे शिक्षण पूर्ण झालं, असा शिक्षणाचा कधीच अर्थ लावता येणार नाही. शिक्षण या शब्दाची व्याख्याच विशाल आहे.

अक्षरओळख म्हणजे शिक्षण... गणित म्हणजे शिक्षण... विज्ञान म्हणजे शिक्षण... वेळेचं नियोजन म्हणजे शिक्षण... कर्म म्हणजे शिक्षण... धर्माचं आचरण म्हणजे शिक्षण... शौर्य म्हणजे शिक्षण... दया म्हणजे शिक्षण... शिस्त म्हणजे शिक्षण... राष्ट्राभिमान म्हणजे शिक्षण... स्वावलंबन म्हणजे शिक्षण... आदर म्हणजे शिक्षण... संस्कार म्हणजे शिक्षण... सहकार्य म्हणजे शिक्षण... आरोग्य म्हणजे शिक्षण... संभाषण म्हणजे शिक्षण... कला म्हणजे शिक्षण... खेळ म्हणजे शिक्षण...!

आपल्या आयुष्यात आपण ज्या-ज्या काही गोष्टी करतो, त्या सर्व गोष्टींमध्ये शिकण्यासारखं खूप काही आहे; परंतु मनुष्य प्रत्येक गोष्टीत काही ना काही शिकू इच्छित नाही. तो जे काही करतो, ते कधीच जागेपणाने करत नाही. तो आपल्या आयुष्यातील अनेक कर्मं केवळ तंद्रीतच करत असतो. म्हणूनच त्याला रोजच्या रोज हरघडी काही ना काही शिकण्याची संधी मिळत असतानाही तो त्याच्या आयुष्यात फार काही शिकतच नाही. त्यामुळे तो आपल्या आयुष्यात वारंवार त्याच त्या चुका पुन: पुन्हा सतत करीत राहतो.

या जगात वावरताना प्रत्येक क्षणी मनुष्याला अनेक गोष्टी शिकण्यासारख्या आहेत, परंतु त्याच्या मनात ती ऊर्मी असणं गरजेचं आहे. ज्यांच्यात ही ऊर्मी

असते, जिज्ञासा असते– ती माणसं आयुष्यात पदोपदी येणाऱ्या संधीचा फायदा उठवतात आणि आयुष्याचं सोनं करतात.

शिकण्यात सुरुवातीला श्रम हे पडतच असतात; परंतु त्या श्रमांना घाबरून शिक्षण जर अधर्वट सोडून दिलं, तर अशा माणसांच्या आयुष्याचं गणितच बिघडून जातं. शिक्षण घ्यायला मनुष्याने कधी पाठ दाखवू नये, अन्यथा अशी माणसं भित्री होऊन जातात. जगात त्यांना इतरांसमोर यायला एक तर भीती वाटते, नाही तर लाज-शरम तरी वाटते.

आयुष्यात भीती, लाजलज्जा या गोष्टी कायमच्या मनातून काढून टाकायच्या असतील, तर माणसानं कधीच शिक्षणाकडे पाठ फिरवू नये. कदाचित इतरांपेक्षा कुठल्याही विषयाचं आकलन व्हायला आपल्याला वेळ लागू शकेल. परंतु मनुष्याच्या शब्दकोशात अशक्य नावाची गोष्ट कदाचितच असेल. शिक्षण घेण्यासाठी आज आपल्या पूर्वजांच्या तुलनेत आपल्याला अनेक तयार साधनं उपलब्ध आहेत. कागद, पेन या गोष्टी तर आपल्याला चुटकीसरशी मिळतात. पूर्वी कागद, पेनाचे कारखाने नव्हते. निव्वळ भूर्जपत्र, बोरू, वनस्पतींपासून बनविलेल्या शाईसाठी आपल्या पूर्वजांना वणवण भटकावं लागत असे. आज आपल्याला अध्ययनासाठी छापील ग्रंथ आयते उपलब्ध आहेत, म्हणून त्या विषयावर छापील ग्रंथ आपल्याला एखाद्या कल्पवृक्षाखाली बसून मिळावेत तसे मिळत आहेत. तरीदेखील आपण आपल्या वाचनाची, लिखाणाची गती वाढवत नाही. म्हणजे सारं काही असूनही त्याचा लाभ न घेणारे आपण किती कपाळकरंटे आहोत याचा खरोखरच प्रत्येकाने विचार करावा.

आधुनिक युग हे यंत्रयुग आहे. मनुष्याने आज अनेक यंत्रांचा शोध लावला आहे. हजारो माणसांचं काम करणारी एक एकच मशिन्स आपण आज वापरतो. ती यंत्रं शोधून काढताना त्या शास्त्रज्ञांनी आपल्यासाठी किती कष्ट उपसले असतील, याचा प्रत्येकाने खरोखरच विचार करावा. आयती आपल्या घरात, आपल्या दारात आलेली ही यंत्रं चालविण्याचे कौशल्यदेखील आपल्याकडे नाही– याबद्दल आपल्याला काहीच वाटत नाही का?

संगणकासारखं यंत्र मनुष्याला पदोपदी त्याच्या कामात मदत करतं; परंतु किती लोक त्याच्याकडून खरोखरच काम करून घेतात? कित्येकांना त्यावर गेम खेळण्यात, वेगवेगळ्या अनावश्यक गप्पा करण्यात, मनोविघातक साइट्स बघण्यात अधिक रस आहे. मोबाईल हे यंत्र तर आता प्रत्येकाजवळच असतं, परंतु त्याचादेखील माणसं सदुपयोग करण्याऐवजी दुरुपयोगच अधिक करताना दिसत आहेत. ज्यांनी या वस्तूचा शोध लावला, त्यांना या यंत्राचा दुरुपयोग पाहताना किती पश्चात्ताप होत असेल?

निदान या यंत्राच्या वायरचादेखील शोध लावण्याची जर तुमची क्षमता नाही तर कमीत कमी ही यंत्रं कशी हाताळावीत आणि त्यांचा योग्य वापर कसा करून घ्यावा इतकं जरी लोकांना शिकता आलं ना, तरीदेखील जगाच्या दृष्टीने ती बऱ्यापैकी सुशिक्षित होतील.

यंत्रं वापरणं, त्यांचा सदुपयोग करणं हेदेखील शिक्षणच आहे. भाषा, गणित या बेसिक गोष्टींप्रमाणेच फोनवरील संवाद हेही मनुष्याच्या दृष्टीने बेसिक शिक्षणच झालं आहे. कारण फोनवर मनुष्य कसा बोलतो यावरून त्याचे संस्कार आणि सुशिक्षितपणा पलीकडून त्याचा आवाज ऐकणाऱ्या मनुष्यास कळून येतो.

शेवटी कुठल्याही क्षेत्रातलं शिक्षण ही मनुष्याची निश्चितच मूलभूत गरज आहे. परंतु ती प्रत्येक व्यक्तीच्या लक्षात येणं आणि तिचा पुरेपूर वापर करून स्वतःची उन्नती करणं, हे एक आत्मभानच आहे.

ज्यांना ते आलं, ते निश्चितच शिक्षणाचा आदर करतील. आपल्या आयुष्यात त्याला सर्वप्रथम स्थान देतील. अन्यथा, त्याचं महत्त्व न जाणणाऱ्यांच्या शेवटी केवळ पश्चात्तापाशिवाय काहीच पदरात पडणार नाही.

जग या शिक्षणरूपी वल्ह्यानं आपली नौका हाकारत पुढे-पुढे खूप पुढे निघून जाईल. अशिक्षित माणसं मात्र त्याच अडाण्यांच्या बेटावर कायमची अडकून पडतील. तेव्हा तुम्हीच ठरवायचंय– तुम्हाला त्या शिक्षणाच्या नौकेत बसायचं की अडाण्यांच्या बेटात अडकून पडायचं?

❏❏❏

१५ / तपस्या

एखाद्या ध्येयाचा सातत्याने पाठपुरावा करणे म्हणजे तपस्या! यात अधिक करून वैज्ञानिक, साधू, संत, साहित्यिक हे लोक आपल्या ध्येयाशी सतत चिकटून असतात. ती त्यांची तपस्या असते.

तपस्या करणं हे ध्येय आहे. ते पार पाडण्यासाठी मनुष्य आपल्या दैनंदिन गरजा विसरूनदेखील त्या ध्येयाचा सतत पाठपुरावा करत राहतो. त्यातून त्याला काय लाभ होईल याची शाश्वती नसते. परंतु ध्येयाचं बीज एकदा मनात रुजलं की, तपस्येला सुरुवात होऊन जाते. लाभ, हानी या गोष्टींचा तिथे काही हिशेब नसतो. ती एक जिज्ञासा असते, मनाला लागलेली ओढ असते.

वैज्ञानिक एखादे नवे संशोधन हाती घेतात आणि त्यात ते पुरेपूर सामावून जातात. त्यांना आसपासच्या परिस्थितीचं भान उरत नाही. कित्येक वैज्ञानिक हजारो वेळा एकच एक प्रयोग करतात, परंतु त्यातून काही ना काही शोध लागतच असतात. मनुष्याचे परिश्रम कधीच वाया जात नाहीत. क्रियेची प्रतिक्रिया उमटणं, हा निसर्गाचा नियम आहे. आपण जे-जे कार्य हाती घेतो, ते कार्य करायला सुरुवात करतो, तेव्हाच त्या कार्याच्या प्रतिक्रिया उमटायला सुरुवात होते. या जगात अशी एकही गोष्ट नाही की, ज्या गोष्टीला आरंभ केला आणि तिची काहीही प्रतिक्रिया उमटली नाही. त्यामुळे वैज्ञानिकांना, संशोधकांना आपल्या

कार्यावर शाश्वत विश्वास असतो. आपण जे काही करू, त्यातून काही ना काही निश्चितच सापडेल; त्यामुळे आपण त्या कामात किती वेळ खर्च केला, किती वेळा प्रयोग केले याच्याशी त्यांना काहीएक देणं-घेणं नसतं, तेव्हाच तर ते वैज्ञानिक होतात. आजही या जगात अशा अनंत गोष्टी आहेत की, ज्या गोष्टींवर अद्याप मानवाने काहीही विचार केलेला नाही. कित्येक गोष्टी आजही त्याला अनभिज्ञ आहेत. या भूतलावर मानवजात असेपर्यंत या सृष्टीचं, या विश्वाचं रहस्य मानवाला पुरेपूर उलगडता येईलच की नाही, याबद्दल काही खात्री नाही.

कारण विश्वात आणि निसर्गात वेगवेगळ्या घडामोडी सतत होत असतात. निसर्ग आणि विश्व आपला समतोल राखण्यासाठी या आपत्तींना तोंड देत असतात. कुठे तरी एखादी क्षुल्लकशी गोष्ट बिघडली तरी ती जेव्हा निसर्ग मूळ स्थितीत आणण्याचा प्रयत्न करतो, तेव्हा मानवाच्या दृष्टीने ती मोठी आपत्ती असते. भूकंप, ज्वालामुखी, त्सुनामी, उल्कापात, ग्रह-ताऱ्यांच्या कक्षेतील बदल– या पृथ्वीसारख्या ग्रहांवर वारंवार घडणाऱ्या घटना आहेत. मनुष्य या संकटांवर मात करू शकत नाही. म्हणूनच मनुष्याचं नेमकं अस्तित्व या भूतलावर किती आहे, हे सांगणं आज तरी कठीण आहे.

मनुष्य आधुनिक विज्ञानाच्या साह्याने प्रचंड वेगाने प्रगत झाला आहे. तरीदेखील त्याला या आपत्तींशी लढण्याची क्षमता मिळवता आलेली नाही. म्हणून काही त्याने इथे हार मानलेली आहे, असा त्याचा अर्थ होत नाही. वैज्ञानिक त्या दृष्टीने, त्या दिशेने वाटचाल करीतच आहेत. आजपर्यंत अनेक समस्यांना तोंड देत-देत तो इथपर्यंत आला आहे. उद्या याच्याही पुढे तो निश्चितच जाऊ शकेल. कारण त्याने आपली जिज्ञासा, आपले ध्येय सोडलेले नाही. आपली तपस्या तो कायम राखून आहे. या भूतलावर यापूर्वी अनेक जीवजंतू जन्माला आले. त्यांनी अनेक वेगवेगळ्या व्याधींना जन्म दिला. त्यामुळे मनुष्यापासून इतर अनेक प्राण्यांना त्या व्याधीची अनेक वेळा बाधा झाली, परंतु इथंही मनुष्याने हार मानलेली नाही. वेगवेगळ्या औषधांचा शोध लावून त्याने अनेक व्याधींना हद्दपार केलं आणि स्वतःला त्या व्याधींपासून सुरक्षित करून घेतलं. प्लेग, पटकीसारख्या रोगांनी तर पृथ्वीवर इतका धुमाकूळ घातलेला होता की, त्या रोगांनी गावंच्या गावं ओस पडायची. मेलेल्या माणसांना उचलायलादेखील मागं कुणी उरायचं नाही. अनेक रोगांवर आज मनुष्याने पूर्णपणे मात केली आहे. त्यामुळे मानव आणि त्याला उपयुक्त प्राणी, पक्षी, वनस्पती यांचं त्याने संरक्षण केलं आहे.

तरीदेखील निसर्गात अद्याप काही रोगांचा समूळ नायनाट होणं बाकी आहे. कॅन्सर, एड्ससारखे रोग मुळापासून नाहीसे करता येत नाहीत. मधुमेहाचं समूळ उच्चाटन करता येत नाही. फक्त तो आहार, व्यायाम आणि औषधं या गोष्टींनी

। ८४ । 'आरसा चिंतनाचा' - स्वतःला ओळखण्याचा

आटोक्यात ठेवता येतो. मानवजातीला आता या तीन रोगांनी आव्हान दिलेलं आहे. वैज्ञनिक हात धुऊन या रोगांच्या मागे लागलेले आहेत. आज ना उद्या ते या रोगांवरही मात करतीलच करतील. त्यांनी अद्याप आपली तपश्चर्या सोडलेली नाही; तर ती अधिकच दृढ केली आहे.

परंतु तोपर्यंत व्याधिग्रस्त लोकांचा यात बळी जातोच जातो. अर्थात मनुष्य हा काही गळ्यात अमरपट्टा बांधून आलेला प्राणी नाही. ज्यांचा जन्म होतो, त्यांना आज ना उद्या मृत्यूला सामोरं जावंच लागतं. व्याधिग्रस्त लोक निदान व्याधीचं आकलन झालं म्हणजे संयमानं जगू लागतात. परंतु ज्यांना व्याधी नाही– ती माणसं बेताल, व्यसनी जीवन जगून कित्येकदा या जगाला झटपट रामराम ठोकतात.

मनुष्याचं संपूर्ण जीवन हीच एक तपस्या आहे. परंतु अनेकांना आपल्या जीवनाचं महत्त्व फारसं कळत नाही. सहज मिळालेलं हे जीवन कित्येक जण अगदी सहज फुंकून टाकतात. आपण जन्माला कशासाठी आलो, आपण इथं काय काम करतो आणि कशासाठी करतो याची साधी शंकादेखील लोकांना येत नाही. चिंता आणि चिंतन करणारी माणसं या जगात थोडीशी जन्माला येतात. तेच आपल्या जन्माला येण्याचा आणि आपल्या कार्याचा विचार करतात. चिंता आणि चिंतन करतात.

जगाच्या पाठीवर अशी ही थोडीशी का होईना माणसं असतात. म्हणूनच कुठे तरी मनुष्याच्या जीवनाला काही तरी अर्थ आहे. त्यांच्या जिवावर, त्यांच्या पुण्याईवरच इतर माणसं आपलं जीवन सुखाने, सुलभतेने जगत असतात. जर जगात या कर्तृत्ववान, ध्येयवादी माणसांची कमतरता असती, तर इतर लोकांना इथं जगणंदेखील कठीण होऊन बसलं असतं. निव्वळ परावलंबी होऊन जगणं आणि ध्येय उराशी बाळगून जगणं– यात खूप अंतर आहे. प्रत्येक मनुष्य हा जन्माला येताच आपल्यासोबत मेंदू नावाचं बुद्धी साठवण्याचं यंत्र घेऊन जन्माला येत असतो. सरळ मार्ग दाखविणारे आणि वाईट मार्ग दाखविणारे दोन्हीही प्रकारचे लोक आपल्याला जिथं-तिथं पाहायला मिळतात. परंतु आपण त्या दोघांचाही वापर करून स्वत:च्या मनाने स्वत: निर्णय घेण्याची आपली क्षमता कधीच वापरत नाही. त्यामुळे आपला मेंदू निष्क्रिय होऊन जातो. पोटाला जशी दोन वेळा अन्नाची गरज असते, तशीच मेंदूलाही ज्ञान मिळविण्याची लालसा असते. लोक मेंदूचा वापर करणं सोडून देतात व केवळ पोटावरच लक्ष केंद्रित करतात, तेव्हा त्यांचं व्यक्तिमत्त्व ढासळून जातं.

संपूर्ण जीवन इच्छा करू तसं घडविण्याची क्षमता असलेला मेंदू जेव्हा सुस्त होऊन जातो, तेव्हा मनुष्याच्या अधोगतीलाही सुरुवात होऊन जाते. निव्वळ

कुणाच्या तरी सांगण्यावरून जगणं आणि इतरांचं ऐकून आपल्या मनाला पटतील असे आपण स्वत: निर्णय घेणं– यात फार मोठा फरक आहे. त्यामुळे अशा व्यक्ती केवळ परावलंबी होऊन जातात. व्यक्ती म्हणून स्वत्वाचं आणि स्वत:चंही कधी तरी मनुष्याने वारंवार मनन, चिंतन करावं. त्यामुळेच मेंदूला आणि पर्यायाने विचारांना सतत चालना मिळत असते.

मनुष्याच्या एकूणएक कृती, आचार, वक्तव्य, वागणं, बोलणं– सारं काही त्याच्या विचार करण्याच्या क्षमतेवरच ठरत असतं. म्हणूनच कुठल्याही व्यक्तीने सारे काही हरवलं तरी काळजी करू नये; परंतु आपलं स्वत्व, आपली विचार करण्याची क्षमता कधीच हरवू देऊ नये. त्यामुळे जगातली इतर माणसं तुमच्यावर त्यांचे अधिकार लादण्याचा प्रयत्न करतात. एकदा का तुम्ही सतत त्यांच्या विचाराने चालू लागला म्हणजे मग तुम्हाला त्यांच्या हातातलं बाहुलं व्हायला वेळ लागत नाही.

जग अत्यंत स्वार्थी आहे. प्रत्येक व्यक्ती नेहमी दुसऱ्याचा उपयोग स्वार्थासाठी करून घेत असते. तुम्हाला तुमच्या भोवती गोळा झालेली माणसं जी दिसतात, ती तुमच्या हिताचा फार विचार न करता स्वत:च्या हिताचा विचार करून तुमच्या भोवती गोळा झालेली असतात. तुमच्याशी ज्यांनी-ज्यांनी जे नातं जोडलेलं असतं, ते नातं केवळ स्वार्थापोटी जोडलेलं असतं. स्वार्थाशिवाय मनुष्य जीवन जगणं कठीण आहे, हे कुणालाही मान्य आहे. तुम्हीदेखील इतरांच्या जवळ जाता, इतरांशी नाती जोडता ती केवळ त्यांच्यावर उपकार करण्यासाठी जोडत नाही, त्यात तुमचादेखील काही ना काही स्वार्थी हेतू असतोच. परंतु त्या नात्यातील अंतर किती आणि कसं जपायचं, यालादेखील महत्त्व आहे. ते अंतर म्हणजेच तुमची तपस्या आहे. या अंतरातला अधिक जवळीकपणा किंवा अधिक दुरावा तुम्हाला ती नाती कायमस्वरूपी टिकवून ठेवण्यास कदापिही उपयोगी पडणार नाही.

व्यक्ती, व्यक्तीचा स्वभाव, व्यक्तीचा हेतू पाहून मनुष्याने त्या व्यक्तीशी नाती जोडावीत. अधिक स्वार्थी माणसं जवळ यायला लागली किंवा आपणदेखील अधिक स्वार्थाची अपेक्षा ठेवून कुणाला जवळ करण्याचा प्रयत्न केला, तर त्या नात्याला तडा जायला फार वेळ लागत नाही. खूप जवळ जाणं आणि कुणाला खूप जवळ करणं– या दोन्हीही गोष्टी मनुष्याच्या दृष्टीने हानिकारकच आहेत. कुठलाही मनुष्य कुणाकडूनही फार जवळीक साधण्याची किंवा फार दुरावा ठेवण्याची अपेक्षा कधीच करत नाही.

ज्या लोकांचं तुम्हाला प्रमाणापेक्षा अधिक आकर्षण वाटू लागतं तिथं तुम्ही स्वत: फसलात हे लक्षात घ्या आणि तुम्ही प्रमाणापेक्षा ज्यांचा अधिक तिरस्कार

'आरसा चिंतनाचा' - स्वत:ला ओळखण्याचा

करू लागता, त्यांना तुम्ही फसवू लागलात, हेही लक्षात घ्या. आपलाच स्वभाव जेव्हा या दोन्ही स्वभाववैशिष्ट्यांमधून ज्या दिशेने अधिक आकर्षित होतो, ती न्यूनता आपल्यात निश्चितच उदयाला येते. म्हणून कुठल्याही व्यक्तीबद्दल नातं टिकविताना त्या व्यक्तीमधलं आणि आपल्यातलं अंतर किती आहे याचं प्रत्येकानं नेहमीच मोजमाप करावं म्हणजे कुठल्या नात्यात बाधा येण्याची शक्यता नसते. मग तुम्ही कुणाच्या अधीनही होणार नाही आणि इतर कुणाला तुम्ही आपल्या अधीन करण्याचा प्रयत्नही करणार नाही.

जीवन हे सरळ आहे. त्याला नेहमी सरळ राहू द्या. त्याचा तोल, त्याचं संतुलन कुठल्याही कारणाने बिघडू देऊ नका; तरच तुम्ही तुमच्या जीवनात सहज यशस्वी होऊ शकाल. तुमच्या जीवनाची तपस्या योग्य रीतीने तडीस नेऊ शकाल. मोह, माया, मत्सर या विकारांना मनातून काढून टाका– म्हणजे तुमच्या तपस्येत कुणीही कुठलीही बाधा आणू शकणार नाही आणि कुणी तसा प्रयत्न केला, तरी तुम्ही तेव्हा सावध असाल. आपलं योग्य अंतर राखून असाल.

❏❏❏

१६ । परिपाठ

परिपाठ म्हणजे सातत्य! एखादी क्रिया सतत, ठरावीक वेळेत पुन: पुन्हा करणे म्हणजे परिपाठ! जीवनात परिपाठाची सवय लावल्याने अनेक फायदे होतात. मनुष्याला एकाच कामातलं परिपूर्ण ज्ञान प्राप्त होण्यासाठी परिपाठाचा अत्यंत उपयोग होतो. ज्यांना कुठल्या ना कुठल्या कामात परिपाठाची सवय होऊन जाते– ती माणसं आपल्या आयुष्याला ठरावीक वळण देतात, आकार देतात. प्रत्येक कामात ते आपल्या या नित्याच्या सवयीचा वापर करून ती कामं ही माणसं कुशलतेने पार पाडतात.

विद्यार्थ्यांना शिक्षक रोज कुठल्या ना कुठल्या विषयाचा गृहपाठ नियमित देत असतात. निदान शहरांमधून तरी ही गृहपाठाची प्रथा नियमित दिसून येते. परंतु पालकांनीदेखील आपली जबाबदारी स्वीकारून मुलांचे गृहपाठ वेळच्या वेळी करून घ्यायची स्वत:ला सवय लावली पाहिजे. पालकांनी जर मुलांकडे दुर्लक्ष केलं, तर मुलं आपला गृहपाठ करण्याचा कंटाळा करतात. पर्यायाने त्यांच्या अभ्यासात खंड पडण्याची शक्यता असते. वर्गात त्यांना गृहपाठ करून आणता आला नाही, तर शिक्षक त्यांना रागावतात. इतर मुलं त्यांची खिल्ली उडवतात. त्यामुळे ही मुलं संकुचित होऊन जातात. शाळेतही बसताना त्यांना अपराध्यासारखं वाटायला लागतं.

बालपणात मुलं कोमल मनाची असतात. इतर मुलांनी किंवा शिक्षकांनी कुठल्या कारणावरून केलेला अपमान त्यांना सहन होत नाही. त्यामुळे ती भित्री होतात. तेव्हा ती वर्गात मागे-मागे बसायला लागतात. त्यांच्या मनात अपमानाची बोच सतत सलत असते. भीती आणि सल यामुळे मुलांच्या मनावर खूप विक्षिप्त परिणाम होतो. कधी कधी ते शाळेत यायलाच घाबरतात. पालकांना शाळेत जातो म्हणून सांगून कुठे तरी लपून राहण्याचा प्रयत्न करतात. शाळा बुडवणं त्यांच्या अंगवळणी पडायला लागतं. मग अचानक शाळेतून पालकांना बोलावणं येतं. तेव्हा पालक मुलांच्या बाबतीत जागे होतात. परंतु तोपर्यंत मुलं बरीच मागे पडलेली असतात. केवळ पालकांचं त्यांच्याकडे व्यवस्थित लक्ष नसल्यामुळे मुलं अशी सहज वाया जातात.

जे पालक आपल्या अपत्यासाठी रात्रीचा दिवस करून त्यांना वाढवतात, खायला-प्यायला घालतात, चांगल्या शाळेत प्रवेश मिळवून देतात; त्या पालकांनी त्यांच्या गृहपाठाकडे या बालवयातच थोडं-थोडं लक्ष दिलं, तर ती मुलं हमखास कुठे ना कुठे चमकल्याशिवाय राहणार नाहीत. पालकांनी नेहमी स्वत:लाच एक प्रश्न हमखास विचारावा की, आपण जे दिवसभर काबाडकष्ट करतो, ते नेमके कुणासाठी करतो? तर, त्यांना त्यांच्या अंतर्मनाकडून हमखास हेच उत्तर मिळेल की– मी जे कष्ट करतो ते मी माझ्या मुलांसाठी करतो, त्यांचं भवितव्य चांगलं घडविण्यासाठी करतो.

मन आपल्याशी नेहमी खरं बोलत असतं. तुमचं अंतर्मन जर तुम्हाला हे सत्य सांगत असेल, तर तुम्ही तुमच्या कामात मुलांसाठी थोडाफार बदल करा. कारण तुम्ही उद्या समाजात मुलांच्या रूपानं एक सुदृढ पिढी निर्माण करणार आहात. आज जर त्या मुलांकडे त्यांच्या बालवयात त्यांच्या खाण्या-पिण्याकडे, शिक्षणाकडे, खेळण्याकडे लक्ष द्याल; तरच तुम्ही त्यांना योग्य रीतीने घडवू शकाल. निव्वळ पैशा-अडक्याच्या मागे लागून अनेक मार्गांनी तुम्ही जर त्यांच्यासाठी धनदौलत कमावत असाल, तर तुम्ही थोडासा चुकीचा मार्ग निवडलात असं तुम्हाला वाटत नाही का? कारण जीवन चरितार्थासाठी पैशाची जशी गरज आहे, तशीच मुलांना योग्य शिक्षण आणि योग्य संस्कारांचीदेखील गरज आहेच. तुम्ही तुमच्या रोजच्या कामावर जसे न चुकता जाता, हातातलं रोजचं काम करून घरी माघारी येता; तसंच मुलांचं शिक्षण आणि मुलांचे संस्कार हेदेखील आपलं एक नित्याचंच काम आहे. तोदेखील एक परिपाठ आहे, असं समजून त्यांच्याकडे लक्ष द्यायला सुरुवात करा.

तुम्ही वेळात वेळ काढून त्यांना शिक्षणात आणि त्यांच्यावर संस्कार करण्यात त्यांना होता होईल तेवढी मदत करण्याचा सातत्याने प्रयत्न करा. तेव्हा तुमच्या

एक गोष्ट निश्चितच लक्षात येईल की, तुम्ही जो अधिक पैसा मिळविण्यासाठी इतरत्र वेळ खर्च करता, त्यापेक्षा अनंत पटींनी मौल्यवान गोष्टी तुम्ही तुमच्या मुलांना देऊ शकलात. त्यांना आयता पैसा देऊन अडाणी ठेवण्यापेक्षा त्यांना खऱ्या अर्थाने सुशिक्षित बनवून जे काही द्याल, त्यात ती मुलं आपल्या ज्ञानाचा वापर करून अनंत पटींनी वाढ करण्याचं काम करतील.

आज जगाच्या पाठीवर जे-जे लोक जीवनाची आणि आर्थिक खर्चाचीही अधिकांत अधिक उंची गाठू शकले, त्यामागचं खरं रहस्य हेच आहे. त्यांनी स्वत:ला, मुलांना आणि घरातील इतर व्यक्तींना कुठल्याही बाबतीत परिपाठाची सवय लावली. आपण जीवन उन्नत करणाऱ्या नेमक्या या गोष्टीकडेच हवं तितकं लक्ष देत नाही.

अगोदर तर आपल्या स्वत:लाच कुठल्याही बाबतीत परिपाठ किंवा सातत्य पाळणं जमत नाही. कधी तरी कुणाचं तरी पाहून, कुठे तरी ऐकून-वाचून एखाद्या गोष्टीत एखादा प्रयोग करण्याचाही अनेक जण प्रयत्न करतात. परंतु तो प्रयोग अगदी थोडे दिवसच टिकतो. लवकरच आपण त्या गोष्टींना कंटाळून जातो. मग राजरोसपणे आपण त्या गोष्टींकडे डोळेझाक करायला सुरुवात करतो. त्यामुळे लोकांचं काही बिघडत नाही आणि नुकसानही होत नाही; परंतु तुम्ही मात्र त्यातून काहीच शिकत नाही, कुठलाच धडा घेत नाही.

जी गोष्ट आपण अर्ध्यावरच सोडून देतो, त्याला आपण परिपाठ नाही म्हणू शकत. जी गोष्ट आपण तडीला नेण्याचा वारंवार प्रयत्न करतो, तीच फक्त परिपाठ बनून जाते.

केवळ आळस, नावड या गोष्टींमुळे जर गोष्टी अर्धवट सोडून द्यायची सवय लागली, तर आपण आपल्या आयुष्यात कधीच आपली उन्नती करू शकणार नाही. जी सवय आपल्याला लागते, तीच सवय आपल्याकडे पाहून आपल्या मुलांना आणि कुटुंबीयांनादेखील लागू शकते.

परिपाठाचं महत्त्व जर तुम्ही स्वत:च जाणलं नसेल, तर तुम्ही ते मुलांना आणि कुटुंबीयांना तरी कसं पटवून देणार? परिपाठाने तुम्ही इकडचे डोंगर तिकडे उचलून ठेवण्याची क्षमता बाळगू शकता. परिपाठ ही मनुष्याच्या जीवनातील नित्य उपासना आहे. नित्य उपासनेचे फळ नेहमी चांगलेच मिळत असते.

मुलांना देवपूजा, शुभं करोती, श्लोकपठण यांच्या नित्य उपासनेची सवय लावली; तर त्यांचं मन आणि घरातलं वातावरण नेहमी प्रसन्न राहतं. ईश्वराबद्दल त्यांच्या मनात आदर वाढायला, विश्वास वाढायला मदत होते. लोकांचा तुमच्या कुटुंबाकडे पाहण्याचा दृष्टिकोन आदराचा होतो.

त्यांना वेळेवर स्नान-संध्या, पूजा-अर्चा, जेवण, अभ्यास, खेळ या सर्व

। ९० । **'आरसा चिंतनाचा' - स्वत:ला ओळखण्याचा**

गोष्टींची सवय लावली; तर त्यांचं संपूर्ण जीवन अगदी आनंदाने, उत्साहाने भरून जातं. वेळ आणि योग्य संस्कारांची देणगी मनुष्याला नेहमीच शिखरावर नेऊन पोहोचवते. परंतु तुम्ही स्वत:च जर वेळेला महत्त्व देत नसाल, तर मुलं आणि कुटुंबातली माणसंही तुमचंच अनुकरण करतात. मग ते घर कधी घर राहत नाही, ती चावडी बनून जाते. मग घरातला कुणीही कधीही घरात येतो, आपल्या मर्जीप्रमाणे राहतो. केव्हाही घराबाहेर जातो, कशासाठी जातो तेदेखील कुणालाही माहीत नसतं. तेव्हा घरातली माणसं ही केवळ दिखाव्यापुरती त्या घरात राहत असतात.

तिथे कुणाचंच कुणाला देणं-घेणं नसतं. स्वातंत्र्याच्या, मुक्त जीवनाच्या नावाखाली त्या घराची ती केवळ एक चावडी असते. आजच्या पिढीला आपल्या पूर्वजांची घरं पाहायला मिळाली नाहीत, ही आजच्या पिढीच्या दृष्टीने खरोखरच दुर्दैवाची बाब आहे. आधुनिक तंत्रज्ञानात मनुष्याने कितीही मोठी झेप घेतली असेल, परंतु मन:शांतीसाठी घराच्या उंबऱ्याच्या आतले जुने नियमच मनुष्याला खऱ्या अर्थाने स्वास्थ्य राखायला मदत करीत होते. ते संस्कारच असे होते की, त्यांत प्रत्येक गोष्टीबद्दल, व्यक्तीबद्दल जिव्हाळा होता; ते काही पारतंत्र्य नव्हतं. मुक्त स्वातंत्र्याच्या नावाखाली आज जो हैदोस चालला आहे, यापेक्षा ती बंधनंदेखील घरासाठी खूप सुखाची होती. त्यांचे ते परिपाठ, त्यांचे ते घरातले नियम, त्यांच्या जीवनातलं ते सातत्य उद्याच्या पिढीला डॉक्टरेटसाठी अभ्यासावं लागेल आणि पुन्हा त्यावर प्रबंध लिहून जगाला हे पटवून द्यावं लागेल की– घरात जे थोडंफार बंधन आपण मानतो, ते तर बंधन नाहीच; ते आहेत संस्कार– कुटुंबाच्या शाश्वत मन:शांतीचे! जीवनात आधुनिकता येऊच नये असं काही नाही. परंतु आधुनिकता स्वीकारताना जुन्या ज्या काही चांगल्या गोष्टी आहेत, त्यांचंदेखील विस्मरण आपण होऊ देऊ नये किंवा आधुनिकतेच्या बेगडी अवडंबराखाली दबून जुने जीवनोपयोगी संस्कार मनुष्याने कधीच सोडू नयेत. जग बदलत चाललं आहे, जगाबरोबर आपणही बदललं पाहिजे हे मान्य आहे; परंतु तो बदल स्वीकारताना आपण आपलं जीवन, जीवनातील शाश्वत आनंद, चैतन्य अबाधित राखून ठेवलं आहे का, याचादेखील आपण विचार करायला हवा.

पूर्वीची दगडा-मातीची घरं जाऊन भक्कम कॉंक्रीटची घरं आली. घराघरांत सुबक फर्निचर आलं. रेडिओ जाऊन दूरदर्शन आलं. जोडीला संगणक, मोबाईल आले. लाकडी साधीसुधी देवघरं जाऊन संगमरवरी देवघरं आली. मातीची जमीन जाऊन फरशा आल्या. पूर्वीसारखी आता शेणाने घरं सारवावी लागत नाहीत, मातीने भिंती सारवाव्या लागत नाहीत. हा बदल आज कुणीही स्वीकारण्यासारखाच आहे– अगदी आजोबांनी आणि नव्या पिढीनेदेखील! घराघरांत, गावागावांत जर

इतक्या सुविधा आल्या आहेत; तर आपल्या संस्कारांमध्ये आपण किती सुविधा आणल्या आहेत, याचादेखील आजच्या मनुष्याने जरूर विचार करावा.

जुनी माणसं एकमेकांशी आदराने बोलायची, लहान मुलं मोठ्या माणसांना मानसन्मान द्यायची. लोक दिलेला शब्द पाळायचे. जिवाला जीव द्यायचे. एकत्र कुटुंबात अनेक माणसं राहूनही वितंडवाद होत नव्हते. हे सारे मनुष्याचं स्वास्थ्य टिकवण्याचे संस्कार होते. ते तेव्हा लहानापासून मोठ्यांपर्यंत शिकवले जायचे.

परंतु आजच्या सुबक घरांमध्ये मनुष्याच्या मनाचा विचार केला गेला आहे का? घराची सुबकता, कडक इस्त्रीचे कपडे, शरीराचा मेकअप करून मनुष्याची प्रतिष्ठा खरोखरच उंचावली आहे का? तुम्ही मित्रांबरोबर खेळीमेळीत पार्ट्या करून जीवनातला आनंद लुटण्याचा प्रयत्न करता; परंतु तुमच्या घरातली इतर माणसं खरोखरच तुमच्याइतकी सुखी आहेत का, याचा प्रत्येक मनुष्याने अवश्य विचार करावा. घरात मुलाबाळांना, बायको-पोरांना, आई-वडिलांना जोड्याच्या धाकात ठेवून जर तुम्ही बाहेरच्या रिकामटेकड्या लोकांना जमवून पार्ट्या करीत असाल; तर कैक लोक केवळ तुमची छी: थूच करत असतील.

त्यापेक्षा तो वेळ जर तुम्ही तुमच्या कुटुंबासाठी दिलात, तर घरात कुणाला काही दु:ख वाटायचं कारणच नाही. तुमचा तो वेळ तुम्ही कुटुंबात मोकळेपणाने आनंदाने घालवून पाहा... बघा, स्वर्ग तुम्हाला दोनच बोटांवर गवसेल. मुलांच्या आणि कुटुंबीयांच्या चेहऱ्यावरचं हसू माणसाला नेहमी स्वर्गसुखाची अनुभूती देऊन जातं. मग तुम्हाला तुमच्या या परिपाठात नव्याने काही तरी निश्चितच सापडेल. तुमचा आपल्याच आयुष्याकडे बघण्याचा संपूर्ण दृष्टिकोन कायमचा बदलून जाईल.

◻◻◻

'आरसा चिंतनाचा' - स्वतःला ओळखण्याचा

१७ । जीवन-मृत्यू

आनंद, उत्साह, चैतन्य म्हणजे जीवन आणि दुःख, यातना, क्षीणता म्हणजे मृत्यू! देह हा पंचतत्त्वांनी बनलेला आहे. ही पंचतत्त्वं देहात जोपर्यंत शुद्ध भावात प्रकट राहतात तोपर्यंत देहात आनंद राहतो, उत्साह राहतो, चैतन्य राहतं. परंतु पंचतत्त्वांची शुद्धता बदलली म्हणजे देह दुःख, यातना यांनी पीडित होऊन क्षीण होत जातो. ती क्षीणता मृत्यूला कारणीभूत होऊन जाते.

आपण रोजच्या रोज जे अन्न-पाणी सेवन करतो, ते कितपत शुद्ध आहे याचा आपण विचार केला पाहिजे. अन्न सेवन करणं हादेखील यज्ञ आहे, शास्त्र आहे. जोपर्यंत त्याचे वाईट परिणाम देहावर उमटत नाहीत तोपर्यंत आपल्याला अन्न-पाण्याचं महत्त्व लक्षात येत नाही. आपण जसं अन्न सेवन करतो, तसाच आपला पिंड बनतो. आपल्या पिंडानुसार आपले विचार तयार होतात आणि विचारांनुसारच आपलं समाजात व्यक्तिमत्त्व तयार होतं.

आपलं संपूर्ण जीवनच आपल्या आहारावर अवलंबून आहे. रोजच्या रोज शरीराला आहाराची गरज असते. शरीरातल्या अनेक पेशी रोजच्या रोज लय पावतात आणि रोजच्या रोज अनेक पेशी निर्माण होत असतात. त्या पेशीच आपल्या देहातला आत्मा, देहातलं चैतन्य जिवंत ठेवण्याचं काम करतात. म्हणून आपण जसा आहार घेऊ, तशाच त्या पेशींची निर्मिती होते. त्या पेशींनुसारच

आपल्या देहाची आणि देहातल्या विचारांची निर्मिती होते. विचार आपल्याला व्यक्त स्वरूपात आचरण करायला प्रवृत्त करतात. म्हणूनच जीवन जगताना मनुष्याला शुद्ध आहाराची गरज असते. मृत जीवनाची, दु:ख-यातनांची मनुष्य कधीच अपेक्षा करत नाही.

अन्नदेखील तीन प्रकारचं असतं. सात्त्विक, राजस आणि तामसी असे तीन प्रकार अन्नातही असतात. व्यक्तीची प्रकृती या तीन प्रकारच्या अन्नानुसारच घडत असते. जे सात्त्विक आहार सेवन करतात, त्यांचं जीवन सात्त्विक बनून जातं. अन्न निवडताना त्याची शुद्धी, त्याचे गुणधर्म, त्याची शिजवण्याची पद्धत आणि त्या अन्नाचा सेवन कारण्याचा काळ यावर त्याची सात्त्विकता ठरून जाते. उग्र अन्न राजस स्वभावाची निर्मिती करतं; तर शिळं, टाकाऊ अन्न तामसी स्वभावाचा पिंड बनवतं. त्यामुळेच दारू, मांसाहाराचं सेवन करणारी माणसं तामसी बनून जातात. दारू ही सडवलेल्या अन्नपदार्थांपासून बनते. मांसदेखील तातडीने नासायला सुरुवात होते. शिवाय मांस ज्या प्राण्याचे असते, त्या प्राण्याने काय खाल्ले होते व त्या प्राण्याला काय विकार होता, त्यावरही त्या मांसाहाराचा परिणाम अवलंबून असतो. म्हणूनच मांसाहारी व्यक्ती सुरुवातीला जरी सामान्य स्वभावाच्या वाटल्या तरीदेखील मागे-पुढे त्यांच्या स्वभावात तामसीपणा हमखास येतो.

सात्त्विक स्वभावाच्या मनुष्याची विचारक्षमता स्थिर असते. अशी माणसं त्यांच्या विचारांना आपल्या ताब्यात ठेवतात. चांगल्या-वाईट गोष्टींचा विचारपूर्वक निर्णय घेतात. त्यामुळेच त्यांच्या आयुष्यात टोकाच्या समस्या अगदीच नगण्य असतात. त्यामुळे त्यांचं वर्तन स्वभावत:च सामान्य राहिल्याने त्यांना जीवनात आनंद, उत्साह, चैतन्य या गोष्टींचा पुरेपूर लाभ घेता येतो. ही माणसं जीवनात साधंसुधं राहून सामान्य आचरण करूनही दीर्घायुषी होतात.

राजस आणि तामसी स्वभावाची माणसं आपल्या जीवनात आपल्याच विचाराने समस्या निर्माण करून ठेवतात. राजस स्वभावाचा माणूस अहंतेला अधिक महत्त्व देतो. कुठल्याही गोष्टीचा अतिरेक शेवटी समस्येचं रूप धारण करतोच; तसंच राजसी स्वभावाच्या माणसाची अहंतादेखील त्यास कित्येकदा अडचणीत आणण्याचंच काम करते. ही माणसं अहंभावाला अधिक महत्त्व देतात. विरुद्ध वचनं त्यांना एखाद्या इंगळीने दंश केल्यासारखी झोंबतात. मग हे जोपर्यंत त्या समस्येचा फडशा पाडत नाहीत तोपर्यंत ती सारखी तडफडत राहतात. मग यांना त्यांच्या विचारापासून, त्यांच्या हेकेखोरपणापासून कुणीच अलिप्त करू शकत नाही. सामान्यपणाने सैनिकी पेशात या लोकांना अधिक रस असतो, धाडसाची काम करण्याची या लोकांना आवड असते.

तामसी स्वभावाच्या लोकांना ताजं अन्न रुचत नाही. त्यांच्या ते पचनी पडत

। ९४ । 'आरसा चिंतनाचा' - स्वत:ला ओळखण्याचा

नाही. ते जे खातील, ते नेहमी शिळं खातील किंवा शिळं करून खातील. त्यामुळेच त्यांची बुद्धीदेखील तामसी बनून जाते. सारासारविवेक, परिपाठ या गोष्टींचा यांना गंधही नसतो. जो काही विचार करतील, त्या विचारांना कुठला आधारच नसतो. प्रत्येक गोष्ट अविचाराने, परिणामांची क्षिती न बाळगता यांच्याकडून केली जाते. शिळं झाल्यामुळे अन्नात विषारी द्रव्ये तयार होतात, ती तशीच त्यांच्या शरीरात जातात. मग यांची बुद्धीदेखील विषारी बनून जाते. मेंदू बत्थड बनून जातो. विचारही तसेच विषारी बनून जातात. कुणाचं चांगलं झालेलं यांना पाहवतच नाही. यांच्या तावडीत एखादा चांगला मनुष्य सापडला, तर ते त्याचीही वाट लावायला कमी करीत नाहीत. यांच्यातली विषारी आणि मत्सरी वृत्तीच यांना तसं आचरण करायला भाग पाडते.

मनुष्याचं जीवन जगणं अशा तीन स्वभावांच्या लोकांच्या वाट्याला तीन पद्धतीनं येतं. मनुष्याने आपलं जीवन होता होईल तितकं सात्त्विक पद्धतीने जगण्याचा प्रयत्न केला पाहिजे. आजच्या धकाधकीच्या जीवनात सात्त्विक आचरण करणं आणि तसं जीवन जगणं मनुष्याला दुरापास्त वाटत आहे; परंतु जर संयमाने, विचाराने तसं जीवन जगण्याचा प्रयत्न केला, तर ते त्याला अशक्यही नाही. जीवन जगण्याचं अंतिम ध्येय आनंद, उत्साह आणि चैतन्य आहे, हे जगात कुणीही अमान्य करणार नाही. प्रत्येक जण जगत असतो, ते याच तीन गोष्टींकरता जगत असतो. सामान्यपणे कुठल्याच मनुष्याला वाईट जीवन जगण्याची इच्छा नसते; परंतु नियोजनाच्या अभावामुळे माणसं चुकीच्या दिशेने भरकटली जातात.

अन्न बिघडलं की विचार बिघडतात. विचार बिघडले की आचरण बिघडतं. मेंदूची मूळ कार्यक्षमताच बिघडून जाते. मग सारासार विवेकबुद्धी नष्ट होऊन मनुष्य दीर्घ परिणामांचा विचार करत नाही. तात्पुरता, संकुचित विचार करून आपल्यापुरतंच, तितकंच पाहायला लागतो. विशाल बुद्धीने विशाल दृष्टिकोन ठेवून वागणारा मनुष्य हा निश्चितच सात्त्विक बुद्धीचा असतो.

अन्नदोष हे मनुष्याच्या स्वभावाचं आणि जीवनाचं पतन करण्याचं मूळ कारण आहे. केवळ उदरभरण करून मनुष्याला त्याच्या खऱ्या जीवनाचा आनंद कधीच मिळत नाही. एवढ्याचसाठी अन्नाला आपण पूर्णब्रह्म मानलं आहे. निव्वळ पोटासाठी जगणं वेगळं आणि जगण्यासाठी पोट भरणं वेगळं आहे. ज्यांना सत्शील, चारित्र्यसंपन्न, श्रेष्ठ जीवन जगायचं आहे; या भूतलावर आनंदाने राहायचं आहे, दीर्घायुषी व्हायचं आहे– तेच लोक सर्वप्रथम आपल्या आहाराला महत्त्व देतात. जे भ्रमात, दिखाऊपणात आपलं आयुष्य उधळतात, त्यांना नाही कळत अन्नाचं महत्त्व!

जीवन आणि मृत्यू या दोन्हीही गोष्टी अन्नावर पुरेपूर अवलंबून आहेत.

रोजचं अन्नच तुम्हाला रोज-रोज जीवनदान देत असतं. काही खाल्लंच नाही, तर तुम्ही कसे जगू शकाल? निव्वळ हवा, पाणी घेऊन मनुष्य नाही जगू शकत. त्याबरोबर तितक्याच शुद्ध आहाराचीही मनुष्याला गरज असतेच. समाजात तुम्ही थोडंसं बारकाईने निरीक्षण करून पाहावं. तुम्हाला पदोपदी विविध प्रकारची, विविध स्वभावांची माणसं भेटतील. ती माणसं जेव्हा तुमच्याशी कुठला व्यवहार, संभाषण करतात; तेव्हा त्यांच्या व्यवहारातून आणि संभाषणातून त्यांचा स्वभाव निश्चित होऊन जातो. एखादी व्यक्ती हट्टी असेल; तर लगेच ओळखून घ्यावे की, हा मनुष्य तामसी स्वभावाचा आहे. हा जे काही अन्न ग्रहण करतो, ते तामसी अन्न खातो, हे लक्षात घ्या. एखादी व्यक्ती जर गर्वात, ताठ्यात बोलत असेल, तर लक्षात घ्या की, ती व्यक्ती राजस अन्न सेवन करते. जी व्यक्ती सौजन्याने, नम्रतेने तुमच्याशी बोलते, वागते– ती व्यक्ती निश्चितच सात्त्विक अन्न ग्रहण करते. म्हणूनच माणसा-माणसांच्या जगण्यात फरक जाणवतो.

तामसी लोक नेहमी काही ना काही अडचणीत असतात. त्यांचा स्वभावच त्यांना त्या समस्यांमध्ये ढकलून देतो. मग ही माणसं सतत बेचैन असतात, आळसावलेली असतात. त्यांच्यात चैतन्य असे कुठे जाणवतच नाही. हे कुणाशीही सरळ कधी बोलतच नाहीत. ही माणसं दुःख, दारिद्र्य, यातना पदोपदी भोगत असतात. रोजचं मरण यांच्या पाठीमागे लागलेलं असतं. यांचा आत्मा संतुष्ट कधी नसतो. कारण मनुष्याचा आत्मादेखील त्याच्या अन्नातूनच बनत असतो. आत्मतत्त्व किंवा आत्म्याचे तरंग हे अन्नातल्या ऊर्जेतून साकार होतात. यांनी जर दूषित अन्न सेवन केलं असेल तर यांचा आत्मादेखील कधीच संतुष्ट असूच शकणार नाही. तो सदैव असंतुष्ट, अतृप्तच राहील. मनुष्याचा आत्माच जर खरा सात्त्विक घडत नसेल, तर ती माणसं नेहमी इतरांशी दुराचारानेच वागणार.

व्यक्तीचा जन्म आणि मृत्यू यांत एक दीर्घ अंतर आहे. जन्मतःच माता जे अन्न सेवन करते, त्यानुसार तिच्या उदरातून बालक जन्म घेते. ती त्या कालावधीत जसा विचार करते, तसेच त्या बालकात विचार संक्रमित होतात. म्हणून गर्भावस्थेत मातांना धार्मिक, आध्यात्मिक ग्रंथवाचनाची गोडी लावतात. सात्त्विक आचरणाची सवय लावतात. संघर्षापासून, वादापासून तिला दूर ठेवण्याचा प्रयत्न केला जातो. कारण जन्माला येणारं बालक हे सात्त्विक वृत्तीचं जन्माला यावं, अशी अपेक्षा असते. म्हणून समाज जसा या एखाद्या मातेला जपतो; तसंच जर दैनंदिन जीवनात प्रत्येकाने प्रत्येकाला जपण्याचा प्रयत्न केला, तरीदेखील जगाच्या पाठीवरच्या अनेक समस्या अगदी सहज कमी होऊन जातील. प्रत्येक मनुष्य मानाने, सन्मानाने, आनंदाने आपापलं जीवन व्यतीत करू शकेल.

जो जन्माला येतो, त्याला मृत्यू हा अटळ आहे. परंतु संपूर्ण जीवन सुखाने

व्यतीत होऊन येणारा सुखाचा मृत्यू प्रत्येकाला हवा असतो. म्हणूनच अन्नापासून आचरणापर्यंत सात्त्विकता महत्त्वाची असते; अन्यथा जिवंतपणीच दुःख, दारिद्र्याचे भोग भोगून मृत्यूच्या यातना कंठाव्या लागतात. ती वेळ शत्रूवरदेखील येऊ नये. कारण जितका आपला या भूमंडळावर अधिकार आहे तितकाच शत्रूचाही आहे. त्यालाही सात्त्विक जीवन लाभलं, तर तो तुमचा शत्रू होणारच नाही. सात्त्विक लोकांचं इतरांशी शत्रुत्व कधी नसतंच. ते नेहमी इतरांशी सख्य करतात; मैत्री करतात. जमलंच नाही तर अंतर ठेवून वागतात, परंतु आततायी धोरण बाळगून आयुष्याची माती करून घेत नाही. जन्माला आल्याचा त्यांना नेहमी आनंद वाटत असतो. त्यांना क्षुद्र कारणासाठी तो घालवून बसायचा नसतो आणि जिवंतपणीच मरणयातनाही भोगायच्या नसतात. नितळ, निखळ आयुष्याची गोडी त्यांना चाखायची असते. या आनंदाचा आस्वाद घेत-घेतच त्यांना विसर्जित व्हायचं असतं. देह जाणार, हे माहीत असूनही जे विनातक्रार देह सोडतात, ते मृत्यू कधीच पावत नाहीत. विश्वातून आलेली शुद्ध ऊर्जा, शुद्ध चैतन्य ते तसंच शुद्धावस्थेत आपल्याबरोबर घेऊन जातात.

१८ | वर्तन

वर्तन म्हणजे वागणं! रोजच्या व्यवहारातल्या आपल्या वागण्यानुसार आपलं वर्तन ठरून जातं. वागण्याचे नेहमी दोन भाग पडून जातात. एक चांगलं वागणं आणि दुसरं वाईट वागणं! Good character and bad character! वागण्याचा संबंध नेहमी आपल्या चारित्र्याशीही जोडला जातो. वागणं हेच वर्तन आणि वर्तन हेच चारित्र्य बनून जातं. म्हणूनच प्रत्येक व्यक्ती ही तिच्या वागण्यावरून, बोलण्यावरून ओळखता येते. ती व्यक्ती चारित्र्यसंपन्न आहे की नाही, हे त्या व्यक्तीचं वर्तनच सांगून जातं.

वर्तन हा मनुष्यावरील एक महासंस्कार आहे. वाईट वागणं अगदी सहज कुणालाही जमून जातं; परंतु चांगलं वागणं जमायला मनुष्यावर बालपणातच चांगले संस्कार होणं गरजेचं आहे, त्याशिवाय त्याचं वर्तन चांगलं घडूच शकत नाही. पालक आणि शिक्षक या दोघांनीही मुलांवर चांगले संस्कार करून त्यांचं वर्तन सुधारण्याची जबाबदारी स्वीकारली पाहिजे. निव्वळ त्यांचे मार्क्स वाढवून किंवा त्यांना केवळ प्रसिद्धीच्या लोभापायी नृत्य, गाणी शिकवून भागत नाही.

व्यक्ती नेहमी अगोदर चारित्र्यसंपन्न घडायला हवी. मनुष्याचं चारित्र्य नेहमी शुद्ध असेल, तर त्या व्यक्तीचं मोल समाजात अफाट आहे. प्रत्येक व्यक्तीचं चारित्र्य हे नेहमी तिच्या वागण्यातूनच घडत असतं. ती व्यक्ती समाजात कशा

पद्धतीने वागते, यावरच त्या व्यक्तीची संपूर्ण चारित्र्यसंपन्नता घडत असते. चांगलं वागणं, चांगलं बोलणं हेच त्या चारित्र्यसंपन्नतेचं लक्षण असतं.

स्वार्थी, मतलबी लोकांना आपलं वर्तन कधीच नीट राखता येत नाही. ही माणसं नेहमी वरवर गोड बोलतात, बेगडी पेहराव करतात, बेगडी हसतात, परंतु यांच्या मनात हेतू मात्र कपटी असतात. हे कधी कुणाचा केसाने गळा कापतील याचा भरवसा नसतो. मतलबापुरते ते तुम्ही म्हणाल ते करायला तयार असतात. त्यांच्या आत जो भुजंग दडलेला असतो, तो संधी मिळेपर्यंत आपल्या इशाऱ्याप्रमाणे डोलत असतो. एकदा का त्यांचा स्वार्थ साधून झाला, म्हणजे ते तुमच्यावर फूत्कारल्याशिवाय किंवा तुम्हाला डसल्याशिवाय सोडणार नाहीत. अतिशय हरामी आणि चारित्र्यहीन स्वभावाची माणसं म्हणतात, ती अशी! तुम्हाला दंश करून कधी पोबारा करतील याचा नेम नाही. दया, माया, सहकार्य नावाची गोष्ट यांच्या मनाला स्पर्शदेखील करीत नाही. स्वार्थ साधण्यासाठी ते तुमचा हजार वेळा पाठपुरावा करतील, तुमच्यासमोर सतत लाचार होतील, लाळ घोटतील; परंतु स्वार्थ साधेपर्यंत काही तुमचा पिच्छा सोडणार नाहीत.

यांना तुमच्यावर फार उपकार करायचे असतात, असं काही नाही. राजरोसपणे, पांढरपेशा वृत्तीने तुमचा खिसा कापायचा घाट यांनी घातलेला असतो. जोपर्यंत तुमचा खिसा यांना भरलेला दिसत असतो तोपर्यंत हे तुमच्यासमोर वारंवार येत राहतील. तुमच्या इशाऱ्यावर नाचत राहतील, तुम्हाला मस्का मारत राहतील, दोस्तीचा हात पुढे करतील; परंतु त्या हाताच्या बोटात खिसा कापायचं ब्लेड लपवलेलं असेल. त्यांच्या दोस्तीचा हात सामान्य, सरळ मनाच्या लोकांना फार महाग पडतो. वेगवेगळी आमिषं दाखविण्यात यांचा हातखंडा असतो. भेटवस्तू, दामदुप्पट रकमा करायच्या आमिषांच्या गाजराची पुंगी ते सतत तुमच्यासमोर वाजवत असतात.

जाणकार मनुष्यच फक्त यांची ही गाजराची पुंगी ओळखू शकतो. तिथं यांची डाळ शिजत नाही. परंतु, हे पण काही कच्च्या गुरूंचे चेले नसतात. लबाडी ही यांच्या रक्ताच्या थेंबाथेंबांत भिनलेली असते. तुम्ही यांना सहकार्य केलं नाहीत, तर हे हरामी तुमचा पाणउतारा करायला, अपमान करायलाही मागे-पुढे पाहत नाहीत. जणू यांनी यांच्या आयुष्यात केवळ चारित्र्यहीनतेचाच कोर्स केलेला असतो. फायदा असेल तर लाचारी पत्करा, नसेल तर फूत्कार टाका.

बाजारात वेगवेगळी उत्पादने, एकत्रित सुविधा आणून सामान्य माणसाला जाळ्यात ओढण्याचं काम हे सतत करीत असतात. वेगवेगळ्या गावांतून, शहरांतून तात्पुरत्या जागेत हे खोटी-खोटी दुकानं मांडून बसतात. जाहिरातींचा, भपकेबाजपणाचा आव आणून सामान्य मनुष्याला ते आपल्या जाळ्यात बरोबर खेचून घेतात.

सामान्यजनदेखील या लोकांच्या फसव्या धंद्याला बळी पडतात. तात्पुरत्या आमिषाची जादू त्यांच्यावर लगेचच होते. ऐपत असो अथवा नसो, परंतु कर्ज काढून लोक या फसव्या योजनांमध्ये सहभागी होतात. कुठलीही शहानिशा न करता, चौकशी न करता त्यात स्वत:ला झोकून देतात.

जगात कुणीही कुणाला काहीही फुकट देत नाही, यावर यांचा विश्वासच बसत नाही. जग कधीही योग्य मोबदल्याहून अधिक कधी कुणाला देत नाही, यावरही यांचा विश्वास नसतो.

फसव्या योजनांना बळी पडून हे त्यांच्या भजनी लागतात. सुरुवातीला चार-सहा महिने विश्वास संपादन करून बरंचसे जनसामान्य सापळ्यात आले की, तात्पुरती थाटलेली ही दुकानं बंद करून हे लोक पोबारा करतात. मग त्या बंद दुकानांच्या शटरसमोर पश्चात्ताप करत अश्रू ढाळत बसण्याशिवाय यांच्याकडे काही पर्यायच उरत नाही. अगदी आंदोलनं करून, पोलीस स्टेशनच्या पायऱ्या झिजवूनही नंतर काहीएक उपयोग होत नाही. जनतेला लुबाडणारे हे गोंडस योजनाधारी सर्प ओळखायला त्यांनी शिकलं पाहिजे. आता तर मोबाईल हे साधन जनतेला सापळ्यात ओढण्यासाठी आयतंच त्यांच्या हाती आलं आहे. कुठल्याही नंबरवर बक्षीस लागल्याचं sms द्वारे गाजर दाखवून लाखांत दहा गिऱ्हाइकं जाळ्यात ओढायला यांना नक्कीच यश येतं. खोटे बँक खाते नंबर देऊन त्यात ठरावीक रक्कम भरायला लावायची आणि नंतर ते खातं बंद करून टाकायचं– ही यांची राजरोस चोऱ्या करायची युक्ती असते. ती खाती चौकशी केल्यावर बनावट असल्याचे सहज निष्पन्न होऊन जाते. असे sms त्वरित delete करायचे सोडून अज्ञानी, असमंजस लोक यांच्या कचाट्यात सहज सापडतात.

सध्या चारित्र्यहीन लोकांचा जमाना चालू आहे, असं थोडक्यात म्हणायला काहीच हरकत नाही. सामान्य माणूसदेखील अशा आमिषांना बळी पडताना आपल्या लोभाचा कधीच विचार करत नाही, हे विशेष आहे. स्वत: होऊन कुठे तरी फसल्यानंतर ही माणसं आपल्या मूर्खपणाचं, वेडेपणाचं खापर इतरांच्या माथी फोडतात. ते फसवायला दुकान थाटून बसलेले आहेत, परंतु आपण अशा फसव्या दुकानांची खात्री पटल्याशिवाय पायरी का चढावी?

जगात जे काही मिळवेन ते केवळ मी माझ्या घामाचं मिळवेन, कष्टाचं मिळवेन– असं मनाशी ठामपणे ठरवून घेण्यात आणि तसं आचरण करण्यात तुमचं काय जातं? या मानसिकतेमुळे या भुरट्यांचे आपण बळी तर ठरत नाही. शिवाय स्वाभिमानाने जे काही मिळवू, त्याला हात लावायची कुणाला हिंमत होत नाही. थोडं मिळालं तरीदेखील त्यातला आनंद आणि तृप्तीदेखील काही वेगळीच असते.

चांगली-चांगली स्वतःला हुशार म्हणवून घेणारी माणसंदेखील जेव्हा वेगवेगळ्या आमिषांना बळी पडतात, तेव्हा खरोखरच त्यांच्या हुशारीबद्दल आणि चांगुलपणाबद्दलही शंका निर्माण व्हायला लागते. त्यांचंदेखील वर्तन क्षणिक लोभापायी का घसरतं– हा प्रश्न पडायला लागतो.

आपल्या वर्तनाशी, आपल्या वागण्याशी ठाम राहणं, हे मनुष्याचं दृढ कर्तव्य आहे. जग हे सध्या तरी खूप फसवं झालं आहे. दिवसेंदिवस लोक कुठल्या स्तराला जाऊन पोहोचतील याचीदेखील आता शाश्वती राहिलेली नाही. आयुष्यात माणसानं आता इतकंच काम करायचं की– कुणी तरी भामट्यानं यावं, कुणाला तरी गंडा घालावा आणि मग त्या फसवेगिरीचं दुःख व समस्या आयुष्यभर निस्तारत राहाव्यात.

स्वतःला पांढरपेशी म्हणवून घेणारी माणसंदेखील जेव्हा अशा पद्धतीने जगायला लागतात, तेव्हा माणुसकीवरचा विश्वासच उडून जातो. पदोपदी सावध चित्ताने जगत राहणं वाट्याला येतं, तेव्हा मुक्त जीवनाची संकल्पनाच मोडीत निघून जाते. जिकडे पाहावं तिकडे केवळ माणसांची गर्दीच गर्दी झाली आहे. जो तो एखादं पिसाळलेलं कुत्रं मागं लागल्यासारखा धावत असतो. गाड्या, बंगले, मौजमजा याशिवाय जीवनात लोकांचं वेगळं असं काही ध्येयच नसतं. निव्वळ या गोष्टींसाठी जिवाचा आटापिटा करीत धावणं, इतकाच यांना उद्योग उरतो. त्यात स्वतःच्या आणि इतरांच्या जीवनाची काय ओढाताण करून घेतो, काय होरपळ करून घेतो याचीही यांना शुद्ध राहत नाही. कुठून कर्ज काढू, कुणाला बळीचा बकरा करू, कुठे भ्रष्टाचार करू आणि ही सुखं कशी प्राप्त करू– इतकंच स्वप्न आता लोकांसमोर उरलं आहे. त्यासाठी किती मरतो आणि किती जणांना मारतो, याचंही यांना भान राहत नाही.

जगाच्या पाठीवर जर किडा-मुंगीसारखे मनुष्याच्या अपत्यांचे जन्म व्हायला लागले आणि प्रत्येकाचं जर हेच स्वप्न होऊन राहिलं, तर त्या प्रत्येकाच्या या गरजांची पूर्तता होणार कशी? विभक्त कुटुंब, स्वतंत्र कुटुंब अशा कुटुंबाची विभागणी होऊन गावं, शहरं फुगायला लागली आहेत. आपल्या बुद्धीचा, कौशल्याचा, चारित्र्याचा विचार न करता, आपल्या कमाईचा विचार न करता प्रत्येकाला स्वतंत्र घर, गाडी, पार्ट्या, मौजमजा अशी स्वप्नं पडायला लागली; तर दुःखाव्यतिरिक्त लोकांच्या पदरात काहीही पडणार नाही.

आपली ऐपत नसताना, क्षमता नसताना लोक जर उंटाचे मुके घेण्याचा प्रयत्न करू लागले, तर त्यासाठी चारित्र्य गहाण ठेवूनच त्यांना हा मार्ग चोखाळावा लागेल. सभ्यपणाने या सर्व गोष्टी प्राप्त करून घेणं कठीण आहे, तरीही लोक आपला हेका सोडत नाहीत.

काम कमी आणि मोबदला अधिक, ही फसवी वृत्ती बाळगून जगाला लुटणं वाटतं तितकं निश्चित सोपं नाही. त्यात तुमचं वर्तन निश्चितच बिघडण्याची शक्यता असते. एकदा जर जीवनात पाय घसरला, तर पुन्हा आयुष्यात सावरता येणंही कठीण होऊन बसतं.

जी माणसं आपल्या आयुष्यात आपल्याला नीतिमत्तेनं, कष्टानं जे काही मिळवता येते त्यातच समाधान मानतात, त्यातच आपला प्रपंच चालवतात; ती माणसं खरोखर विचारी असतात, चारित्र्यसंपन्न असतात. त्यांना कितीही लोभ दाखवला तरी त्यांचा पाय घसरण्याची शक्यता नसते. ते आपलं वर्तन अबाधित राखण्यासाठी सतत झटत असतात आणि वैशिष्ट्य म्हणजे, याच लोकांच्या पायाशी सारी सुखं आपोआपच येऊन पडतात. यांच्या शब्दाची किंमत, यांचं वागणं, यांचं बोलणं, यांचा दृढ निश्चयच यांना यशाच्या शिखराकडे आपोआपच घेऊन जातो. म्हणूनच व्यक्तीचं वर्तन हे नेहमी चकाकणाऱ्या नाण्यासाखं खणखणीत असावं, ते गंजलेलं नसावं. मग अशी माणसं जगाच्या पाठीवर जिथं जातील तिथं केवळ स्वर्गच निर्माण करतील. याच आणि अशाच प्रकारच्या लोकांवर आज जगाची भिस्त आहे.

❐❐❐

१९ | निजधाम

शाश्वत ठिकाण म्हणजे निजधाम! जन्मानंतर आयुष्यात सतत अनेक घडामोडी घडत असतात. आपण इथे कायमचे राहायला आलो नाही, हे प्रत्येक व्यक्ती जाणून असते. एकदा जन्म झाला म्हणजे पुन्हा मृत्यू हा ठरलेलाच असतो. शंभर वर्षांच्या आत-बाहेर तो कधी, कुणाला, केव्हा येईल याची काहीच शाश्वती नसते. तरीदेखील मनुष्य आपलं हे अशाश्वत जीवन विसरून जातो. जणू काही आपण इथे कायमचं राहायला आलो आहोत, अशा आविर्भावात जगत राहतो. एवढ्या- तेवढ्या गोष्टींना तो आपलं समजू लागतो. लहानसहान गोष्टींचा सतत संग्रह करीत राहतो. त्या मिळविण्यासाठी जिवाचा आटापिटा करतो, भांडणतंटे करतो, वादविवाद करतो– प्रसंगी जिवाचीही पर्वा करत नाही; इतका याचा एवढ्या- तेवढ्या गोष्टींमध्ये जीव अडकून बसतो. इतकी माया कधी कुणालाच शोभत नाही, हे कळूनदेखील माणसं आपला मोह आवरण्यात अपयशी ठरतात. सतत नवनवीन गोष्टींमध्ये अडकून पडतात. मग जीवन जगणंच राहून जातं. संग्रह करण्यातच आयुष्य भराभरा निघून जातं.

आपण इथे या भूतलावर काही दिवसांसाठी एखादी सहल करावी याप्रमाणे भेट द्यायला आलो आहोत. सहल करताना आपण संग्रहाच्या मागे कधी लागत नाही. जितकं होईल तितकं निसर्गाशी, माणसांशी एकरूप होण्याचा प्रयत्न करतो;

क्षणन् क्षण एन्जॉय करण्याचा प्रयत्न करतो. प्रत्येक क्षणातला आनंद आत उतरविण्याचा प्रयत्न करतो. जी आपली थोड्या दिवसांची सहल असते, ती मात्र आपल्याला उपभोगता येत नाही. तिच्यातला आनंद आपल्याला घेता येत नाही. असं का? याचंही मनुष्याने निश्चितच चिंतन करावं.

इथे कुणीही अमरपट्टा गळ्यात बांधून आलेलं नाही. प्रत्येकाला आपल्या शाश्वत मुक्कामाच्या ठिकाणी पुन्हा माघारी जायचं आहे. तिथं जाताना तर सोबत कुणीही नसतं. तो प्रवास एकट्यानेच करावयाचा असतो. इथं तुम्हाला सारं जग जोडीला मिळालेलं आहे. ईश्वराचा संकेतच हा आहे की– आता तुम्हाला मी एकत्र पाठवलं आहे, जोडीला निसर्ग दिला आहे, मुक्त श्वास घेण्याची संधी दिली आहे; आता तुम्ही एकमेकांच्या सहकार्याने जीवन उपभोगा. एकमेकांना जाणून घ्या. एकमेकांची सुख-दु:खं वाटून घ्या. एकमेकांना आनंदी बनविण्याचा, उत्साही बनविण्याचा प्रयत्न करा. सुख वाटाल, तर सुखी व्हाल. दु:ख वाटाल, तर दु:खी व्हाल. इतकी सारी उदारता आयतीच ईश्वराने मनुष्याला देऊनही मनुष्य नेहमी या साध्या-सरळ सिद्धांताच्या नेहमी विरुद्ध वागतो.

अधिक सुखांच्या लोभापोटी, लालसेपोटी मनुष्याने सरळमार्ग आता सोडून दिले आहेत. एकमेकांच्या सहवासात राहून, एकमेकांची सुख-दु:खं वाटून घेण्याऐवजी स्वत:च फक्त सुखाचा भोग घेऊन इतरांना दु:खी कसं करता येईल याकडे मनुष्य अधिक आकर्षित झाला आहे. त्याचं कारण त्याच्या मनात भरलेली असूया आणि मत्सर! आपल्यापेक्षा या जगात सुखाने कुणी जगूच नये, आपल्यापेक्षा या भूतलावर अधिक कुणी मोठं असूच नये, म्हणून तो त्याच्या सहवासात जो-जो कुठल्याही कारणानं येतो, त्याचं पतन करण्याचाच तितका विचार करतो. इतरांचं सुख त्याला कधी पाहवतच नाही. त्यामुळे तो सहवासात येणाऱ्या प्रत्येक मनुष्याची कुचंबणा करण्याचा, अडवणूक करण्याचा प्रयत्न करतो. साहजिक स्वत: दु:खी असतो आणि तेच मनातलं दु:ख इतरांवरही थोपण्याचा आटोकाट प्रयत्न करतो. जणू हे जग माझंच आहे, मीच ते निर्माण केलं आहे– असा याला भ्रम व्हायला लागतो.

परंतु या मूर्खाला इतकंही समजत नाही की, इथं एक गवताची काडीदेखील निर्माण करण्याची क्षमता तुझ्यात नाही; तिथं तू हा भ्रमिष्ट अधिकार का इतरांवर थोपण्याचा प्रयत्न करीत आहेस? जे काही घेतो ते इथूनच घेतो, जे अगोदरच कुणी तरी वापरलेलं आहे, उष्टावलेलं आहे; त्यालाच फक्त पॉलिश करतो आणि आपलं-आपलं म्हणतो. तुझ्यासारख्याच त्याला आपलं-आपलं म्हणणाऱ्या अनेक पिढ्या इथं आल्या आणि इथंच सारं काही सोडून गेल्या. ते त्यांनी मागे सोडलेलंच तुझ्या हाती पडलं आहे. त्याला पॉलिश केलं म्हणून ते काही तुझं होत नाही. ते तर तुला तुझ्या या अल्पकाळाच्या सहलीत सांभाळायला दिलं आहे, तात्पुरतं

'आरसा चिंतनाचा' - स्वत:ला ओळखण्याचा

वापरायला दिलं आहे. तू जे काही पाहतो आहेस, गोळा करतो आहेस, आपलं-आपलं म्हणतो आहेस; त्यातलं कणभरदेखील तुझं काहीच नाही. आज लोकांशी वादविवाद करून, हाणामाऱ्या करून, लबाड्या करून ज्या-ज्या गोष्टींचा तू संचय करशील, त्या सर्व गोष्टी तुला निजधामाकडे जाताना इथंच सोडून जाव्या लागणार आहेत. तेव्हा जगण्याची दिशा बदलायला शीक. आपलं समजून तू ज्या-ज्या क्षुद्र गोष्टींमध्ये अडकून पडशील, त्या सर्व गोष्टी तुला कधीच सुख देणार नाहीत. त्या तुला सतत दुःखात ठेवतील. मग त्या वस्तू असोत अथवा माणसं असोत– तुझा त्यांच्याबद्दलचा मोहच तुला दुःखाकडे घेऊन जाईल.

या भूतलावरच्या या अल्प आयुष्यात इथून तुला जे काही घ्यायचं आहे, उचलायचं आहे– ते केवळ तुझ्या देहाला आनंद प्राप्त करून घेण्याइतपतच घ्यायचं आहे. इतरांचं लुबाडून, हिरावून घेऊन तू सुखी नाही होऊ शकणार. तुझ्याइतकाच या भूतलावर त्यांचाही जगण्याचा अधिकार आहे. त्यांनाही इथं आपली सहल सुखाने पार पाडायची आहे. म्हणून तू त्यांच्या आयुष्यात विघ्न बनण्याचा प्रयत्न करू नकोस. तू त्यांचं लुटायला जाशील, तर ते तुला त्यांच्या वस्तू लुटू देणार नाहीत. त्यांनाही त्याची गरज आहे. मग वाद होतील, संघर्ष होईल; मग तुम्ही दोघंही सुखी नाही राहू शकणार. ज्या गोष्टी तुमच्या दोघांच्याही नाहीत, त्यावर तुमचा वाद कसला?

वस्तूंचा मोह म्हणजे काही सुख नाही. वस्तू तुम्हाला शाश्वत आनंद कधीच देत नाहीत; त्या क्षणिक आनंद देतात, त्या फक्त कामापुरत्या गरजेच्या असतात. वापर झाला म्हणजे त्या टाकूनच द्यायच्या असतात. त्यांनादेखील झीज आहे. आज ना उद्या त्यादेखील नाहीशा होतील. मग अशा या अशाश्वत वस्तूंसाठी तुम्ही तुमचा आनंद का घालवून बसता? मनुष्य जितका कमी संग्रह करतो, तितकाच तो अधिक सुखी होतो. जितका तो कुठल्याही गोष्टींच्या संग्रहाच्या अधिक मागे लागतो तितकीच तो अधिक दुःखं ओढवून घेतो. कामापुरत्या वस्तूंचा संग्रह करणं, माणसांचा संग्रह करणं रास्त आहे. गरजेपुरती कुठलीही गोष्ट मनुष्याला आनंदी ठेवते, परंतु गरजेहून अधिक संग्रह करण्याचा अट्टहास दुःखाकडेच घेऊन जातो. अधिक जमवलेल्या गोष्टींमध्ये आपले अधिक श्रम खर्ची पडलेले असतात. त्यामुळे त्या गोष्टींमधलं आकर्षणही तितकंच दाट झालेलं असतं, बंधनं अधिक घट्ट झालेली असतात. मग तिथे आपली केवळ अधिकाराची भाषा उरते. 'मी केलं' असा दृढ विश्वास निर्माण होतो. परंतु तुम्ही केलं असा जो दृढ विश्वास असतो, तो तुम्ही वेळ आणि जीवनातला त्या-त्या क्षणातला आनंद घालवलेला असतो. तुम्हाला माहीत असूनही की, हे सारं इथेच सोडून जावं लागणार आहे, तरीदेखील जे शाश्वत होतं ते तुम्ही इथं पणाला लावलं. नाहक खर्च करून टाकलं. गरजा

भागविण्यापुरतं मिळत असतानाही तुम्ही निव्वळ गोळा करीत राहिलात. मग आनंद जिथल्या तिथे विरून गेला. आनंद आणि दु:ख या नाण्याच्या दोन बाजू आहेत. जेव्हा तुम्ही आनंद पणाला लावता, तो घालवून बसता; तेव्हा दु:ख आपोआपच समोर प्रकट होतं. काळोख आणि अंधारासारखे ते जीवनात हजेरी लावतात. जिथं प्रकाश आहे तिथं काळोख नसतो. जिथे काळोख आहे तिथे प्रकाश असत नाही. दोघांनीही एकमेकांना कधी पाहिलेलं नाही. काळोखानं अद्याप प्रकाश पाहिलेला नाही, प्रकाशानंदेखील अद्याप काळोख पाहिलेला नाही. जिथे प्रकाश आहे तिथे काळोख अनुपस्थित आहे. जिथे काळोख आहे तिथे प्रकाश अनुपस्थित आहे.

अगदी तसंच– जिथे तुम्ही आनंद हरवून बसता तिथे दु:ख प्रकट असतं. जिथे तुम्ही दु:खाला बाजूला सारता तिथे आनंद उपस्थित होतो. दोन्हींच्या मध्यावर राहणं कठीण आहे. अर्थात, मनुष्याने तेदेखील साध्य केलं आहे. तो या दोन्हींच्या मध्यावर उभा राहायला शिकतो, तेव्हा तो स्थितप्रज्ञ बनून जातो. मग तो सामान्य राहतच नाही. एकाच ठिकाणी मध्यावर राहून तो अंधार आणि प्रकाश दोन्हीही पाहू शकतो. एकाच वेळी तो सुख आणि दु:ख दोन्हींचीही सारखीच अनुभूती घेऊ शकतो. मनुष्याला जी इच्छा नावाची अलौकिक शक्ती ईश्वराने दिली आहे, ती याचसाठी! तू पृथ्वीवर जाऊन हे शिकून ये. तिथे तुला ही संधी उपलब्ध आहे. तिथे तुला सुख आणि दु:ख दोन्हीही पाहायला मिळतील. अंधार आणि प्रकाश दोन्हीही पाहायला मिळतील. त्या दोन्हींचा प्रत्यय घे, अनुभव घे, म्हणजे तुला दोन्हींचही महत्त्व पटेल. मग तू दोन्हींच्या पलीकडे जायला शिकशील. मग तू आनंद मिळाला तरी हर्ष पावणार नाहीस, दु:ख मिळालं तरी ते वेदना होऊ देणार नाही. सुख-दु:खाच्या पलीकडे जाणं हाच तुझा धर्म आहे. विश्वात तू आनंदी आहेस, अनंत आहेस. विश्व सतत परावर्तित होत राहतं, बदलत राहतं. तिथे तुला एकट्याने संघर्ष करायचा आहे. तुझी आत्मिक ऊर्जा विश्वात सतत कार्यरत राहणार आहे. या विश्वाचा प्रचंड पसारा पाहून तुला भीती वाटायला नको. घाबरून जायला नको. ती तुझी अनंत यात्रा आहे. तुला तुझ्या परिवर्तनाचा सामना सतत करायचा आहे. म्हणून तू पृथ्वीवर ये, शिकून घे. सुख-दु:खं तुला समान असतील. विश्वातला अंधार आणि प्रकाश तुला समान वाटेल. हे तेव्हाच तुला शक्य आहे, जेव्हा तू तिथून स्थितप्रज्ञ बनून माघारी निजधामाकडे येशील.

मनुष्यजन्मात हे शक्य आहे. तू ठरवलंस तर मोह-मायेपासून तू सहज अलिप्त होशील. जर तुला मोह-मायेचं बंधन पडणार नाही– तर तुला अखिल मानवजात, सारे सजीव समान वाटायला लागतील. मग तुझं तिथलं जगणं एक विशेष प्रयोग बनून जाईल. तुझी परीक्षा होऊन जाईल. तुझं मन शाश्वत आत्मतत्त्व

। १०६ । 'आरसा चिंतनाचा' - स्वत:ला ओळखण्याचा

प्राप्त करू शकेल. जे कशाचीही, कधीही भीती बाळगणार नाही. आपल्याशिवाय इतर सारं क्षणिक, अशाश्वत आहे हे कळालं म्हणजे भीती निघून जाते. मग कुणाचं काही देणं-घेणं उरतच नाही. कशाचाच काही जमा-खर्च उरतच नाही. आपलं काही नव्हतं आणि नसणारदेखील, याबद्दल खात्री पटायला लागते. विश्वास निश्चित होतो. मग कशातच जीव अडकून पडत नाही. ज्यांना जे घ्यायचं, त्यांना ते घेऊ द्यात; आज ना उद्या त्यांनादेखील याच मार्गाने आपल्या निजधामाकडे जायचं आहे.

कदाचित त्यांचा विश्वास दृढ व्हायला काही कालावधी मधे जावा लागेल, त्यांना पुनर्जन्माचीही गरज पडू शकेल; परंतु एक ना एक दिवस त्यांनाही सत्य जाणून घ्यावंच लागणार आहे, स्थितप्रज्ञ बनून जगाचा मोह सोडावाच लागणार आहे... तरच ते तिथं पोहोचतील– शाश्वत ठिकाणी... निजधामास!

❑❑❑

२० | फुकट

कष्टाशिवाय, श्रमाशिवाय, मेहनतीशिवाय जगण्याचा प्रयत्न करणे म्हणजे फुकट! जगाच्या पाठीवर आता या फुकट्यांची काही कुठे कमतरता आढळत नाही. आयुष्यात जे-जे काही हवं, ते-ते यांना केवळ फुकट हवं असतं. एकदा ज्यांना फुकट जगायची सवय लागते, ते नंतर आयुष्यात कष्ट करायला धजतच नाहीत.

हे फुकटे जगाकडून अनेक प्रकारे सर्व गोष्टी फुकटात मिळवून आपला उदरनिर्वाह करण्याचा खटाटोप करतात. जगातल्या इतर कर्तृत्ववान माणसांचं वेगवेगळ्या मार्गांनी शोषण करून हे लोक आपली पोटं भरतात. निव्वळ पोटं भरूनच हे थांबत नाहीत, तर हे एक तर भटक्या कुत्र्यांप्रमाणे रिकामे भटकत असतात. मग यांना अनेक व्यसनं, नाद फुकटात लागतात. इतरांकडे असलेल्या सुख-सुविधा यांना फुकटात हव्या असतात. मग यांच्या शोषण करण्याला पारावारच राहत नाही. आपल्या या फुकटखाऊ वृत्तीमुळे इतरांना काय त्रास होतो, याच्याशी यांना काहीएक देणं-घेणं नसतं. फक्त राजरोसपणे इतरांचं शोषण करून वरती त्यांनाच त्रास देणे, अडचणीत आणणे अशी कामं या फुकटखाऊंना खूप उत्तम प्रकारे जमतात. सामान्य माणसं यांच्या कामात व्यग्र असताना ही फुकटखाऊ त्यांना कोंडीत पकडून आपलं हित कसं साधून घेता येईल, शिवाय आपणच

'आरसा चिंतनाचा' - स्वतःला ओळखण्याचा

शिरजोर होऊन त्यांना कसं दाबून टाकता येईल, याबद्दल सतत कुणाच्या ना कुणाच्या फुकटखाऊच्या मदतीनं कंड्या पिकवतात. संधी साधून ते सामान्य लोकांना अडचणीत आणतात. म्हणजे यांच्या या कुटिल नीतीमुळे जगाचा यांच्यापासून काडीमात्र फायदा नसतोच, शिवाय जगाचाही प्रचंड अपव्यय यांच्यामुळे होत राहतो. यांच्या कारस्थानामुळे किती व्यक्तिगत, सामुदायिक नुकसान होतं याला काही मर्यादाच राहत नाही. अखेर हे कधी ना कधी समाजाच्या तावडीत सापडतच असतात; परंतु तोपर्यंत इतरांचं बरचंसं नुकसान झालेलं असतं. लोकांच्या मनाची कसोटी आणि धग यांचा विस्फोट झाला म्हणजे मग यांना जगाचे फटके खावेच लागतात. तेव्हा तो लोकांच्या मनातला उद्रेक यांची तोंडं फोडायला, मुस्काटं झोडायला कमी करत नाही. मग यांना प्रत्यक्ष ईश्वरदेखील जगाच्या उद्रेकापासून वाचवू शकत नाही.

हे फुकटखाऊ वेगवेगळ्या युक्त्या करून जगाचं सतत पतन करत असतात. स्वत:चं हित साधून घेण्यासाठी हे अनेकांचं अतोनात नुकसान करतात. यांच्यामुळे घरातले, दारातले सारे लोक त्रस्त असतात. यांच्यापासून सावध राहणं अत्यंत गरजेचं असतं.

अशी माणसं आपला प्रपंचदेखील फुकटात कसा होईल हे पाहतात. कित्येकांना आपल्या आई-वडिलांकडून आयुष्यभर फुकटातली इस्टेट मिळावी, ही अपेक्षा असते. समजा– आई-वडिलांनाच जर त्यांच्या पूर्वजांकडून काही मिळालेलं नसेल आणि दुर्दैवानं त्यांना आयुष्यात काही करता आलं नसेल, तर हे सद्गुणी वारसदार त्यांना समजून घेण्याऐवजी त्यांची लाथाळी करतात.

आपल्यातल्या कर्तृत्वाचा षंढपणा लपवून आपल्या साऱ्या नशिबाचा दोष ते आपल्या जन्मदात्यांवर लादतात. परंतु ईश्वराने जे दोन हात दिले आहेत, ते झिजवून पोट भरायची दानत मात्र यांच्यात काडीचीही नसते. मूर्खासारखे याचं, त्याचं भाग्य मोजत बसून कुठे तरी सट्टे, जुगार, लॉटऱ्या, व्यसनं यात स्वत:ला झोकून देतात. आम्ही फार महात्मे म्हणून या सृष्टीवर जन्म घेतला; परंतु आमच्या जन्मदात्यांनी आमचं नशीब खोटं ठरवलं– असा ज्यांनी जग दाखवलं, त्या पुण्यात्म्यांवर आरोप करीत हे फुकटे आपली गुजराण धरणीला भार होऊन करत असतात.

काही महाभाग तर आपली अर्धांगिनी, जीवनसाथी किती कमावती आहे आणि तिच्याकडे किती बँक बॅलन्स आहे, यावर आपल्या प्रपंचाची भिस्त ठेवतात. हे एखाद्या बाजारामध्ये बाजार करावा तसा आपला जोडीदार शोधतात. तरुण आणि त्याचे कुटुंब अशा स्त्रीधन घेऊन येणाऱ्या तरुणीच्या शोधात असतात. मुलीच्या आई-वडिलांना हे प्रांजळपणे सांगतात– ‘‘आम्हाला काही नको, फक्त

मुलगी द्या आणि जे काही द्यायचं असेल, ते फक्त मुलीला द्या.'' या वाक्यातच सारा काही त्यांचा फुकटेपणा दडलेला असतो. यांना माहीत असतं, मुलगी जे काही गोठोडं घेऊन येईल, ते आपणच उघडून खाणार आहोत. तिला दिलं काय आणि उपाशी ठेवलं काय– ते शेवटी आपल्याच हातात आहे. आपल्या घरात आल्यावर तिथं तिचं काय चालणार? आपल्या घरात तिला पाण्याचा थेंब घेतानाही आपल्याच आज्ञेत राहून घ्यावा लागेल. मग हे सारे नपुंसक त्या बिचारीच्या स्त्रीधनावर आपल्या आयुष्याची गणितं मांडत बसतात. वेळ आली, तर तिला यमलोकही दाखवतात; परंतु फुकटच्या स्त्रीधनाशिवाय यांचं काही भागत नाही.

आणखी एक उलटा प्रकार समाजात जो आढळतो, तो मुलीकडच्या चतुर कुटुंबीयांचा! मुलगा पाहताना तो कमाई किती करतो, त्याचा बँक बॅलन्स किती आहे, आणखी वडिलार्जित धन त्याच्या नावावर किती आहे, घरात नोकरचाकर किती आहेत, तो किती कर्तृत्ववान आहे– याकडे यांचा डोळा लागलेला असतो. एकदा असं गिऱ्हाईक दिसलं की हे लोक जिवाचा आटापिटा करून त्या गिऱ्हाइकाच्या मागे लागतात. कारण आपली मुलगी त्या घरात जाऊन महाराणीसारखी राहिली पाहिजे. जमलंच, तर तिच्या वतीनं त्या पोराला वेगळं करून आपलंही पितळ पिवळं करून घेता आलं पाहिजे. मग ही माणसं अनेक युक्त्या, डावपेच करून अक्षरश: आपली मुलगी त्या घरात ढकलतात. ज्या बिचाऱ्यांनी तळहाताच्या फोडाप्रमाणे आपल्या मुलाला जपलं, त्याचे कान भरवून त्याला आपल्या आई-वडिलांपासून वेगळं करण्याचा डाव हे यशस्वी करतात. मग तो बिचारा आजपर्यंत आई-वडिलांच्या छत्रछायेखाली राहून आई-वडिलांच्या जिवावर जे काही बनला, ते विसरून या फुकट्यांच्या आणि बायकोच्या ताटाखालचं मांजर बनून जातो. ते इशारा करतील, तशा माकडउड्या मारायला लागतो. जमलंच तर आई-वडिलांचं सर्वस्व लुटून त्यांना कफल्लक बनवतो आणि त्या बिचाऱ्यांना वृद्धाश्रमाचा रस्ता दाखवतो. जगात अशा फुकट्यांची काहीही कमतरता नाही. जिकडे-तिकडे यांची रेलचेल आहे.

सरकारी नोकरी मिळाल्यानंतर काम न करता फुकटचा पगार घ्यायची सवय आपल्यातल्याच लोकांना लागते. शिवाय वरती भ्रष्टाचार करायलाही गोड लागतो. गल्लीत ज्या भटक्यांना कुणी विचारत नाही– साधी दहावी-बारावी पास व्हायची क्षमता नसते, ते लोकांचं प्रतिनिधित्व करायचं स्वप्न पाहतात. लांड्यालबाड्या करून निवडणुका लढवतात आणि राष्ट्र चालवायची स्वप्नं पाहायला लागतात. परंतु ते राष्ट्र कसं चालवावं याचा गंधही यांना नसतो. केवळ राष्ट्राची सत्ता आणि संपत्ती यावर यांचा डोळा असतो. ज्यांना आयुष्यात काही करण्यासारखं असतं, ते यात नाही पडत. मग यांचं सगळीकडूनच फावतं. यांना एकदा खुर्चीत विराजमान

झाल्यावर जाब विचारणारं कुणी नसतं. लोकशाहीत सर्वाधिक त्रुटी हीच आहे. जो सत्तेत जातो, त्याला जाब विचारायचा सामान्य माणसाला ठोस काही अधिकार राहिलेला नाही. जे काही करायचं ते एकत्र येऊन संघटना करून करायचं– हे यांना चांगलं माहीत असतं. सामान्य माणसाला खुलासा द्यायला आपण बांधलेले नाही; मग काय, फुकटात नुसतं यांचं जीवनच चालत नाही तर परदेशवाऱ्या, घरदार, धनदौलत सारं काही एका सहीच्या अधिकारात यांच्याकडं येऊन जातं.

हीच सवय तळागाळातल्या माणसाला पुरून उरते. एखादा वर जातो, मग खालच्यांची पोटं दुखतात. मनात उद्रेक असतो. वरचा तर यांना खात नाही. मग यांचंही लक्ष सामान्य लोकांकडेच जातं. मत्सराचा, तिरस्काराचा उद्रेक शेजाऱ्यापाजाऱ्यांवर काढायला सुरुवात होते. आपल्या घरातील घाण दुसऱ्याच्या दारात टाकायला मग लाजलज्जा वाटत नाही. सामुदायिक खर्च द्यायची इच्छा होत नाही. जमलंच तर थातूरमातूर छोटी-मोठी पदं घेऊन इतरांच्या खर्चातूनच आपलं कसं भागेल, हे डावपेच सुरू होतात. सोसायट्या-कंपन्या काढून, कायद्याचा बडगा दाखवून, आमिषं दाखवून आपली घरं फुकटात कशी भरता येतील, हे आता खालपासून वरपर्यंत लोकांना चांगलंच कळतं.

जगात कुणी कुणालाच काही फुकट देऊ इच्छित नाही, परंतु लोकांना लुबाडून फुकटात जगायलादेखील फुकटे लाजलज्जा बाळगत नाहीत. सामान्य, कष्टाळू लोकांचं रक्तशोषण करून आपला हिजडेपणा सिद्ध करण्यात यांचा काहीही स्वाभिमान दुखावला जात नाही.

आपल्याकडच्या शिक्षणव्यवस्थेत फार गंभीर त्रुटी हीच राहून गेलेली आहे. त्यामुळेच आपल्याकडची तळागाळापासून वरपर्यंत फुकट्यांची संख्या अतोनात वाढली आहे. घरादारांत, उठता-बसता, शालेय अभ्यासक्रमात आता सतत स्वावलंबनाचे पाठ पढविल्याशिवाय माणसा-माणसांतल्या, माणसाचंच शोषण करणाऱ्या या फुकट्यांची संख्या कधीच घटणार नाही.

आता राजरोसपणे चोऱ्या, दरोडे, हत्या यांचं जे सत्र सुरू झालं आहे ते याचमुळे! आपण जन्माला येणाऱ्या प्रत्येक व्यक्तीकडे फक्त मतदार म्हणून पाहतो, परंतु त्याच्या रक्तात स्वावलंबनाच्या लशी टोचायच्याच विसरून जातो. मग वाट्याला येते ती केवळ अराजकता! एक फुकट्यांचं प्रचंड उद्रेक माजलेलं अक्राळ-विक्राळ रूप! त्यासाठी तुम्ही कितीही कायदे करा, लोकांना कितीही सवलती द्या– काहीएक त्याने साधणार नाही. जोपर्यंत त्यांना बालपणापासूनच स्वावलंबनाच्या लशी टोचणार नाहीत, त्याचे डोस पाजणार नाही तोपर्यंत!...तोपर्यंत!!

❐❐❐

२१ | मशागत

कुठल्याही गोष्टींची वारंवार देखभाल करणं म्हणजे मशागत! आपण आपल्या अंगणात एखादी बाग लावली आणि त्या बागेतली फुलझाडं कशीही वाढायला लागली, तर आपण त्या झाडांची वेळोवेळी छाटणी करतो– त्यालाच आपण मशागत म्हणतो. बागेच्या कुंपणाची झाडं कशीही वाढू लागली, तर त्याची आपण वारंवार प्रमाणशीर छाटणी करतो– त्याला आपण मशागत म्हणतो. बागेत अनावश्यक झाडंझुडपं उगवतात, ती काढून टाकणं म्हणजे मशागत! शेतकरी शेतात धान्य पेरतो, पीक वाढून काढणीला येईपर्यंत शेतकऱ्याला त्या पिकांची कोळपणी करावी लागते. निंदणी करून अनावश्यक तण काढावं लागतं. वेळेवर त्या पिकांना खत-पाणी द्यावं लागतं. तेव्हा ती पिकं जोमाने वाढतात. त्यावर रोगराईचा प्रादुर्भाव होऊ नये, म्हणून औषधांची वेळोवेळी फवारणी करावी लागते. त्याला मशागत म्हणतात.

जर बागांची, शेतीची मशागत केली नाही तर अनावश्यक तण वाढून, पिकांची अनावश्यक वाढ होऊन आपल्याला हवी ती फुलं, फळं या वनस्पतीपासून मिळणारच नाहीत. मशागत केल्याने बागा-शेतं जोमाने वाढतात, निरोगी होतात आणि ते आपल्याला भरपूर फुलं, फळं, धान्य देतात.

मनुष्याचा सिद्धान्तही याहून काही वेगळा नाही. ईश्वराने आपल्याला जो देह दिला आहे, तोदेखील एक झाड आहे– वृक्ष आहे. वनस्पतीला आपण जसं

'आरसा चिंतनाचा' - स्वतःला ओळखण्याचा

वाढवतो, त्यांची देखभाल करतो आणि त्यांच्याकडून हवं तसं धनधान्य मिळवतो; तसंच माणसांचीही देखभाल केल्याने माणसं सुदृढ होतात, बुद्धिमान होतात. एक जागा न सोडणाऱ्या वनस्पतींमध्ये जर तुम्हाला काही तरी देण्याची क्षमता आहे, तर चालत्या-बोलत्या माणसाची योग्य निगा राखली, तर तो मनुष्य तुम्हाला तुमच्या आयुष्यात काय आणि किती देऊन जाईल याची तुम्ही कल्पनाही करू शकत नाही.

परंतु माणसाचं महत्त्व माणसालाच कळत नाही, हे त्याचं दुर्दैव आहे. धनधान्य विकून त्याचा तत्काळ पैसा करता येतो. माणसाची कॅश करण्याची गॅरेंटी नाही, म्हणून माणसं केवळ एकमेकांकडे फक्त उपकाराच्याच दृष्टीने पाहत असतात. त्यांचा अगदी जवळच्यादेखील माणसांवर शाश्वत विश्वास नसतो. कित्येक पालक तर आपल्या अपत्यांवरही विश्वास ठेवू इच्छित नाहीत; मग अशा पालकांवर मुलांनी विश्वास ठेवला नाही, तर यांचं का आणि कशासाठी बिघडतं? तुमचा जन्म आधीचा असतो, की अपत्ये अगोदर जन्माला येतात? तुम्ही जर अगोदर त्यांना विश्वास ठेवायला शिकवाल, तरच ते तुमच्यावरही विश्वास ठेवू शकतील. जिथं तुमच्याच मनाची मशागत झालेली नाही, तुमचंच मन शुद्ध झालेलं नाही, निर्मळ झालेलं नाही; तिथं तुम्ही इतरांकडून विश्वासाची अपेक्षा करताच कशी? देह आणि मन या दोन्हींकडेही मनुष्यानं आपापल्या परीनं लक्ष दिलं पाहिजे. डोक्याचे केस अधिक वाढले, तर कटिंग करून केस कमी केल्याने डोकं हलकं राहतं. रोज-रोज अंघोळ करताना डोकं धुतलं म्हणजे प्रसन्न वाटतं. हातांची नखं वाढू दिली नाहीत, पायांची नखं वाढू दिली नाहीत– तर त्यांत घाण साठत नाही. वाढलेल्या नखांतील साठलेली घाण पोटात जाऊन जीवजंतू वाढतात. रोगराईला ते पोषक ठरतात. म्हणून रोजच्या रोज अंघोळ, स्वच्छता या पाळाव्याच लागतात; नाही तर शरीराला येणाऱ्या घामावर धूळ लागते, घाण चिकटून बसते आणि त्याचा घाण वास येऊ लागतो. काही लोकांना बूट वापरण्याची सवय असते. बूट वापरल्याने प्रतिष्ठा वाढते, हा यांचा गोड गैरसमज! परंतु त्यासोबत ते जे मोजे वापरतात, ते वेळेवर रोजच्या रोज धुतले नाहीत तर त्यांचा अतिशय घाण वास सुटतो. ही माणसं कुठे कुणाच्या दारात गेली, घरात गेली, ऑफिसात गेली– तर बूट बाहेर काढून जेव्हा आत जातात, तेव्हा त्या घरात किंवा कार्यालयात त्या मोज्यांचा जो घमघमाट सुटतो, तो असहनीय असतो. त्यामुळे हे लोक त्यांच्या कामासाठी ज्यांना भेटायला जातात, ते यांना आत येऊच देत नाहीत. परस्पर बाहेरच्या बाहेर घालवून देतात. यांना तरीही जाग आली तर ठीक; नाही तर यांचं कुठेही, काहीही काम होऊच शकत नाही.

आपण जिथे जाऊ तिथे नेहमी सुगंध घेऊन जावा; दुर्गंधी घेऊन जाऊ नये.

याचा अर्थ असाही नाही की कपड्यांवर, अंगावर अत्तरं शिंपडून जावीत. तेदेखील खूप लोकांना नाही सहन होत. आपण जेव्हा कुणाकडे आपलं काम घेऊन जातो तेव्हा आपण स्वत:चा विचार कमी करावा आणि समोरच्या माणसांचा अधिक विचार करावा.

अगोदर ठरविल्याशिवाय अचानक आगंतुकपणाने मनुष्याने कधीही, कुणाकडे जाऊ नये. आपण वेळ ठरवून गेल्याने समोरचा मनुष्य त्याच्या कामातून आपल्याला वेळ राखून ठेवू शकतो. अचानक गेल्याने तो इतर कामात व्यग्र असल्यास तुम्हाला वेळ देऊ शकत नाही आणि मग तुमची फेरी वा वेळ वाया जातो. समोरच्या माणसाच्या घरात, कार्यालयात गेल्यानंतर त्याला आपण आल्याची कुणाच्या तरी मार्फत सूचना द्यावी, म्हणजे त्यांना तुमचं तिथं येणं सामान्य आणि प्रशस्त वाटतं. तुम्ही येईपर्यंत ते जर एखाद्या कामात व्यग्र असतील, तर ते काम पूर्ण करून तुम्हाला ते भरपूर वेळ देऊ शकतील. कुणालाही भेटायला जाताना आपले कपडे नेहमी सामान्य असावेत. चेहऱ्यावर निखळ हसू असावं. पायांतल्या चपला किंवा बूट नेहमी दरवाजाबाहेर काढावेत. ज्या कार्यालयात तसंच आत येणं चालत असेल, तिथेच फक्त पायात चपला किंवा बूट ठेवावेत.

जग नेहमी एका हाताने घेतं, नंतर काही तरी देतं– हे प्रत्येक माणसाने लक्षात घेतलं पाहिजे. आपण जेव्हा कुणाकडून काही तरी मिळविण्यासाठी अपेक्षा करतो, तेव्हा त्याच्या मोबदल्यात त्याच किमतीचं आपण काही तरी द्यायलाही शिकलं पाहिजे; तरच तुम्हाला जगाकडून चांगला प्रतिसाद मिळू शकतो. मात्र, तुम्ही जर निव्वळ घेण्यासाठी कुणाच्या तरी दारात जाल, तर कुणीही तुम्हाला हवा तसा अपेक्षित प्रतिसाद देणार नाही. शिवाय कमीत कमी शब्दांत, नेमक्या शब्दांत, समोरच्याला समजेल अशा भाषेत जर तुम्ही काही देत असाल, तर तुम्हाला त्याचा प्रतिसाद भरपूर मिळतो. जर समोरच्या माणसाला मराठी भाषा अधिक समजते तिथं जर तुम्ही हिंदी-इंग्लिश भाषेत बोलायला जाल, तर तिथेही तुम्हाला योग्य प्रतिसाद कधीच मिळणार नाही.

प्रत्येक व्यक्तीच्या जीवनाच्या रूपरेषा ठरून गेलेल्या असतात. त्यांच्याशी नेहमी त्यांना समजेल अशाच भाषेत जर संपर्क साधला, तर ती माणसं आपल्याला जवळ करतात. तुम्हाला समजून घ्यायला त्यांना भाषेचाही अडसर तयार होऊ शकतो. भाषा, राहणीमान, संस्कार या सर्व गोष्टी मनुष्याच्या दृष्टीने वारंवार मशागत करायच्या गोष्टी आहेत.

शरीराप्रमाणेच मनावरही योग्य संस्कार घडणं आवश्यक आहे. अगोदर जर मनावर चांगले संस्कार केले गेले, तर शरीरावरही त्या मनाच्या आधाराने नेहमी चांगलेच संस्कार घडतात. ज्यांना चांगलं टापटीपमध्ये राहण्याची सवय लागते,

जीवनात शिस्तीचं ज्यांना महत्त्व पटतं, कुणाशी कसं बोलावं– कसं वागावं, हे कळतं; ती माणसं निश्चितच संस्कारी असतात. जगात खरं तर अशाच माणसांची गरज असते. या माणसांना जीवनाबद्दल आवड असते, स्वत:बद्दल अभिमान असतो; तोच या संस्कारामध्ये परावर्तित होऊन गेलेला असतो.

या माणसांमुळे जगाला काहीएक डोकेदुखी होत नाही. यांना कुठे, कसं राहावं– कुणाशी कसं वागावं– हे वारंवार सांगावं लागत नाही. या भाग्यवंतांवर निश्चितच कुण्या सुसंस्कारित गुरूने संस्कार केलेले असतात. यांची मनापासून मशागत केलेली असते. तोच यांच्या जीवनाचा पाया बनून जातो. जगात धनदौलत कोण किती मिळवतो यापेक्षा जगात कोण कसा वागतो याला अधिक महत्त्व आहे. परंतु मनुष्य पैशासाठी जेव्हा वेडा होतो, तेव्हा त्याचं स्वत:कडे लक्ष राहत नाही. पैसा हे ध्येय ठेवून जी माणसं जगात वावरतात, ती कधीच स्वत:वर आणि आपल्या अपत्यांवरही सुसंस्कार करू शकत नाहीत. जगातल्या सर्व गोष्टी काही पैशाने प्राप्त होत नाहीत. ज्यांना तसं वाटतं, तो त्यांचा भ्रम आहे. पैसा एका मर्यादेपर्यंत आयुष्यभर पुरू शकेल इतपत मिळवणं काही गुन्हा नाही. परंतु अतिलोभापाटी पैशाच्या मागे लागण्यात दु:खालाच निमंत्रित केल्यासारखं आहे. काही काही लोक पैशासाठी इतके वेडे होतात की, त्यांचा प्राणदेखील त्या पैशांनाच चिकटून बसतो. मग अनेक महत्त्वाच्या कामासाठीदेखील यांना पैसा खर्च करायचं जिवावर येतं. एवढ्या-तेवढ्या गोष्टींचा हिशेब हे लोक केवळ पैशात करतात. पैसा हा चंचल आहे. तो आज असेल तर उद्या असेलच, याची कुणी खात्री देऊ शकत नाही. म्हणून पैशाला सतत चिकटून राहणं, हा केवळ मूर्खपणाच आहे. अशा लोकांना जर कुठल्या गोष्टीत तोटा झाला आणि अचानक हाती आलेला पैसा जाण्याची वेळ आली, तर यांना हृदयविकाराचा झटका येण्याचीही शक्यता असते. मग ही माणसं सारा पैसा इथंच सोडून जातात. एक पैदेखील आपण बरोबर नेऊ शकत नाही, हे जर यांना कुणी आधी शिकवलं असतं– तर हे अद्याप काही वर्षं तरी या भूतलावर आनंदाने जगू शकले असते.

मोह कुठल्याही गोष्टीचा असो– तो अति झाला म्हणजे त्या गोष्टीची नंतर माती करायला सुरुवात करतो. जीवन हे नेहमी साधं असावं. त्यात फार अपेक्षा नसाव्यात. अति अपेक्षा दु:खांनाच निमंत्रित करतात. जीवनात आनंद त्या मिळू देतच नाहीत. कुठल्या गोष्टीत किती रमावं, किती करावं याच्या मर्यादा आपण स्वत:वर घालून घ्याव्यात. अपेक्षांना वारेमाप कधीच वाढू देऊ नये. त्यांची वारंवार छाटणी करायला शिकलं पाहिजे, म्हणजे मन आटोक्यात राहतं. मन आपल्या स्वाधीन असल्यावर दु:खांना तुम्हाला स्पर्श करायला जागाच राहत नाही.

जगात गोळा करण्यासारखं, मिळवण्यासारखं खूप काही आहे; परंतु जर

निव्वळ गोळा करून त्याचा जर काही वापरच होत नसेल, तर ते मिळवण्यात काय अर्थ आहे? आपण जे-जे काही मिळवू, ते-ते खर्च करता आलं पाहिजे. मिळवता येणं तसं सोपं आहे. श्रम केल्यावर कुठल्याही गोष्टी तुम्ही सहज मिळवू शकता. परंतु मिळवल्यानंतर ते साठवून ठेवण्यापेक्षा वापरण्यात जो आनंद असतो, तो काही वेगळाच असतो. तेच तुमचं फलित असतं... आणि तीच तर तुमच्या मनाचीही खरी मशागत असते.

❑❑❑

'आरसा चिंतनाचा' - स्वतःला ओळखण्याचा

२२ | घटना

कृती, नियम, आचरण इत्यादींमधून घडणारी क्रिया म्हणजे घटना! ठरावीक कार्य केल्यानंतर त्यातून जे काही परिणाम घडतात, ते परिणाम म्हणजेच घटना! घटना ही ठरवूनही घडून येते किंवा अचानकही घडून जाते. वृक्षाचं बीज लावणं ही क्रिया आहे; परंतु बीज रुजून वृक्ष होणं आणि त्या वृक्षाला फळं येणं, ही घटना आहे. कुठल्याही क्रियेचं किंवा कार्याचं अंतिम फळ म्हणजेच घटना!

घटना ही नेहमी साखळी पद्धतीने घडत राहते. एका कृतीतून दुसरी कृती किंवा क्रिया सतत घडत राहते. घटना घडण्यापूर्वी तिची सुरुवात कुठल्या ना कुठल्या माध्यमातून झालेली असते. मनुष्याच्या दृष्टीने 'विचार' हे घटना घडवून आणण्याचं मोठं भांडार आहे. मनुष्य जेव्हा कधी कुठला विचार करतो, तेव्हा तो त्या विचारांनुसार कृती करायला लागतो. त्या कृतीतून नंतर निश्चितच काही तरी क्रिया घडतात आणि त्यातून काही तरी परिणाम घडून येतातच.

दोन वाहनांची अचानक घडून येणारी टक्कर ही घटना आपण पाहतो, तेव्हा त्यामागे कुणाची तरी काही तरी चूक घडलेली असते; म्हणूनच तो अपघात घडलेला असतो. विनाकारण अपघात घडत नाही. घटना घडायला काही तरी कारण हे हवंच असतं. अपघात घडतात तेव्हा त्यामागे बेसावधपणा हे एक कारण अगोदर असू शकतं. दुसरं कारण अतिघाई असू शकतं. तिसरं कारण एखाद्याचा

जोश हे असू शकतं. चौथं कारण रस्ता ठीक नसणं, पाचवं कारण वळण हेदेखील असू शकतं. अशा क्षुल्लक-क्षुल्लक गोष्टीदेखील अपघाताला कारणीभूत ठरू शकतात. एखाद्याचा दोष हा निर्दोषावर ही घटना लादण्यास कारण ठरतो.

संपूर्ण जग आणि विश्वदेखील अनेकविध घटनांनी भरलेलं आहे. विश्वाची निर्मिती ही एक घटना आहे. पृथ्वीची निर्मिती ही एक घटनाच आहे. घटनेतून नेहमी काही तरी निर्माण होत असतं आणि काही तरी नाहीसं होत असतं. निर्मितीच्या आणि नाहीसं होण्याच्या क्रियेलाच घटना म्हणता येतं.

मनुष्याचा जन्म ही एक घटना असते, परंतु त्याचा मृत्यू हीदेखील एक घटनाच असते. घटनेची निर्मिती चांगल्याने होऊन अंत वाईटानेही होऊ शकतो किंवा वाईटाने सुरुवात होऊन तिथे चांगल्याची निर्मिती होऊ शकते. घटनेला नेहमी दोन टोकं असतात– एक चांगलं आणि दुसरं वाईट! संपूर्ण जग हे दोनांत म्हणजे द्वैतात विभागलं गेलं आहे. म्हणूनच आपल्याला त्याचं अस्तित्व जाणवत राहतं. जर मनुष्याच्या जीवनात आनंद-सुख यांची अनुभूती नसती, या घटना नसत्या; तर त्याला दुःखाचीदेखील अनुभूती आलीच नसती. जीवनात जेव्हा दुःखाचा कॅनव्हास अंथरला जातो, तेव्हाच त्यावर सुखाचं-आनंदाचं चित्र रेखाटलं जातं. सुख किंवा आनंद कॅनव्हास बनेल, तेव्हाच त्यावर दुःखदेखील वरती उमटून येईल.

जगात आपण जे-जे काही अनुभवू शकतो, पाहू शकतो– त्या सर्व गोष्टींसाठी कुठल्या ना कुठल्या कॅनव्हासची गरज असतेच. कॅनव्हासशिवाय कुठल्याही घटनेला, प्रसंगाला, कृतीला Foundation किंवा पाया लाभतच नाही. द्वैत नेहमी एकमेकाला धरून आहे, चिकटून आहे म्हणून त्यांना महत्त्व आहे. द्वैताशिवाय प्रकटीकरण अवघड आहे.

व्यक्ती वाईट वागल्यानंतरच व्यक्तीच्या चांगुलपणाची अपेक्षा केली जाऊ शकते. चांगलं वागल्यानंतर तिथं काही अपेक्षा उरतच नाही. अर्थात तिथे वाईट न वागण्याची अपेक्षा असतेच, परंतु ती दाट नसते. तिच्याजवळ आग्रह नसतो. कारण चांगल्या घटनाच जीवन जगायला पूरक ठरतात, अनुकूल ठरतात. वाईट आचरण, क्रिया आणि घटना या विध्वंसाचं प्रतीक आहेत. म्हणून त्यांची अपेक्षा मनुष्य कधीच बाळगत नाही. मनुष्याच्या वाट्याला जेव्हा वाईट घटना येतात, तेव्हा त्या अनावधानाने येत असतात. अनपेक्षितपणे येत असतात. त्यामागे कुणाचा तरी स्वार्थ-मोह दडलेला असेल, तरच त्याचे वाईट परिणाम इतरांच्या आयुष्यावर होतात.

म्हणूनच मनुष्य आपण कसं जगावं याची एक नियमावली तयार करून घेतो. त्या नियमावलीलादेखील तो घटना हे नाव देऊन टाकतो. कारण त्यानुसार

। ११८ । 'आरसा चिंतनाचा' - स्वतःला ओळखण्याचा

आचरण केल्याने मनुष्याला स्वत:लाही जगणं सहज-सुलभ होऊन जातं, इतरांनाही त्याचा तोच फायदा मिळू शकतो. म्हणून आयुष्यात नियमांना, सदाचाराला विशेष महत्त्व आहे.

आपण जर जगण्याचे नियमच ठरविले नाहीत, तर आपलं जीवन विस्कळीत होऊन जाईल. ते विस्कळीत होऊ नये, यासाठीच नियमांची चौकट किंवा तो नियमांचा कॅनव्हास जीवनात अत्यंत आवश्यक असतो. याने जीवन जगण्यामध्ये सुलभता येते, सहजता येते.

अति वेगाने वाहन चालवणं, धोक्याची पातळी ओलांडणं हे वाहन चालविणाऱ्यासाठी, वाहनातल्या प्रवाशांसाठी आणि वाहनासाठीही घातक असतं. म्हणून वाहनाच्या वेगाची मर्यादा पाळणं, नियम पाळणं सर्वांच्या हिताचं असतं. विरुद्ध दिशेने वाहन चालविणं हेदेखील नियमांचं उल्लंघन करून अपघातांना निमंत्रण देण्यातलाच प्रकार आहे.

म्हणूनच आयुष्यात नियम पाळणं, नियमांच्या चौकटीत राहून जीवन जगणं या गोष्टीला फार महत्त्व आहे. कित्येकांना जगानं केलेले नीतिनियम मुक्त स्वातंत्र्याच्या नावाखाली अर्थात केवळ स्वार्थासाठी मान्यच नसतात. जगानं प्रत्येकाच्या हिताचा विचार करून बनविलेले हे नियम एखाद्याच व्यक्तीला मान्य होत नाहीत, तेव्हा त्या व्यक्तीचा आंतरिक स्वार्थ जागा झाला, हे निश्चित! नीतिनियमांची चौकट ही समाज किंवा जनसमुदायाने दीर्घकाळाचा विचार करून आणि समस्त मानवजातीच्या कल्याणाचा विचार करून ठरवलेली असते. त्यातून प्रत्येक व्यक्तीचं, प्रत्येक समजाचं हित लक्षात घेतलेलं असतं. जेव्हा या घटना ठरावीक व्यक्ती किंवा समाज डोळ्यांसमोर ठेवून केल्या जातात, तेव्हा त्या ठरावीक काळापुरत्या मर्यादित राहतात. एखाद्या ठरावीक समाजाचा स्तर उंचावण्यासाठी तात्पुरते नियम करणं काही वावगं नाही; परंतु तो समाज पुन्हा एकूण मानवजातीच्या समांतर रेषेत येतो, तेव्हा त्या घटनेत पुन्हा दुरुस्ती करणं अत्यावश्यक बनून जातं.

घटना नेहमी समाजातील प्रत्येक व्यक्ती लक्षात घेऊन केली गेल्यास ती अधिक कार्यक्षम आणि प्रभावी ठरते. परंतु, ठरावीक व्यक्तींचा किंवा समाजाचा विचार करून नियमावली ठरविली गेल्यास कालांतराने काही लोकांना हानी पोहोचण्याची आणि काही लोकांनाच त्याचा फायदा मिळून इतरांवर अन्याय होण्याची शक्यता नाकारता येत नाही. म्हणूनच तो समाज तितकाच जागरूक हवा की, तो वेळोवेळी प्रत्येक व्यक्तीच्या हिताची काळजी घेऊन घटनांमध्ये वारंवार योग्य त्या दुरुस्त्या करू शकेल. यात थोडीदेखील दिरंगाई झाल्यास पुन्हा दुसऱ्यांदा त्याच नियमांच्या आधाराने इतर समाज पुन्हा दुय्यम पातळीवर जाण्याची शक्यता निर्माण होते. व्यक्ती-व्यक्तींमध्ये सवलतींची, देण्या-घेण्याची समानता नसेल; तर

त्यात संघर्ष, वाद, अराजकता या गोष्टींचा प्रादुर्भाव निर्माण होण्याची शक्यता असते. मग लोक एकमेकांचा द्वेष करायला लागतात, मत्सर करायला लागतात.

एखाद्या सामुदायिक कार्यक्रमात जेव्हा निमंत्रित येतात, तेव्हा आपण त्यांच्यासाठी कधी वेगवेगळं अन्न शिजवत नाही. सर्वांना सारखंच जेवण वाढलं जातं. ज्याची जितकं खाण्याची क्षमता असते, तितकंच त्याला वाढलं जातं. प्रेमापोटी आग्रह करून वाढलं तरीदेखील ते अन्न वाया जाण्याची शक्यता असते आणि शेजाऱ्यालाही पंक्तिभेद जाणवण्याची शक्यता असते. म्हणून ज्यांना जितकं हवं असतं, तितकंच पंक्तीत प्रत्येकाला वाढलं जातं.

सवलतींच्या बाबतीतही दुजाभाव योग्य नाही. ज्यांना जितकं हवं तितकंच देण्याची नियमावलीत, घटनेत नेहमी तरतूद हवी. सामाजिक स्तर नेहमी एका रेषेत कसा राहू शकेल, या दृष्टीने घटनेला महत्त्व आहे; तरच ती घटना जनतेनं आचरणात आणून तसं आचरण करून आपलं जगणं सुसह्य करावं, अशी अपेक्षा आपण करू शकतो.

मानव आणि घटना या गोष्टी सतत एकमेकांशी निगडित आहेत. म्हणून कुठलीही कृती करताना तिच्या परिणामांचादेखील मनुष्याने बारकाईने विचार करायला हवा. ज्या कृतीचा सुरुवात करण्यापूर्वी विचार केला जात नाही, त्या कृतीतून फायदे कमी आणि आणि तोटे किंवा अपघातच अधिक होतात.

आपण जेव्हा घर बांधतो; तेव्हा घराचं छत तोलून धरणाऱ्या खांबांचा विचारच केला नाही, तर ते घर कधी तरी उभं राहू शकेल काय? घराचे खांब हे घराच्या दृष्टीने त्या घराचे नियम आहेत, घटना आहेत. ती त्या घराची ठरलेली चौकट आहे, आधार आहे. घराच्या खांबांवरूनच घराच्या भिंतींचाही आकार ठरतो, छताचं वजन ठरतं. घराचे खांबच कमकुवत असतील, तर घराचं छत त्यावर उभं राहूच शकणार नाही. त्याच्या वजनानेच खांब मोडून पडतील. मजबूत खांबाच्या आधारावरच तुमचं मजबूत घर उभं राहतं.

घटना ही समाजाच्या घराचे खांब आहेत. या घटनेचे खांब मजबूत असतील, तरच लोकांच्या जीवनाचं घर त्या खांबांवर मजबूतपणे उभं राहू शकेल. घटनेचे खांब जर कमकुवत असतील, तर तो समाज नाही भक्कमपणे एकत्र येऊ शकणार. व्यक्तीचा आर्थिक स्तर उंचावण्यापेक्षा घटनेने व्यक्तीचा मानसिक स्तर उंचावण्याची, व्यक्तीचं-समाजाचं मनोबल वाढविण्याची तरतूद करणं गरजेचं असतं. ज्या घटना लोकांच्या मनात स्वार्थ, मत्सराची भावना भडकवतात– त्या घटना व्यक्तीचं आणि समाजाचं हित कधीच करू शकत नाहीत.

प्रत्येक घटनेची अगोदर ही जबाबदारी आहे की– माणसाच्या मनातला एकमेकांबद्दलचा द्वेष-मत्सर काढून त्या समाजाचं मनोबल वाढवणं, सर्वांनी सर्वांना

'आरसा चिंतनाचा' - स्वतःला ओळखण्याचा

एकमेकांत सामावून घेणं. मनुष्य जेव्हा स्वार्थविरहित भावनेने, त्याच एका प्रेरणेने एकत्र येतो; तेव्हा तो कठिणातल्या कठीण समस्या चुटकीसरशी सोडवतो. परंतु माणसाची मनंच जर विभाजित झालेली असतील, त्यांच्यात कुठल्या ना कुठल्या कारणांवरून मतभेद असतील; तर ती माणसं कधीच एकत्र येणार नाहीत. मग प्रत्येक व्यक्तीची कार्यक्षमता विभाजित होऊन जाईल. जे कार्य करण्यासाठी सामुदायिक ताकद आपलं सर्वस्व पणाला लावून जे प्रश्न चुटकीसरशी सोडवते, ते प्रश्न मग कधीच सुटत नाहीत. अनंत प्रश्न वैयक्तिक स्वार्थासाठी ठरावीक लोकांचा विचार केल्याने तसेच पडून राहतात.

प्रश्न केवळ पोटाचा किंवा मानसन्मानाचा असत नाही; प्रश्न असतो तो मनाचा! व्यक्ती आणि समाज जेव्हा मनाने-विचाराने एकत्र येतात, तेव्हा आर्थिक स्तर आणि मानसन्मान चुटकीसरशी विसर्जित होऊन जातात. म्हणूनच लोकांचा मोह-मत्सर नाहीसा करण्याचा व त्यांच्या मनाचा विचार करून जी घटना बनू शकेल, तीच केवळ जगातील सर्वश्रेष्ठ घटना बनू शकेल आणि त्या घटनेच्या चौकटीत राहून जगणारा समाज हा जगातला सर्वश्रेष्ठ समाज असेल. मग तिथल्या व्यक्तीला तिथल्या अस्तित्वाबद्दल कधीच चिंता असणार नाही. त्यामुळे कुणाच्या मनात कधी कुणाबद्दल तिरस्कारही उद्भवणार नाही, मत्सराचाही लवलेश राहणार नाही आणि स्वार्थ जागा होण्याचा प्रश्नच उद्भवणार नाही. परंतु अशी घटना कधी तरी, कुणाला तरी नक्की बनवता यायला हवी. सारं जग आता तिची आतुरतेनं वाट पाहतंय.

❑❑❑

२३ | भीती

या जगात भीती कुणाला नाही? राजापासून रंकापर्यंत प्रत्येक मनुष्याच्या मनात कुठली ना कुठली भीती ही असतेच. राजाला आपलं राजपद टिकवून ठेवण्याची सतत भीती असते. गरिबाला पोट भरायची भीती असते. सामान्य माणूस अनेक वेगवेगळ्या भीती मनात बाळगून जगत असतो. जंगलातील श्वापदंदेखील कुठल्या ना कुठल्या भीतीच्या दडपणाखाली जगत असतात. जंगलचा राजा सिंहालादेखील भीतीने ग्रासलेलं असतं. चिमणीदेखील आपल्या जिवाला जपत असते. तिलाही जिवाची भीती वाटत असते.

कुठलाही जीव जन्माला येतानाच आपल्यासोबत भीती घेऊनच जन्माला येतो. ईश्वराने सजीवाला भीती का दिली आहे? भीतीचे आपण नेहमी तोटेच पाहत असतो. त्या भीतीपासून तोटे कमी होतात आणि फायदेच अनेक होतात. कल्पना करा की– भीती कुणालाच दिली नसती तर जगाचं चित्र आज कसं असतं? एकमेकांत लढाया करून जगानं आपला आत्मघात करून घेतला असता. भीती आहे म्हणूनच जग शिस्तीने, संयमाने आज जगत आहे.

लहान मुलांना पालकांची, शिक्षकांची भीती असते म्हणून ते शिक्षण घेतात. त्यांना भीती दाखवली नाही, तर ते शिकणारच नाहीत. शिकणं हे कसं मनुष्याच्या हिताचं आहे आणि काहीही शिकलं नाही तर पुढे कसे वाईट दिवस येतील याची

मुलांना भीती घातली की, ती मनापासून शिकायला सुरुवात करतात.

चोरांना जर पोलिसांची भीती नसेल, तर चोर घरंच्या घरं लुटून काढतील. त्यांना धड चोरी करता येत नाही ती पोलिसांच्या धाकामुळे. आज जगभर हे पोलिसांचं साम्राज्य तयार केलं आहे ते चोरांसाठीच! पोलीस नसतील, तर चोर मोकाट सुटतील.

प्रत्येक देश आपल्या सैनिकांची एक स्वतंत्र पलटण तयार करतो. आपला देश आणि देशातील लोक सुरक्षित राहावेत, या उद्देशाने सैनिकांच्या पलटणी बनविलेल्या असतात. जर सैनिकच नसतील, तर शत्रूला कुणाची भीती वाटेल का? ज्या देशाला सुरक्षाव्यवस्था नाही, त्या देशावर परकीय लोक, त्यांचे सैनिक तुटून पडतील; त्या देशाचं सर्वस्व लुटतील. अशा शत्रूच्या मनात दहशत निर्माण करण्यासाठीच प्रत्येक देशाला आपली सुरक्षाव्यवस्था तयार करावी लागते.

अगदी लहानसहान गोष्टींपासून सर्वांत मोठ्यात मोठ्या गोष्टींपर्यंत भीतीचा विचार केला गेलेला असतो. भीती हे एक कवच आहे, ढाल आहे. येणाऱ्या संकटांपासून स्वत:चा बचाव करण्याची ती आपल्याला प्रेरणा देत असते. संकटांपासून सुरक्षित राहण्यासाठी पूर्वतयारी करण्याची संधी देत असते. भीतीमुळे आपण अनेक गोष्टींचं अगोदरच नियोजन करीत असतो. त्यामुळेच आपल्यावर संकटं येण्याची शक्यता राहत नाही. जर भीती न बाळगून मनुष्याने दक्षता घेणंच सोडून दिलं, तर तो अनेक अडचणींमध्ये सापडू शकतो. मग त्याला त्या संकटांशी सामना करता-करता वाट्टेल ते नुकसान सोसावं लागतं. म्हणून भीती हे दुबळ्याचं लक्षण आहे, असं कधीच कुणी समजू नये. तसं असेल, तर जगातला प्रत्येक मनुष्य दुबळा आहे. प्रत्येक व्यक्तीला इथं कशाची ना कशाची भीती आहे. भीतीला मनुष्याने नेहमी सुरक्षाकवच समजावे. त्यामुळे मनुष्य अनेक संकटांपासून स्वत:ची सुटका करून घेऊ शकतो.

भीतीचे प्रकार नेहमी दोन असतात. एक वास्तविक भीती आणि दुसरी काल्पनिक भीती. वास्तविक भीती लोकांना माहीत असते. शत्रूचं आक्रमण ही वास्तविक भीती असते. म्हणून त्यासाठी अगोदरच सैनिकांची पलटण तयार केलेली असते. दुष्काळ ही एक वास्तविक भीती असते. म्हणून मनुष्य धनधान्याची अगोदरच तरतूद करून ठेवतो. जनावरांच्या चारा-पाण्याची मनुष्य अगोदरच व्यवस्था करून ठेवतो. उन्हाळा, हिवाळा, पावसाळा या ऋतूंची मनुष्याला नेहमीच भीती वाटते. या तिन्हींपासून संरक्षण कसं व्हावं, म्हणून तो घर बांधतो. घरामुळे उन्हापासून, पावसापासून व थंडीपासून संरक्षण होते. त्यामुळे शाश्वत भीतीची कारणं जिथं जिथं असतात, तिथं तिथं मनुष्य अगोदरच तयारी करून ठेवतो, म्हणून मनुष्याचे त्या भीतीपासून खात्रीने संरक्षण होते.

केव्हा तरी निसर्गाचा कोप आधीच झाला, तरच मनुष्य त्या संकटांपुढे हतबल होतो; अन्यथा सामान्यपणे तो आपल्या रोजच्या जीवनात स्वत:चं संरक्षण करण्यासाठी सक्षम झालेला असतो.

लोक सर्वाधिक हैराण असतात ते काल्पनिक भीतीने. आयुष्यात जन्म झाल्यानंतर मृत्यू हा कधी ना कधी येणारच असतो, हे माहीत असूनही मनुष्य सतत भीतीच्या दडपणाखाली जगत असतो. खरं तर मृत्यूला घाबरायचं काही कारण नाही. जगात जो जन्म घेणार, तो कधी ना कधी मृत्यूला प्राप्त होणारच! म्हणून मृत्यूच्या भीतीने जगणं काही सोडून देता येत नाही. जे लोक सतत मृत्यूच्या भीतीच्या दडपणाखाली जगतात, ते जिवंतपणीच मृत्यूच्या यातना भोगत असतात. प्रत्येकाची येण्या-जाण्याची वेळ ही निश्चित झालेली असते. स्थळ, काळ निश्चित झालेला असतो. मग मृत्यूला घाबरून असं सतत जिवंतपणीच मृत्युयातना किती भोगणार? येईल तेव्हा येईल; आजच मी कशाला त्याची चिंता करू, असा स्वत:लाच दिलासा देऊन या काल्पनिक भीतीचं ओझं फेकून द्या. म्हणजे तुम्हाला खऱ्या अर्थाने जीवन जगण्याचा खरा आनंद प्राप्त होऊ शकेल.

काही काही लोक आपल्या गरिबीला अत्यंत घाबरतात– जे गरीब असतात ते आणि जे श्रीमंत असतात तेदेखील!

गरीब होण्याची व गरीब राहण्याची हीदेखील भीती काल्पनिक आहे. ज्यांच्याजवळ धनदौलत आहे, ती त्यांनी पुरवून-पुरवून वापरली तर गरिबी येण्याचा प्रश्नच उद्‌भवत नाही. परंतु त्यांना आपल्याकडचं हे धन संपून जाईल याची सतत भीती वाटत असते. तुम्हाला शंभर वर्षे जगण्यासाठी किती धन आवश्यक आहे याचं गणित मांडता तर येत असेलच ना? तुमच्या धनाचा आणि आयुष्याचा ताळमेळ घालून तुम्ही जगलात, तर तुम्हाला तुमचं धन नाहीसं होण्याची भीती उरणारच नाही. कारण मृत्यूनंतर तुमच्याकडे कितीही धन शिल्लक राहिलं, तरी ते तुम्ही बरोबर नाही नेऊ शकत. मग जमवलेलं हे धन त्या-त्या वेळी खर्च करून जिवंतपणीच त्याचा वापर करून घेणं, हे सुज्ञपणाचं लक्षण आहे. समजा– तुमची कमाई माफक असेल, रोजच्या कमाईवर तुमच्या दैनंदिन गरजा भागत असतील; तर तुम्ही घाबरून जायचं काहीच कारण नाही. आपल्या हिमतीवर आणि आपल्या कार्यावर ज्यांचा विश्वास असतो, तो उद्याची चिंता कधी करीत नाही. आपण उद्यादेखील आपल्या गरजांपुरती कमाई करू याची खात्री त्याला असतेच असते. ज्यांना काम करण्याची इच्छा नसते, जे आळशी असतात; त्यांनाच उद्याची चिंता छळत असते. गरीब मनुष्य गरीब बनण्याचं मुख्य कारणच हे आहे. जी-जी माणसं गरीब झालेली आहेत, त्यांनी आयुष्यात काम करणंच सोडून दिलेलं असतं आणि आळशीपणाने जगायला सुरवात केलेली असते, म्हणून ते गरीब होऊन जातात.

। १२४ । 'आरसा चिंतनाचा' - स्वतःला ओळखण्याचा

सर्वाधिक लोक काम करण्याऐवजी आळसात जीवन जगतात. त्यांना आयुष्यात साऱ्या मजाहजा करायची इच्छा असते, परंतु काम मात्र नको असतं. जे मिळेल, ते धन तत्काळ उडविण्याची यांची वृत्ती असते. मग यांना यांचं दारिद्र्य कसं हटवता येईल? जी माणसं कर्मयोगी आहेत, आळशी नाहीत– तीच केवळ या जगात पुढे जातात आणि त्यांच्याचकडे केवळ धनदौलत जमा होते. परंतु चोर, लुच्चे, लबाड, कामचोर हे लोक नेहमी दरिद्री राहतात, ते राहतातच! त्यांचा उत्कर्ष होणं कठीण असते. श्रमांचंच रूपांतर नेहमी संपत्तीत होत असतं. आळस, व्यसनं, कामचोरपणा या गोष्टींनी धनाची हानी नेहमी होत असते. यात धन जोडण्याऐवजी खर्चच अधिक होत असतात. मग ही माणसं नाही दारिद्र्यातून बाहेर पडू शकत.

जगात ज्यांना दारिद्र्याची खऱ्या अर्थाने भीती वाटते– स्वावलंबन जाऊ नये, प्रतिष्ठा जाऊ नये अशी ज्यांना भीती वाटते; तीच माणसं नेहमी झटून कामाला लागतात. अनेक क्षेत्रांत कष्ट करून ते प्रावीण्य मिळवतात; तेव्हा कुठे ते मानसन्मान, नाव, प्रतिष्ठा, धन इत्यादी गोष्टी मिळवू शकतात.

कुटुंबातदेखील एकत्रित राहणाऱ्या मनुष्यांना एकमेकांबद्दल नेहमी आदरयुक्त भीती असावीच लागते. त्यामुळे कुटुंबातील प्रत्येक व्यक्ती एकमेकांच्या आज्ञेत राहून सुलभ रीतीने आपल्या आयुष्याची मार्गक्रमणा करीत असते. परंतु कुटुंबात जर काल्पनिक भीतीचा शिरकाव झाला आणि एकमेकांमधील आदर, विश्वास या गोष्टींना तडा गेला, तर ती कुटुंबं लवकर उद्‌ध्वस्त व्हायला लागतात. अनादर आणि अविश्वास या गोष्टी कुटुंबातल्या संघर्षाला व वादविवादाला कारणीभूत ठरतात. त्यामुळे कुटुंबात एक मुख्य संस्कार असा असतो की– कर्त्या माणसांचा तसेच वयाने मोठ्या असलेल्या माणसांचा इतरांनी नेहमी आदर करावा, त्यांच्यावर नेहमी दृढ विश्वास ठेवावा. त्यामुळे इतरांचे नेहमी कल्याणच होत असते. परंतु ज्या घरात कर्तृत्ववान मनुष्याचा किंवा वयाने मोठ्या असलेल्या व्यक्तीचा आदर केला जात नाही, त्यांच्यावर विश्वास ठेवला जात नाही– त्यांच्याशी उद्धटपणाचं आचरण केलं जातं; ती कुटुंबं तत्काळ उद्‌ध्वस्त होऊ लागतात. कारण ज्या कुटुंबाची धुरा त्या कर्त्या-सवरत्या माणसावर अवलंबून असते, त्यांचाच जर तिथं अनादर व्हायला लागला; तर त्या व्यक्ती एक तर कुटुंबातून बाहेर पडण्याची शक्यता असते किंवा त्यादेखील आपल्या कर्माकडे, कार्याकडे पाठ फिरवण्याची शक्यता असते. मग उर्वरित निकामी लोकांचं आयुष्य अडचणीत यायला फार काळ लागतच नाही. जगात सधन कुटुंबांना अनेक वैरी असतात. शेजारीपाजारी, नातेवाईक, मित्र-मैत्रिणी हे लोक यांची सधनता सहन करू शकत नाहीत. अशी सधन कुटुंबं कशी बरबाद करता येतील, यासाठी सतत त्यांच्या मनात मत्सर

धगधगत असतो. मग अशी माणसं नेहमी या कुटुंबातील निरुद्योगी, बिनडोक माणसांना हाताशी धरून त्या कुटुंबात कलह माजवून देतात. मग ते कुटुंब अशा या मत्सरी लोकांच्या मत्सराला बळी पडून उद्ध्वस्त होऊन जातं. या बिनडोक, आळशी, परावलंबी लोकांच्या हे लक्षात येत नाही की, कुणी तरी आपल्या जवळच्याच कर्त्या-सवरत्या माणसाबद्दल आपल्याच मनात विष पेरत आहे आपण आपल्याच माणसांशी जी हुज्जत घालतोय तो निव्वळ मूर्खपणा आहे. यासाठी जगाच्या मत्सराला मनुष्याने नेहमी घाबरून राहिलेलं बरं असतं. आपण आणि आपले कुटुंब जर अशा या मत्सरी आणि दुष्ट लोकांपासून वाचवायचं असेल, तर मनुष्याने त्यांच्यापासून स्वतःला आणि कुटुंबीयांना चार हात दूरच ठेवावं. अतिपरिचयात अवज्ञा घडू देऊ नये. अतिविश्वास बाहेरच्या लोकांवर ठेवणं, हे आत्मघाताचं लक्षण आहे.

तेव्हा भीती हे जरी भित्रेपणाचं लक्षण असलं, तरीदेखील त्या भित्रेपणापेक्षा आपलं संरक्षक कवच म्हणून तिचा जितका वापर करता येईल तितका वापर करून घेण्यात सुज्ञपणा आहे. भीतीने गळाठून जाण्यापेक्षा भीतीला तोंड द्यायला शिकणं नेहमीच हिताचं असतं. ऊठसूट लहानसहान गोष्टींची भीती बाळगून जगत राहिलं, तर जगात जगणं महाकठीण होऊन बसेल. रस्त्याने अपघात घडतात म्हणून रस्त्याने चालणं किंवा वाहन चालवणंच सोडून दिलं, तर आपण कसे आपल्या कामाच्या ठिकाणापर्यंत पोहोचू शकू? कामासाठी रस्त्यावर उतरणं भाग आहे, घर सोडणं भाग आहे. घरात बसून मनुष्य जगू शकणार नाही. जगाच्या मैदानात त्याला उतरावंच लागेल. कुणी दमदाटी-दादागिरी करत असेल, तर त्याला सडेतोड उत्तर द्यावंच लागेल. अशा आडदांड लोकांना घाबरून जाऊन जगणं सोडणं शक्यच नाही. जशास तसं वागणं आणि त्यांच्याच भाषेत उत्तर देणं भाग आहे; तरच तुम्ही हा जीवनाचा महासागर तरून जाऊ शकाल.

भीतीपोटी कुणाच्या वाटेला जाणं, त्याचा काटा काढणं– हे अति मूर्खपणाचं लक्षण आहे. ही कुटिलता अंगीकारण्यापेक्षा सडेतोड उत्तर देणारा अधिक शूर ठरतो. जर समोरची व्यक्ती तुमची खोडी काढत असेल, तर त्याला ती खोडी काढू द्या. त्याच्या कुटिलतेचा भांडाफोड करा. कुटिल माणसं नेहमी भित्री असतात, म्हणून ती कुटिलतेचा आधार घेतात. त्यांना घाबरून जाण्याचं काही कारण नाही. कारण जगात कुटिलता ही फार काळ कधीच टिकत नसते. तिची अनेकदा लवकरात लवकर कंबर तुटणार असते. म्हणून कुणी तुमच्याशी कुटिल कारस्थान करून तुमचं नुकसान करीत असेल, तर घाबरून जाऊ नका. त्यांच्यावर फक्त लक्ष केंद्रित करा आणि संधी मिळताच त्यांच्या कुटिलतेवर घाव घाला. त्यासाठी तुम्हाला थोडासा संयम बाळगावा लागेल, धीर धरावा लागेल. घाई करून चालणार

। १२६ । 'आरसा चिंतनाचा' - स्वतःला ओळखण्याचा

नाही. मनाचा तोल सुटू देऊ नका, खात्री बाळगा– एक ना एक दिवस एक तर त्यांची कंबर आपोआपच तुटेल किंवा परस्पर कुणी तरी ती तोडेल किंवा ते भाग्य कदाचित तुम्हालाही लाभू शकेल. कुटिल माणसांना जगात अस्तित्व नाही. ती प्रचंड भित्री असतात. म्हणून ती कुटिलतेचा आधार घेतात. तेव्हा मन खंबीर करा आणि कामाला लागा. धीर धरणं, संयम बाळगणं यासारखं जालीम औषध जगात नाही. वादळ उठलं तरीदेखील ते कधी ना कधी शांत होतं. नद्यांचा पूरदेखील काही क्षणांचा किंवा काही दिवसांचा असतो, तिथं माणसांची काय कथा!

२४ । संकट

अचानक कुठलीही सूचना मिळाल्याशिवाय कुठल्याही गोष्टीचा नाश करायला कारणीभूत ठरलेली घटना किंवा प्रसंग म्हणजे संकट! संकट हे नेहमी हानी पोहोचवण्यासाठीच येतं. अर्थात, जे हानी पोहोचवतं तेच सेकट! संकटांना काही मर्यादा नसतात. काही संकटं ही तात्पुरती असतात, तर काही संकटांचा काळ दीर्घ असतो. काही संकटं फार नुकसान करत नाहीत, परंतु काही संकटं मात्र अपरिमित हानी पोहोचवतात.

हा लेख लिहिण्यापूर्वी ११ मार्च २०११ ला असंच एक नैसर्गिक संकट पृथ्वीवर आलं. पॅसिफिक महासागरात प्रचंड मोठा भूकंप झाला. गेल्या शेकडो वर्षांत असा भूकंप झाला नव्हता. रिश्टर स्केलवर ९.० ची नोंद झाली. त्याच्याजवळ असलेल्या जपानची या भूकंपाने प्रचंड हानी केली. भूकंपानंतर आलेल्या प्रचंड लाटांनी– त्सुनामीने कैक शहरे मिनिटभरात धुऊन काढली. काळजाचा ठाव घेणारं निसर्गाचं हे रौद्र रूप सारं जग उघड्या डोळ्यांनी पाहण्यापलीकडे काहीच करू शकलं नाही. शहरंच्या शहरं, हजारो माणसं, गाड्या... जे काही त्याच्या तावडीत सापडलं, ते त्यानं क्षणभरात वाहून नेलं. त्यानंतरही तिथल्या लोकांना मानवनिर्मित अणुभट्ट्यांच्या स्फोटांना सामोरं जावं लागलं. संपूर्ण जग भीतीच्या छायेखाली आलं. वातावरणात, पाण्यात किरणोत्सर्गाचा धोका निर्माण झाला. अनेक माणसं

त्या परिसरातून दूर हलवली गेली. पुन्हा निसर्गानं वेगळंच चौथं संकट तिथं निर्माण केलं. बर्फवृष्टीचा सर्वत्र मारा सुरू झाला. उघड्यावर पडलेल्या जपानी लोकांना या निसर्गाच्या तांडवाला असहायपणे तोंड देण्यापलीकडे काही मार्ग नव्हता. जगानं मदत देऊ केली, तरी त्या मदतीचा त्यांना कितपत उपयोग होणार होता? निसर्गापुढे मानव किती क्षुद्र आहे, हे निसर्गाने एका क्षणात दाखवून दिलं.

या विश्वाचा पसारा पाहिला म्हणजे मनुष्याला आपल्या क्षुद्रपणाची जाणीव होते. विश्वाच्या तुलनेत मनुष्य किडा-मुंगीच्या गणतीतदेखील नाही. एकटा सूर्य पृथ्वीच्या शेकडोपट मोठा, त्या सूर्याहून सहस्रपट मोठे तारे-ग्रह आसमंतात फिरत आहेत. अनेक आकाशगंगा या विश्वात एकमेकांपासून लक्षावधी प्रकाशवर्षे दूर आपापला पसारा थाटून आहेत. त्यांना पृथ्वीवर मनुष्य जन्माला आला आहे, त्याला खूप बुद्धी आहे याचा गंधदेखील नसेल. मनुष्य जोपर्यंत आपली क्षुद्रता अनुभवत नाही तोपर्यंत त्याचा अहंतेचा, गर्वाचा फुगा कधी फुटत नाही. मी असा, मी तसा, मी मोठा, तू लहान– अशी तुलना तो सतत आपल्या मनाशी करत राहतो आणि स्वत:लाच फसवत राहतो.

जगाच्या पाठीवर मनुष्याच्या या अहंतेमुळे, गर्वामुळे मानवजातीवर अनेक संकटं ओढवली आहेत. नैसर्गिक आपत्ती या शेकडो वर्षांनी येतात, त्या मनुष्याला हानी पोहोचवण्यासाठी म्हणून काही ठरवून येत नाहीत. मनुष्य त्यांच्या दृष्टीने अत्यंत नगण्य प्राणी आहे. निसर्गाच्या तो कुठे खिजगणतीतही नाही. त्यामुळे निसर्ग नाही त्याची पर्वा करत. तो आपल्या पद्धतीने आपल्या जागेवर आहे. जर मनुष्यानंच त्याच्यावर आक्रमण करायचा प्रयत्न केला, तर निसर्ग त्याचं संतुलन आपोआपच सावरण्याचा प्रयत्न करतो. मग त्याच्या या सावरण्याच्या क्रियेत कधी दीर्घकाळ दुष्काळ पडू शकतो, कधी अतिवृष्टी होऊ शकते, तर कधी अति थंडी पडू शकते. मग इथं तेव्हा काहीही घडू शकतं.

मनुष्य आपल्या अतिप्रगतीच्या हव्यासापोटी, लोभापोटी अनेक कारखाने उभे करतो. रासायनिक पदार्थांवर वेगवेगळ्या प्रक्रिया करून वेगवेगळ्या वस्तूंची, पदार्थांची निर्मिती करतो. त्यात पृथ्वीवरचं हवामान दूषित व्हायला लागतं. पाणी दूषित व्हायला लागतं. तरीही या नैसर्गिक संपत्तीची मनुष्य केवळ आपल्या हितासाठी वारंवार हानी करीत राहतो.

मनुष्य प्राधान्याने नैसर्गिक साधनसंपत्तीचा कधीच विचार करत नाही. आपण केवळ सुखात, ऐटीत जगावं– इतकाच स्वार्थ त्याला केवळ दिसतो. परंतु त्याचा जन्म ज्या पंचमहाभूतांपासून झाला, ज्यावर त्याचं अखंड आयुष्य उभं आहे– त्या नैसर्गिक पंचमहाभूतांना तो किती जपतो? नदीच्या काठावर शहरंच्या शहरं वसवतो, नदीवर आक्रमण करतो. दिवसातून दहा वेळा ज्या नदीचं पाणी प्यायला लागतं,

तिच्यातच सांडपाणी सोडून देतो. तेच पाणी दूषित करून टाकतो. हा कुठला मनुष्याचा शहाणपणा?

धनदौलत मिळविण्यासाठी मोठमोठ्या फॅक्टऱ्या, कारखाने काढतो; त्यांची धुराडी नरसाळ्यासारखी वर काढून हवा दूषित करून टाकतो. सेकंदा-सेकंदाला शुद्ध हवेचा श्वास घ्यायचा तो कुठून? गाड्या उडवायला लागतात, त्या गाड्यांची धुराडी हवेत कार्बन ओकत असतात. सारी हवा दूषित करून टाकतात. मग दम्याचे विकार होतात. हवा घेणं, श्वास घेणं कठीण होऊन बसतं... हे सारं विनाकारण गाड्या उडवताना आम्हाला कळतं का?

परंतु आम्हाला आता इतका बारीक विचार करायला सवडच कुठे आहे? आम्ही तर आता पैशाच्या मागे लागलो आहोत. पैसा हेच आता आमचं दैवत उरलं आहे. पैशाने आता आम्ही काहीही करू शकतो. हवा-पाण्याचा काय हिशेब! आम्ही फिल्टर केलेल्या पाण्याच्या बाटल्या आता विकत घेऊ शकतो. त्यातलं शुद्ध पाणी पिऊ शकतो. परंतु मूर्ख माणसा, ते खरोखरच शुद्ध आहे, हे तू कशावरून ठरवणार? तुझ्यासमोर ते फिल्टर केलं आहे का? आणि निसर्गाच्या कुशीतून फिल्टर होत खळाळत येणाऱ्या पाण्याची सर त्या बाटलीबंद पाण्याला येणार आहे का? जे पाणी निसर्गानं तुला किती तरी शुद्ध आणि किती तरी पटींत तुझ्या देहाला उपकारक असं फुकटात दिलं, त्याला विसरून केवळ बाटलीत बंद म्हणून वाटेल ती रक्कम देऊन हे विकत घेऊन पितोस आणि वर स्वतःला सुज्ञ समजतोस? त्यापेक्षा आपला परिसर, आपल्या नद्या शुद्ध कशा राहतील याचा विचार करायला शिकलास तर तू सुज्ञ ठरशील. परंतु मनुष्याला वाकडा विचार करण्यात, वाकडं चालण्यात जो विकृत आनंद मिळतो; त्याला ते नियतीचे फटके खाईपर्यंत तरी जाग येत नाही. उलट तू जे बाटलीबंद पाणी पितोस, ते तूच निर्माण केलेल्या गटारगंगेचं नसेल कशावरून? फक्त मशीनमध्ये टाकून त्यातली घाण काढली, म्हणजे ते शुद्ध झालं, असं तू मानतोस का?

परंतु आज हे माणसं नाही बोलत, त्यांच्या खिशात साठलेल्या पैशांचा तो आवाज असतो. ती माणसांची भाषा नसतेच; ती भाषा त्या गडगंज पैशाची असते. जणू आता पैसा हेच यांचं सर्वस्व, देवस्थान... सारं काही!

पैसाच यांना तारणार, तोच यांना 'आरोग्यम् धनसंपदा' देणार! म्हणून हवा बिघडली काय आणि पाणी बिघडलं काय— असा यांच्या दृष्टीने त्यात काय फरक पडतो? जसं आज पाणी फिल्टर करून वापरतो, तसं एक दिवस हवादेखील शुद्ध करून वापरायला सुरुवात करू. त्याला काय लागतं? पैसा आहे ना आमच्याकडं!

वारेमाप आयत्या पैशाचा माज आता लोकांच्या नसानसांत भिनला आहे. नीतिमत्ता डावलून लांड्यालबाड्या, चोऱ्या, भ्रष्टाचार करून मिळविलेल्या पैशाची

'आरसा चिंतनाचा' - स्वतःला ओळखण्याचा

धुंदी यांना चढली आहे. त्यामुळे त्यांची माणुसकीची भाषा बदलत चालली आहे. खरी श्रीमंती यांनी कधी पाहिलीच नाही आणि अनुभवलीदेखील नाही, म्हणून यांना हा अचानक आलेल्या पैशाचा माज आहे. दोन दिवस आयत्या आलेल्या धनदौलतीची होळी करताना गोड जातात; परंतु ते हरामाच्या कमाईचे रंग जेव्हा अंगावर हळूहळू चढू लागतात ना, तेव्हा तुमचं हे बदलतं रूपडं लोकांच्याही लक्षात यायला लागतं. ज्या फुकटच्या पैशांच्या जिवावर तुमचा तोरा वाढायला लागतो ना, तोच तोरा निसर्गाचे सुपुत्र एक ना एक दिवस बाहेर काढायला सुरुवात करतात– मग तुम्ही तो पैसा मातीत लपवून ठेवा, घरात लपवून ठेवा किंवा स्वीस बँकेत नेऊन ठेवा! एकदा का साडेसाती सुरू झाली म्हणजे तुम्हाला त्याच्या साऱ्या उलट्या इथंच करायला लागतात. मग हृदयाची धडधड अकाली वाढायला सुरुवात होते. ज्यांना लुबाडता, त्यांचे संरक्षक तुमचा पिच्छा पुरवतात. जगात जे तुरुंग इतर अपराध्यांसाठी बांधले आहेत तिथं या हरामी, ऐतखाऊ लुटारूंनाही जागा रिझर्व्ह करून ठेवलेली आहेच. मग देवाचं बोलावणं येईपर्यंत तिथंच सडत पडावं लागत. शिळे तुकडे मोडावे लागतात. मग बाटलीतलं फिल्टर केलेलं पाणी तिथं नाही प्यायला मिळत.

माणसांना जे कमावता येतं ते आपल्या बाहुबलावर, आपल्या बुद्धीला झेपेल इतकंच कमवावं. जगात नाही कुणी उपाशी राहू शकत. ही सतत गोळा करण्याची, गल्लेभरूची वृत्ती तुम्हाला नाही सुखाने जगू देत. त्यासाठी अगोदर निसर्ग आणि नंतर व्यक्तीवर अन्याय होतो. ज्यानं जन्म दिला, त्याच्या ऋणात राहून त्याची परतफेड करण्याऐवजी तुम्ही त्याच्यावरच अन्याय करू लागता. मग तो कापायला लागतो. त्याचा क्षणिक रागदेखील क्षणात कुणाचीही राखरांगोळी करू शकतो.

आपल्या वागणुकीने, आपल्या सदसद्विवेकबुद्धीने आपण आपलं व्यक्तिमत्त्व समाजात आणि निसर्गात सिद्ध करण्याचा सतत प्रयत्न केला पाहिजे. हा निसर्ग उदार आहे, त्याच्या उदार कुशीतून आपण जन्म घेतला आहे, त्याचेच आपण अंश आहोत; तो कुणाचा भेदभाव करीत नाही. त्याच्यापासून नाळ तुटली, जीवन जगण्याचं स्वातंत्र्य मिळालं, जन्म मिळाला म्हणून लगेच त्याच्या उदारतेची शकलं करायला तुम्ही मोकळे झालात!

तो जे काही देतो, ते साऱ्यांसाठी देत असतो. तुमच्या एकट्यासाठी त्यानं ही पंचमहाभूतं निर्माण केलेली नाहीत; संपूर्ण मानवजात त्यापासून निर्माण झालेली आहे. प्रत्येक मनुष्यासाठी वेगवेगळे फॉर्म्युले त्यानं वापरलेले नाहीत. सर्व देशांतले सर्व सजीव याच पंचमहाभूतांपासून निर्माण होत आहेत. मग तुम्ही का स्वत:ला वेगळे समजता? व्यक्ती-व्यक्तीचा बुद्ध्यांक वेगवेगळा असू शकतो, कार्य करण्याची क्षमता वेगवेगळी असू शकते; परंतु शरीर कधी वेगळं असू शकत नाही. रक्त,

हाड, मांस यानेच प्रत्येकाचं शरीर बनलं आहे. कुणाचं सोन्याचं, कुणाचं लोखंडाचं, कुणाचं मातीचं– असं बनलेलं नाही. मग मनुष्यच मनुष्याची आफत कसा काय बनू शकतो?

ज्यानं-त्यानं आपल्या कुवतीनुसार आपल्या चौकटीत जगणं मान्य करून टाकलं, जगाला आपल्यापासून काही त्रास होणार नाही हे मान्य करून टाकलं; म्हणजे अनेक समस्या आपोआपच विसर्जित होऊन जातात. मग मनुष्य मनुष्याला जड वाटायला लागत नाही. मग युद्धाला, संघर्षाला काही कारणच उरत नाही. जगातले सर्व प्रश्न केवळ शांतीच्या मार्गाने सुटतात. युद्धाने सुटलेले, संघर्षाने सुटलेले प्रश्न नेहमी संकटं घेऊन येतात, हानी करून जातात. ते शांतीचा, सौख्याचा, सामंजस्याचा मार्ग अवलंबल्यास उद्भवतच नाहीत.

एवढ्याचसाठी परमार्थ हा मनुष्याच्या दृष्टीने जीवन जगण्याचा सर्वोच्च मार्ग आहे. परमार्थाचा मार्गच शांतीचा मार्ग बनून जातो. तो संकटांना, संघर्षांना जवळ फिरकूच देत नाही; फक्त त्याचं आकलन व्यक्तीला होण्याची आवश्यकता आहे, एवढंच! मग तुम्हाला शस्त्रांची आणि संरक्षणाची नाही गरज पडणार.

❑❑❑

'आरसा चिंतनाचा' - स्वतःला ओळखण्याचा

२५ | शत्रू

जगात शत्रूची रूपं अनेक आहेत. शत्रूला ओळखता येणं, हे मनुष्याच्या आयुष्यातलं अत्युत्तम शिक्षण असतं. कारण शत्रू जी हानी पोहोचवतो, ती इतर कुणीही पोहोचवू शकत नाही. शत्रुत्वाची सुरुवात नेहमी परिचयातून होते. अतिपरिचयात अवज्ञा म्हणतो ती याच दृष्टीने! तुम्ही जेव्हा कुणा व्यक्तीच्या सहवासात जाता, तेव्हा तिथे सुरुवातीला तुम्हाला सहजभाव जाणवतो. कदाचित सहवासातून ओळख वाढते. ओळखीतून मैत्रीही होते. परंतु ती व्यक्ती नेहमी चेहरा, बोलणं यांवरून पुरेपूर परिचित होईलच, असं काही नाही. कित्येकदा मैत्री हे मनुष्याच्या स्वार्थाचं कारण असतं. विनाकारण नाही कुणी कुणाशी मैत्री करत. मैत्रीत नेहमी देण्या-घेण्याच्या आशा-अपेक्षा अधिक प्रबळ असतात. त्यामुळे जर कुणी या अपेक्षांचा भंग केला तर तिथे मैत्रीत फूट पडून शत्रुत्वाला सुरुवात होते.

जीवन जगताना मनुष्याला रोज अनेक लोकांच्या सहवासात राहावं लागतं. रोज एकमेकांशी काही ना काही देण्या-घेण्याचे व्यवहार करावेच लागतात. मनुष्य हा अतिशय स्वार्थी प्राणी आहे. इतरांपेक्षा आपल्याकडे काहीही अधिक असावं, अशी त्याची वृत्ती असते. म्हणजेच तो अधिक लोभी आहे, लालची आहे. त्याला खायला अन्न नसेल; तेव्हा त्याला खायची तरतूद करून दिली, तर तो कष्ट करू इच्छित नाही. आयतं खायला मागण्याची त्याची इच्छा प्रबळ होते. अन्नाची सोय

झाल्यानंतर तो वस्त्राची अपेक्षा करतो, नंतर निवाऱ्याची अपेक्षा करतो. नंतर श्रीमंत होण्याची लालसा धरतो. मग सत्तेची लालसा येते. अशा पद्धतीने मनुष्याच्या मनातील लोभ सतत वाढतच राहतो, वाढतच राहतो.

लोभात न पडता कुठं थांबावं हे मनुष्याला कळतं, तेव्हा तो खऱ्या अर्थाने माणुसकीला प्राप्त व्हायला लागतो. तेव्हा त्याचा प्रवास नेमका लोभाच्या विरुद्ध दिशेने सुरू होतो. परंतु ही मनोवृत्ती फार कमी लोकांमध्ये दिसून येते. खरं तर हीच माणसं समाजाचा खरा आधार असतात. याच लोकांमुळे आज सारं जग चालत आहे, असं म्हणायला हरकत नाही. कारण जे कुणी स्वार्थ, लोभ सोडून धर्माच्या मार्गाने वाटचाल सुरू करतात, तेव्हाच या समाजाचा पाया मजबूत व्हायला खऱ्या अर्थाने सुरुवात होत असते.

जगातल्या सर्व माणसांच्या शत्रुत्वाचं मूळ हे त्या लोकांच्या मोहात, लोभातच आहे. त्यामुळे संन्याशांचा कुणी शत्रू असत नाही. जी माणसं संग्रह करायला लागतात– तो वस्तूंचा असो, माणसांचा असो– त्याच लोकांना लवकर शत्रू तयार होतात. वस्तू गोळा करण्याप्रमाणेच माणसं गोळा करून सत्ता प्राप्त करणं, हा माणसाचा खरा स्वार्थ असतो. खऱ्या संन्याशाला तर माणसांचाही लोभ नसतो. त्यामुळे त्याला सत्तेशीदेखील काहीएक देणं-घेणं नसतं. जे संन्यासी माणसाला गोळा करू लागतात; ते केवळ आपल्या नावाचे, कर्तृत्वाचे चाहते असतात. लोकांवर आपला सतत प्रभाव कसा राहील, याबद्दल ते दक्ष राहतात. मग हे आश्रम स्थापन करतील, प्रवचनं द्यायला लागतील; परंतु ते त्यातून समाजाला हानी पोहोचवतीलच, असं काही नाही.

ज्यांना माणसं गोळा करून सत्तेवर जाण्याचा लोभ असतो, त्यांच्या मनात कितपत राष्ट्रभक्ती असते, हे नाही कुणी सांगू शकत. खरं तर राष्ट्रसेवा करणं म्हणजे लोकसेवा करणं आहे. ही आज ज्यांना अगदी सहज वाटते तितकी निश्चितच ती सोपी नाही. ती सुळावरची एक पोळी आहे. तिथे सतत डोक्यावर लोकसेवेची टांगती तलवार झेलायची तयारी असेल, तोच ते शिवधनुष्य पेलू शकतो. परंतु आता लोकशाहीच्या, स्वातंत्र्याच्या नावाखाली सत्तेच्याही संकल्पना बदलल्या आहेत. आता कुणालाही गावाची, राज्याची, राष्ट्राची सत्ता चालविण्याचा मोह आवरत नाही. कारण आता सत्ता म्हणजे केवळ 'मालच माल' इतकंच सत्ता मिळविण्यामागे लोकांचं टार्गेट-लक्ष्य उरलं आहे. शिवाय त्यासाठी शिक्षण, त्याग, सेवा इत्यादी कुठल्याही निकषांना काडीचंही महत्त्व उरलेलं नाही. म्हणून आता जगात सर्वत्र अपयशी होणारी माणसं सत्तेचा हा सोपा मार्ग चोखाळतात आणि अल्पावधीत तिथं आपल्या निहित स्वार्थाच्या माध्यमातून केवळ आपल्यापुरते यशस्वी होतात. ज्या राष्ट्रानं त्यांना त्या सत्तेची सूत्रं बहाल केली, ते राष्ट्र आणि

'आरसा चिंतनाचा' - स्वतःला ओळखण्याचा

ती प्रजा केवळ या माणसांची वैयक्तिक उन्नती फाटलेल्या डोळ्यांनी पाहत राहते– अगदी डोळ्यांना धारा लागेपर्यंत!

जगाच्या पाठीवर जी-जी महायुद्धं झाली ती सर्व केवळ सत्तेच्या लालसेतून झाली आहेत. सत्तेमागून सारी काही सुखं मागं-मागं येतात. त्यामुळे काहीही झालं, सारं राष्ट्र कत्तल झालं, तोफेच्या तोंडी गेलं तरी बेहत्तर; परंतु सत्ता सोडायची नाही– हा घाट बांधूनच सत्ताधीश आपल्या खुर्च्यांना चिकटून बसलेले असतात. पूर्वीचे संस्थानिक-राजे स्वत: शस्त्र हाती घेऊन रणांगणात तरी उतरत होते. आताचे राजे जर सीमेवर एक दिवस पाठविले, तर ते पुन्हा खुर्चीचा लोभ धरणार नाहीत. कपटी युद्धनीतीचा अवलंब करून सत्ता प्राप्त करणं वेगळं आणि दायित्व स्वीकारून त्यात उतरणं वेगळं.

इथं मनुष्य आता मनुष्याबद्दल, समाजाबद्दल आपलं दायित्वच विसरून गेला आहे. सामान्य मनुष्यापासून राष्ट्रप्रमुखापर्यंत प्रत्येक व्यक्ती त्या राष्ट्राचं काही ना काही देणं लागते. परंतु आता लोकांना राष्ट्राकडून, समाजाकडून केवळ घेणंच कळतंय; द्यायचं काही नावच नको. मग अशा या मनोवृत्तीच्या लोकांमध्ये राष्ट्रीय भावना, मैत्रीची-सलोख्याची भावना कशी काय वाढू शकेल? माणसं निव्वळ घेण्याचीच अपेक्षा करायला लागतात, तेव्हा त्या लोकांमध्ये केवळ शत्रुत्वाचीच भावना वाढीला लागू शकते; तिथं प्रेम, मैत्री निर्माण होऊच शकत नाही.

मोह किंवा स्वार्थ हा मनुष्याच्या अंतर्मनातला त्याचा स्वत:चाच सर्वांत मोठा शत्रू आहे. सारं जग जे आज अनेक समस्यांनी हैराण आहे, एकमेकांच्या जिवावर उठलं आहे, एकमेकाला सतत पाण्यात पाहत आहे– ते केवळ या मोहाच्या लोभापोटीच!

जगाला आता जे काही इतरांकडून हवं आहे ते विनामोबदला, विनाकष्टाने, विनासायास हवं आहे. राजरोसपणे आज कुणीही, कुणाच्याही मालमत्तेवर आपला हक्क दाखविण्याचा प्रयत्न करतो. त्यासाठी बळाचा, कुटिल नीतीचा वापर करतो. परंतु ज्याचं आहे, तो इतक्या सहजासहजी विनामोबदला ते कसं देऊ शकेल? मग इथं संघर्षाची ठिणगी पडते. ज्याचं आहे, तो आपलं सांभाळण्याचा प्रयत्न करतो आणि लबाड त्यावर डल्ला मारण्याचा प्रयत्न करतो. त्यासाठीच जगात जनतेच्या संरक्षणाच्या वेगवेगळ्या पलटणी केल्या गेल्या आहेत. पोलीस, मिलिटरी, न्यायालये ही त्यासाठीच बनवली गेली आहेत. परंतु चतुर लोक या संरक्षण यंत्रणांनाही फूस लावून, घूस देऊन अन्याय-अत्याचार करायला लावण्यात सराईत झाले आहेत. खरं तर ही संरक्षण खाती जर मनापासून काम करू लागली, तर या फुकट्यांचा ती समूळ नायनाट सहज करू शकतील.

आता या खात्यामध्येही भ्रष्टाचार घुसल्याने लोकांना त्यांचाही आधार राहिलेला

नाही. ही सर्व खाती आता निकामी झाल्यासारखी वाटतात. म्हणून लोकांच्या तोंडी अन्याय सहन करताना आणि त्या अन्यायाने होरपळून जाताना दु:खाश्रू ढाळता ढाळता नैराश्याचे स्वर उमटतात– ''शहाण्याने पोलीस आणि कोर्टाची पायरी कधीही चढू नये.''

का घडतंय असं? तर, जी खाती आता खऱ्या शहाण्यासुरत्या लोकांनी न्याय मिळविण्यासाठी निर्माण केली, तीच त्यांच्याच गळ्याचा फास बनून गेली. आता नाही या खात्यांवर कुणाचा विश्वास राहिला. एका बाजूने शत्रू लचके तोडतो आणि दुसऱ्या बाजूने ही संरक्षण खाती लचके तोडतात. मनुष्य हतबल होऊन जातो. एखाद्या नैसर्गिक आपत्तीला तोंड देताना मनुष्याला फार वेदना होत नाहीत. तिथं निदान ज्यांच्या हृदयात माणुसकीचे झरे शिल्लक आहेत, ती माणसं धावून तरी येतात; परंतु इथं या फुकट्यांच्या आणि भ्रष्ट न्यायव्यवस्थेच्या दारात जाणारा माणूस जिवंतपणी ज्या यातना भोगतो, त्या यातनांना पारावारच नाही. एखाद्या हिंस्त्र लांडग्यांच्या कळपात गरीब गाय सापडावी अशी या सामान्य, सरळमार्गी माणसांची गत होऊन जाते.

शत्रुत्व केवळ एखाद्याच लोभी माणसामुळे ओढवलं जात नाही; कधी कधी त्यांना साथ देणाऱ्या अनेक लोभी माणसांची साखळीच तयार होते, तेव्हा एक माणूस ही अन्यायाची साखळी नाही भेदू शकत. आपण म्हणतो, आपल्याकडे लोकशाही आहे; परंतु हे खोटं आहे. लोकशाही या शब्दाचा खरा, पवित्र अर्थ तेव्हाच लोकांना लागू होतो; जेव्हा एका व्यक्तीलादेखील अन्यायाची कितीही मोठी पलटण छातीठोकपणाने भेदून आपले स्वतंत्र जीवन अबाधित राखता येईल. कुणीही लुच्चा, भामटा, लोभी कितीही भामट्यांची फौज उभी करून कुणाचं स्वत्व हिरावून घेऊ शकणारच नाही; तेव्हाच तिथे खरी लोकशाही रुजू शकेल.

परंतु आता कुणालाही, कुठल्याही पदाची खुर्ची मिळू द्या– मग ती मोडकी का असेना– परंतु त्या खुर्चीची नशा जी माणसाच्या डोक्यात शिरते, ती त्या माणसाचा जो पोकळ पदाचा फुगा फुगविते, ती माणसाच्या माणुसकीची हवा मात्र सहज काढून घेते.

सामान्य माणूसदेखील आता नाही एकमेकांशी सामान्य आचरण करीत. नाती, मैत्री, प्रलोभनं यांचा वापर करून जग आता एकमेकांना सतत फसवत राहतं. एकमेकांचं शोषण करीत राहतं– मग ते आर्थिक असो, मानसिक असो अथवा शारीरिक असो. जगाची लोकसंख्या जसजशी वाढत चालली आहे तसतशी आता माणसातली विकृतीही वाढू लागली आहे. इतरांची मानसिक, शारीरिक किंवा आर्थिक पिळवणूक करण्यात हे विकृत लोक समाधान मिळवू पाहत आहेत. तिथेच मनुष्याचं समाधान सतत हरवत चाललं आहे. कुणी, कुणाला, कुठल्याच

। १३६ । 'आरसा चिंतनाचा' - स्वत:ला ओळखण्याचा

बाबतीत स्वास्थ्य लाभू देत नाही; शांतपणाने जगू देत नाही. ज्यांच्याशी काही देणं-घेणं नसतं, त्यांनाही संघर्षाला कुणीही उद्युक्त करू पाहतो. माणसांच्या तोंडातली भाषा बदलून गेली आहे. सौजन्य, नम्रतेचा स्वर सर्वत्र हरवून गेला आहे. जो बोलतो, ते केवळ ठिणग्याच ओकत असतो. मग खरं संभाषण राहूनच जातं. शब्दाने शब्दांच्या ठिणग्या उडत जातात. मनातली विकृती बाहेर येते. तो ज्याला-त्याला आपला शत्रूच वाटायला लागतो. हे कधी आणि कुठं थांबू शकेल, हे केवळ ईश्वरच जाणे! अर्थात आपणही कुठं तरी चुकू शकतो, याचं आत्मपरीक्षण करायची सवय लागेपर्यंत तरी नाही थांबणार हे सारं!

□□□

२६ । जन्म

जन्माला येणं कधी कुणाच्या हाती नसतं. कुणाच्या उदरी जन्म होईल, हेदेखील कुणाच्या हाती नसतं. केव्हा जन्म होईल, हेदेखील कुणाच्याच हाती नसतं. प्रत्येक व्यक्तीचा जन्म हा स्व-इच्छेने होत नसतो; तो केवळ निसर्ग आणि आपण ज्याला 'अज्ञाताचा ज्ञाता ईश्वर' म्हणतो, त्याच्याच हाती असतो.

जन्म गरिबाच्या पोटी होतो की श्रीमंताच्या, हेदेखील मनुष्य ठरवू शकत नाही. जिथे ज्यांच्या पोटी जन्म होईल, तो जन्म भाग्याचा मानून मनुष्याने आयुष्याची वाटचाल करायची असते. जी माणसं कळायला लागल्यानंतर आपल्या जन्माचा पश्चात्ताप करू लागतात, ती माणसं सुज्ञ असू शकत नाहीत. एकदा आपला गरीब अथवा श्रीमंताच्या घरात कुठेही जन्म होवो; तो आपण गोडच मानून घ्यायला शिकलं पाहिजे. आपल्याला जन्म देणं, हे आपल्या आई-वडिलांच्या देखील हातात नसतं. त्यामुळे काही लोकांना अनेक मुलं होताना दिसतात, तर काही लोकांना एकही मूल होत नाही. मनुष्यात वंशवेल वाढते ती निसर्गाच्या आणि ईश्वराच्या कृपेनं.

जी मुलं श्रीमंत घरात जन्माला येतात, ती भाग्यवान ठरतात. कारण अशा मुलांना आयुष्यात जगण्यासाठी फार संघर्ष करावा लागत नाही. परंतु ती त्या मुलांची पुण्याई असो अथवा नसो; परंतु त्या मुलांच्या आई-वडिलांचं किंवा

'आरसा चिंतनाचा' - स्वतःला ओळखण्याचा

पूर्वजांचं कर्तृत्व निश्चितच त्यांच्या पाठीमागे असतं. या विश्वात सतत कुणी ना कुणी मनुष्य गरीब होत असतो, कुणी ना कुणी मनुष्य श्रीमंत होत असतो. माणसाची गरिबी आणि श्रीमंती जरी त्याच्याकडच्या धनदौलतीवर ठरत असली, तरीदेखील मनुष्याचं शरीर मात्र दोघांनाही सारखंच लाभतं. कधी कधी श्रीमंताची मुलं जन्मत:च तंदुरुस्त नसतात, तर गरिबाची मुलं जन्मत:च तंदुरुस्त असतात. कधी कधी यातही उलट-सुलट प्रकार होतात. देहाचं आरोग्यदेखील एक महान श्रीमंती आहे. आरोग्यासारखं खरं तर दुसरं धन नाहीच. म्हणून लोक त्याला 'आरोग्यम् धनसंपदा!' असं म्हणतात. जन्माला आल्यानंतर आपण जसे आहोत तशातच आनंदी राहायला शिकणं फार महत्त्वाचं आहे. मनुष्याचा आनंद हा त्याच्या आयुष्यातला सर्वोत्तम समाधान मिळविण्याचा मार्ग आहे, ध्येय आहे. म्हणून प्रत्येक मनुष्याला कुठेही जरी जन्माला आलं तरीदेखील कोणत्या गोष्टीपासून आनंद मिळू शकेल, हे सांगणं अवघड आहे. त्यामुळेच माणसं जिथं तिथं आपल्याला दु:खाने पीडित झालेली दिसतात.

आपल्याला जे काही सहज मिळालेलं असतं, त्याचं सुख मनुष्य कधीच घेत नाही. जवळचं सोडून तो नेहमी दूरच्या असाध्य गोष्टींच्या मागे लागतो. मग पर्यायाने तो आपोआपच दु:खाला प्राप्त होतो. गरिबाला वाटतं– मी जर श्रीमंताच्या घरी जन्माला आलो असतो, तर दु:खी झालो नसतो. मला आयुष्यात इतके श्रम पडले नसते. मी आरामशीर जीवन जगलो असतो. श्रीमंतांना वाटतं– निव्वळ धनदौलत मिळून काहीच उपयोग झाला नाही; याहूनही बरंच काही आपल्याकडे असायला हवं होतं. एवढ्याने नाही आपलं समाधान होत. आहे त्यात सारखी भर पडायला हवी. मनुष्याच्या अपेक्षांना मर्यादा अशा कुठेच नाहीत. अपेक्षांचं क्षितिज असंच दूरपर्यंत विस्तार पावतच राहतं. एका ध्येयापर्यंत जाऊन पोहोचलेला मनुष्य तिथं कधीच थांबत नाही; दुसरं ध्येय घेऊन तो पुन्हा नव्या क्षितिजाकडे धाव घेतो. शेवटपर्यंत त्याच्या मनातली लोभाची क्षितिजं सारखी विस्तारत राहतात– मग तुम्ही गरीब घरात जन्म घ्या अथवा श्रीमंत घरात जन्म घ्या. दोघांनाही आपापली क्षितिजं नेहमीच अपुरी वाटतात. जन्माला आल्यानंतर जो-तो या एवढ्याच एका कामात अडकून पडलेला असतो– क्षितिजांचा विस्तार करण्यात! वेगवेगळ्या शाखा वाढविण्यात!

जीवन ज्यानं जाणलं, तो नाही या भानगडीत पडत. तो एकच विचार नेहमी करतो– 'ठेविले अनंते तैसेचि रहावे, चित्ती असो द्यावे समाधान' अट्टहास करून, सतत आशा-अपेक्षांच्या जंजाळात अडकून मनुष्य नाही कधी सुखी होऊ शकत. त्याला नाही जन्माला आल्याचा आनंद मिळू शकत. आनंदच मिळाला नाही, तर त्याला समाधान कुठून मिळणार?

म्हणूनच प्राप्त परिस्थितीचा अंगीकार करायला मनुष्याने शिकलं पाहिजे. 'ठेविले अनंते तैसेचि रहावे' याचा उलटा अर्थ घेऊ नये. काही लोकांना शब्दाचा गूढ अर्थ जाणून घेण्याऐवजी शब्दांमध्येच अडकून पडण्यात रस वाटतो. शब्दांनुसार वागत राहिलो, तर फायद्या-तोट्यांचा ताळमेळच बिघडून जाईल. शब्दांमधून नेहमी 'सार्थ' म्हणजे चांगलाच अर्थ तितका घेत जावा. त्यानुसार आचरण करावं. मग शब्द खूप साथ देऊन जातात. 'ठेविले अनंते' म्हणजे प्राप्त परिस्थितीत समाधान मानायला शिकलं पाहिजे. म्हणून बसून राहावे, असा त्याचा अर्थ कुणालाच अभिप्रेत नाही.

समजा– एखाद्या वर्षी दुष्काळ पडला, तर पाण्याचा जपून जपून वापर करावा. दुष्काळ संपेपर्यंत धीर धरावा. पाण्याच्या थेंबाथेंबाचं महत्त्व जाणावं. कदाचित याविरुद्ध परिस्थिती आली– पावसाचा अतिरेक झाला, ओला दुष्काळ पडला– धनधान्य सडलं, तर कुठून तरी त्याची पूर्तता करावी. जीवन जगणं महत्त्वाचं. त्यासाठी हात-पाय गाळून बसू नये. आहे त्या परिस्थितीला जो सामोरं जायला शिकतो, तो सुज्ञ!

जे लोक हात-पाय गाळून बसतात, धीर सोडतात– त्यांना नाही जीवनाशी लढता येत. संकटं ही काय प्रत्येकावरच येत असतात. जगात असा एकही माणूस सापडणार नाही की, त्याच्यावर कधी संकटच येत नाही. संकट गरिबावरही येतं, श्रीमंतावरही येतं. माणूस जितका मोठा होत जातो तितकी त्याच्या भोवतालची संकटं वाढायला लागतात. माणूस जितका गरीब तितका तो सुरक्षित असतो. गरिबाकडं नाही संकटांचं लक्ष जात. संकटं गरिबाला तुच्छ लेखतात. त्याच्याकडे डोकावून बघायला घाबरतात. परंतु कुणी वेगळा दिसला रे दिसला की, मग ते त्याच्याकडे डोळे वटारतात. वेगळ्या लोकांना लक्ष्य बनवण्यात संकटांना आनंद वाटतो. सामान्याला पाहण्यात त्याला रस नसतो. म्हणून सामान्य राहणं मनुष्याच्या दृष्टीनं नेहमी हिताचं असतं.

असामान्य होण्याचा अट्टहास मनुष्याला एका मर्यादेनंतर दुःखच द्यायला सुरुवात करतो. ज्याच्या अंगी कला नसते, त्यांना कलाकार होता येत नाही; म्हणून दुःख छळत असतं. म्हणजे ही सारी दुःखं मनुष्य आपल्या इच्छेने, स्वतः होऊन स्वतःवरच ओढवून घेतो.

असू द्या ना आपलं आयुष्य साधंसुधं! काय बिघडतं त्यात? इतरांशी स्पर्धा करून कुठे जायचंय तुम्हाला? जिंकणारा नेहमी कुणी तरी एकच असतो; त्यासाठी इतक्या इतर लोकांनी हरण्यात काय राम आहे? जे हरण्याची इच्छा करतात, तेच तर खऱ्या अर्थाने जिंकत असतात. कारण त्यांच्याशी स्पर्धा करणारा कुणी उरतच नाही. लोक नेहमी जिंकलेल्याशी स्पर्धा करायला जातात; जिंकत मात्र नाहीत

। १४० । 'आरसा चिंतनाचा' - स्वतःला ओळखण्याचा

आणि मग केवळ आपण जिंकू शकत नाही याचं शल्य ठेवून आयुष्यभर कुढत तेवढी राहतात. नाही कलाकार झालात, तर इतर क्षेत्रांत जायला तर वाटा मोकळ्या आहेतच ना! कामापुरता पैसा येतोय ना जवळ, मग कशाला अधिक पैशाचा हव्यास करून स्वत:ला आणि स्वत:च्या मनाला छळून घेता?

देहाने सुंदर नसाल, तर थोडंसं अपंग व्यक्तींकडेही लक्ष जाऊ द्या. काय गेलं तुमचं त्यांच्यापेक्षा? जगात एकाहून दुसरा दुबळा आणि एकाहून दुसरा सक्षम असणारच. तो या ईश्वराचाच संकेत आहे. माणसा-माणसांत विविधता आहे, म्हणूनच तर माणसाला महत्त्व आहे. सारी माणसं एकसारखीच जन्माला आली असती, तर एकाच्या तुलनेत दुसऱ्याला काय महत्त्व राहिलं असतं?

प्रत्येकाला इथं महत्त्व मिळावं म्हणूनच तर जगाच्या पाठीवर प्रत्येक मनुष्य एकापेक्षा दुसरा वेगळा आहे. फक्त त्या प्रत्येक माणसानं आपल्यातला गुण पारखायला शिकलं पाहिजे, ओळखायला शिकलं पाहिजे.

मनुष्य आपल्या या जन्माचं चिंतन, आत्मपरीक्षण करण्याच्या भानगडीत केव्हाच पडत नाही. खरं तर प्रत्येक व्यक्तीने हा प्रश्न स्वत:ला विचारला पाहिजे की, या जगात माझा हा मनुष्यजन्म खरोखरच कशासाठी झाला आहे? निव्वळ पैशाच्या पाठीमागे लागून, दमछाक करून घेण्यासाठी की निव्वळ पोट भरण्यासाठी? की जगाशी सतत स्पर्धा करण्यासाठी?

भरकटून जातो माणूस या गोष्टींच्या मागे लागून. यातल्या कुठल्याच गोष्टीसाठी खरं तर मनुष्याचा जन्म नाही. जीवनातलं खरं आत्मचैतन्य जाणून घेण्यासाठी मनुष्याचा जन्म आहे. जोपर्यंत आपल्या मनात ही 'मी कोण?'ची प्रश्नावली गडद होत जात नाही तोपर्यंत ती जिज्ञासा टोकाला पोहोचणार नाही. मनुष्याने इतर भौतिक गोष्टींच्या मागे लागून स्वत:ला दु:खी करून घेण्यापेक्षा 'मी कोण?' याचा शोध घेणं महत्त्वाचं असतं.

या जगात कुठलीही गोष्ट विनाकारण जन्माला येत नाही. जे-जे भौतिक असो अथवा सजीव— ते सर्व जन्माला यायचं काही तरी निश्चितच कारण आहे आणि आपण नेहमी याच गोष्टीचा शोध घेतला पाहिजे.

जीवनाला आपण चैतन्य म्हणतो, चेतना म्हणतो; ते खरोखरच सत्य आहे. जीवन म्हणजे केवळ शरीर नाही; शरीराच्या आत जी चेतना असते, ते खरं जीवन आहे. त्या चेतनेचा अनुभव घेणं, यातच जिवात्म्याला खरा आनंद प्राप्त होतो; खरं समाधान मिळतं.

निव्वळ जन्म कुठं झाला, का झाला, कसा झाला— या गोष्टींना नाही महत्त्व. जन्माच्या नंतर जो देह प्राप्त होतो; त्या देहातली चेतना जितकी जिवंत, जितकी शाश्वत, जितकी आनंदी तितकाच तो जन्म 'सार्थ!'

काही काही उतारवयातली माणसं कधी कधी असं म्हणताना आढळतात की, आता आमच्या जीवनात आम्हाला कशाचीच आशा उरली नाही. आमचं जीवन खरोखरच सार्थकी लागलं. या वाक्यात जो सूर असतो, तो त्यांच्या आंतरिक चेतनेचा असतो. त्यांनी जन्माला आल्यानंतर जे पाहिलं, जे अनुभवलं– ते सार्थ ठरलं, असं त्यांना म्हणायचं असतं. त्यासाठी ते आणखी एक समर्पक शब्द वापरतात. तो म्हणजे, 'पावलो' हा!

□□□

'आरसा चिंतनाचा' - स्वतःला ओळखण्याचा

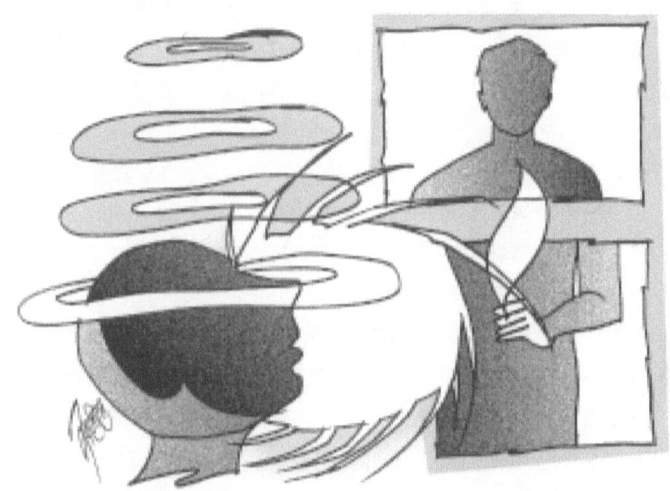

२७ | मृत्यू

यातना म्हणजे मत्यू! जगातल्या प्रत्येक गोष्टीला उत्पत्ती आणि लय या दोन गोष्टींमधून जावं लागतं. उत्पत्ती म्हणजे जन्म, निर्मिती! याहूनही अधिक खोलवर जाऊन विचार केला तर जन्म, उत्पत्ती, निर्मिती हे केवळ दृश्यमान पदार्थ किंवा जीव आहेत. यांना खऱ्या अर्थाने कधीही जन्म, उत्पत्ती, निर्मिती हे असू शकत नाही. हे तर एका पदार्थाचे दुसऱ्या पदार्थात रूपांतर असते, परिवर्तन असते. या विश्वात स्वतंत्र असा एक कणदेखील जन्माला येत नाही, निर्माण होत नाही. आपण जे-जे काही पाहतो, जे-जे काही आपल्या डोळ्यांना दिसतं; ते तर कुठल्या तरी एका वस्तूचं, पदार्थाचं दुसऱ्या वस्तूत किंवा पदार्थात झालेलं रूपांतर असतं. फक्त एका पदार्थातील चेतना ही दुसऱ्या पदार्थात एकाच पद्धतीने प्रकट होईल, असं नाही. समजा– हिरवं-हिरवं झाड आपल्याला सावली देतं, फुलं आणि फळं देतं. परंतु जेव्हा ते वाळून जातं, तेव्हा त्याच्या आपण काही तरी वस्तू बनवतो किंवा इंधन म्हणून त्याचा वापर करतो. वाळलेल्या झाडातील अग्नी ही त्यात असलेली चेतना आहे. ते तुम्हाला आता सावली, फुलं, फळं देत नाही. परंतु त्यात अग्नी हा शिल्लक आहे. जोपर्यंत वाळलेलं झाड जाळलं जात नाही किंवा कुजलं जात नाही, तोपर्यंत त्याचं परिवर्तन घडतच राहतं. त्यानंतरही त्याच्या परिवर्तनाच्या, रूपांतराच्या अवस्था आहेतच. वाळलेल्या झाडांना वाळवी अन्न

म्हणून भक्षण करते. ते वाळलेलं झाडदेखील कुणाचं तरी खाद्य बनतं. हे सूक्ष्म बदल वरवर पाहता आपल्या लक्षात येत नाहीत; परंतु वाळलेलं झाड खाऊन ते झाड वाळवीची चेतनाच बनून जातं. जीवन बनून जातं.

कुठल्याही पदार्थाची किंवा जिवाची चेतना ही त्या पदार्थाची किंवा जिवाची ऊर्जा असते, जीवन असते व ती चेतना त्याला काही तरी भक्षण करून मिळवावी लागते. जगातील प्रत्येक दृश्य गोष्ट ही इतर दृश्य गोष्टींचं भक्षण आहे, आहार आहे. म्हणूनच एक वस्तू किंवा एक जीव जेव्हा नाहीसा होतो, तेव्हा तो इतर दुसऱ्या वस्तूचा किंवा जिवाचेही जीवन बनून जातो.

वनस्पती हे पृथ्वीवरच्या हालचाल करणाऱ्या प्राण्यांचं, पशुपक्ष्यांचं किंवा कीटकांचं अन्न आहे. वनस्पतींना जमिनीतल्या मूलद्रव्यांपासून अन्न मिळतं. ही अखंड साखळी इथं सतत चालू आहे. कीटक, पशुपक्षी, प्राणी मरतात; तेव्हा त्यांची शरीरं पुन्हा मातीत मिळून जातात. पुन्हा ती मूलद्रव्यांमध्ये रूपांतरित होऊन जातात. वनस्पती पुन्हा ती मूलद्रव्ये ग्रहण करतात. या साखळीला कुठे खंड नाही. सतत परिवर्तन होत राहणं हा संपूर्ण सृष्टीचा, विश्वाचा एकच नियम आहे.

कुठलीही वस्तू किंवा देह हा एक अव्यक्त ऊर्जेचा व्यक्त झालेला पुंजका आहे. तो जेव्हा अव्यक्तातून व्यक्तात प्रकट होतो, तेव्हा तो कुठल्या ना कुठल्या माध्यमातून प्रकट होतो. मग तो आपल्याला मिळालेल्या नेत्रांसारख्या अवयवाला दिसायला लागतो. त्याचा अर्थ तो नव्हताच, असा नाही. त्याचं अस्तित्व हे पूर्वी अव्यक्त होतं, ते केवळ व्यक्त झालं. ती अव्यक्त ऊर्जाच व्यक्त ऊर्जेत रूपांतरित झाली. मग ती दगड-माती असो अथवा मनुष्य असो. हे सारे जण अव्यक्तातून व्यक्तात प्रकट झाले आहेत. हा त्यांचा जन्म असतो. प्रकटीकरण असतं, निर्मिती असते. फक्त एक जुना प्रवास संपून दुसरा नवा प्रवास त्या ऊर्जेचा सुरू झालेला असतो. हे रहस्य कुणीही मनुष्य जेव्हा सृष्टीची निर्मिती आणि लय यांचा विचार करतो, तेव्हा त्यालाही उलगडायला लागतं.

निर्मिती आणि लय या दोन्हींच्या मधला जो कुठल्याही वस्तूचा किंवा जिवाचा प्रवास घडतो, ते त्याचं जीवन असतं. म्हणून विश्वातील प्रत्येक ऊर्जा जेव्हा अशी कुठल्याही माध्यमातून प्रकट होते, तेव्हा तिला ते आपलं अस्तित्व तसंच कायम टिकून राहावं, असा मोह तयार होतो. म्हणून या जीवनप्रवासात साधे किडा-मुंगीदेखील आपलं अस्तित्व घालवू इच्छित नाहीत. जीवन मिळाल्यानंतर ते जगण्याचा मोह विश्वात कुणीही आवरू शकत नाही. प्रत्येक गोष्ट आपलं अस्तित्व टिकवून ठेवण्यासाठी सतत धडपडत असते; परंतु कुठलीही वस्तू किंवा जीव हा या विश्वात कायमचा एका स्वरूपात कधीच अस्तित्वात राहू शकत नाही. या विश्वात सर्व गोष्टींचं परिवर्तन निश्चित आहे. म्हणूनच प्रत्येक गोष्टीला एकदा प्रकट झाल्यानंतर नाहीसं

। १४४ । 'आरसा चिंतनाचा' - स्वतःला ओळखण्याचा

होणंही क्रमप्राप्त आहे. त्यालाच आपण लय किंवा मृत्यू म्हणतो. खरं तर इथे हे दोन्हीही शब्द लागू होत नाहीत; केवळ परिवर्तन हा समर्पक शब्द इथं लागू पडतो.

विश्वातल्या सर्व गोष्टींप्रमाणे मनुष्यालाही या गोष्टी चुकत नाहीत. जो जन्माला येतो, त्याचंही परिवर्तन निश्चित आहे. त्यालाही आपला देह परावर्तित करावाच लागतो. जोपर्यंत जीवन चालू आहे, त्यातली चेतना स्थिर आहे; तोपर्यंत मनुष्य जिवंतपणाचा अनुभव घेतो. हा अनुभवच मनुष्याचं भावविश्व बनून जातो. जगणं हे मनुष्याला सुसह्य वाटायला लागतं. तो जगण्याच्या मोहात अडकून पडतो. त्यासाठी त्याला अन्नापासून निवाऱ्यापर्यंत अनेक गोष्टींची गरज पडते. म्हणून त्याला जीवनात सतत वेगवेगळ्या गोष्टींशी संघर्ष करावा लागतो. जीवन जितकं प्रकट तितका संघर्ष अधिक गहन होत जातो. ज्यांना आपलं अस्तित्व अधिक उजळ करायचं असतं, दाखवायचं असतं– त्यांना तर अनेक गोष्टींना सतत सामोरं जावं लागतं. प्रत्येक गोष्ट मिळविण्यासाठी जीवन सतत पणाला लावावं लागतं. मग तो संघर्ष एका लढ्यात रूपांतरित होऊन जातो. लढल्याशिवाय इच्छा साध्यदेखील करता येत नाहीत. संघर्ष किंवा लढाया या निर्विघ्नपणे कधी पार पडू शकत नाहीत. लढायचं असेल, तर विघ्नांनाही सामोरं जाण्याची तयारी ठेवलीच पाहिजे. विघ्न पार करूनच कुणीही आपल्या ध्येयापर्यंत पोहोचू शकतो. तेव्हा ती विघ्नं जी मनुष्याला विरोध करतात, त्या विरोधाचंच रूपांतर दु:खामध्ये किंवा यातनांमध्ये होत असतं आणि संघर्ष जर सुसह्य झाला, तर तो जीवन बनून जातो. परंतु या यातना जर असह्य झाल्या, तर तो मात्र मृत्यू असतो.

जीवनाचा मोह आहे म्हणून जगणंही क्रमप्राप्त आहे. माणसं जेव्हा केवळ स्वत:चाच विचार करतात, तेव्हा तो संघर्ष त्या व्यक्तीला अधिक श्रम करायला लावतो. म्हणून मनुष्यानं सामुदायिक जीवन स्वीकारलं. सामुदायिक जीवनात मनुष्याला परस्परांची मदत होते. मग अनेक गोष्टींचा सामना मनुष्याला एकत्रितपणे करता येतो. त्यामुळे श्रमाची, संघर्षाची विभागणी होऊन जाते. जगणं सुसह्य व्हायला लागतं. दु:ख-यातना कमी व्हायला लागतात.

तरीदेखील अनेक माणसं सामुदायिक जीवनाचं महत्त्व जाणत नाहीत. त्यांना सामुदायिक जीवन म्हणजे काही ठरावीक लोकांनी केवळ आपल्या हितासाठी खेळलेली चाल वाटते.

अर्थात, हा अनुभव आजचा मनुष्य अनुभवत आहे; तो त्यातून आज जात आहे. जिथे जिथे तो या सामुदायिक कार्यासाठी आपलं योगदान देतो, त्याचा फायदा भलतेच लोक उठवतात. सामुदायिकतेच्या, संघटित समाजव्यवस्थेच्या नावाखाली प्रत्येक व्यक्तीला वेठीला धरून त्या व्यक्तीकडून वसूल करावयाच्या करांची यंत्रणा अति सुसज्ज केलेली असते. परंतु ज्यांनी-ज्यांनी आपलं रक्त

आटवून यांच्या तिजोरीत ज्या कारणासाठी योगदान दिलं, त्या व्यक्तीला दिलेल्या मोबदल्यांच्या सवलतींमध्ये अति ढिसाळपणा दिसून येतो. शासनयंत्रणा नेहमी इथेच कुचकामी ठरते आणि लोकांचा तिच्यावरून विश्वास उडायला लागतो. अशी ही शासनयंत्रणा मुर्दाड असते. निर्ढावलेल्या जनतेला दुर्बल करणाऱ्या लोकांची या शासनयंत्रणेत भर पडलेली असते. लोकांकडून सक्तीने कर वसूल करणं यांना बरोबर कळतं. परंतु ज्या करांच्या मोबदल्यात ज्या-ज्या सवलती लोकांना द्यायच्या असतात, त्यांकडे राजरोसपणे काणाडोळा केला जातो. मग याच व्यवस्थेला केवळ लबाडांचं राज्य असं मानलं जातं. या सत्तेत येणाऱ्या लोकांचं उद्दिष्ट लोकांच्या बरोबर लक्षात येतं.

लोकांना वेठीस धरून ज्या शासनकर्त्यांना त्यांच्याकडून सक्तीने कर गोळा करता येतात, त्यांना त्या कराच्या बदल्यात त्या सवलती का पुरवता येत नाहीत? म्हणजे या शासनव्यवस्थेत शासनाला लक्ष्य करून चोरांनी घुसायचं, राजरोसपणे लोकांना लुटायचं– इतपतच यांची कार्यक्षमता कार्यरत असते. सराईत झालेली असते. किती शासनकर्ते आपल्या कष्टाचीच फक्त प्रॉपर्टी वापरून इमानदारीने आपल्या उत्पन्नाचा आपल्याला मिळणाऱ्या VIP सुविधांसाठी कर भरतात? जर तुम्हाला जनतेचा कर सक्तीने वसूल करता येतो, तर सक्तीने सुविधा पुरविता का येत नाहीत?

जिवंतपणीच मनुष्य असा मनुष्याला एकत्रित आणून एकत्रितपणे फासावर चढवीत असतो. म्हणून लोक अशा या शासनयंत्रणांवर विश्वास ठेवत नाहीत. त्यांना सामुदायिक जीवनाची घृणा वाटायला लागते, तिरस्कार वाटायला लागतो. अगदी जिवावर आल्याप्रमाणे जेव्हा शासन सामुदायिक सुविधा निर्माण करतं; तेव्हा केवळ नावापुरत्या असतात, दाखविण्यापुरत्या असतात– हे आज लोकांना सांगावं लागत नाही. हा सारा खेळ, सारा बह्याबोळ आज जनता आपल्या उघड्या डोळ्यांनी पाहत असते. मग कुठल्याही सामुदायिक सुविधांबद्दल नाही जनतेला आस्था वाटत. रस्त्यावरच्या फुटपाथवर व्यवसाय करताना लोकांना नाही त्या फुटपाथची किंमत कळत. रस्त्यावरचे दिवे फोडताना, बसेसच्या काचा दंगलीत फोडताना, बस जाळताना नाही त्याची कुणाला किंमत कळत. जनतेच्या मनातला प्रक्षोभ हे त्यांच्या मनातल्या धगधगत्या अन्यायाचं, अत्याचाराचं प्रतीक आहे. लोकांना हे माहीत आहे की– आमच्या खिशातला, आमच्या कष्टाचा पैसा घेऊन या सुविधा फुकट्यांना वाटल्या आहेत. मग या डोळ्यांदेखत होणाऱ्या नासधुशीचं कुणालाच सोयरसुतक वाटत नाही. ज्यांच्याकडून ज्या प्रमाणात कर वसूल करायची सक्तीची राज्यव्यवस्था आहे, त्याच प्रमाणात त्या व्यक्तीपर्यंत सुविधा पोहोचल्या तर लोक शासनाच्या दारात कर भरण्यासाठी रांगा लावून उभे राहतील.

व्यक्तीच्या बाबतीत स्वार्थ ही गोष्ट कळू शकते; परंतु सामुदायिक स्वार्थ जेव्हा

इतका एकवटला जातो, बळावला जातो-तेव्हा ती शासनयंत्रणा केवळ मेल्यातच जमा असते. म्हणूनच नाही जाणकार लोकांना तुमच्या या मेलेल्या शासनयंत्रणेत रस उरला. लोकशाही नावाचं गोंडस नाव धारण करून जनतेला वेठीस धरणं, त्यांच्यावर दुजाभाव करून अन्याय करणं म्हणजे लोकशाही नसून ती तिच्या नावाचा दुरुपयोग करून चालवलेली हुकूमशाहीच असते. फक्त वाघ दाखवून ही शेळी आहे असा लोकांच्या मनात भ्रम केला जात आहे, इतकंच! परंतु राजरोसपणे या पिसाट वाघांचा बंदोबस्त करण्याऐवजी इमानदार लोकांची मात्र शिकार केली जात आहे... आणि त्याला 'लोकांनी चालविलेलं, लोकांसाठीचं राज्य' असं काही तरी बोललं जात आहे. खरी लोकशाही रुजणं इतकं सोपं असतं, तर या पन्नासहून अधिक वर्षांत या प्रचंड लोकांनी किती तरी मोठी झेप घेतली असती. अजूनही जगाच्या पाठीवर दारिद्र्यरेषेखाली जगणारी महाप्रचंड जनता– ज्यांना आपण लोक म्हणतो– ते का खरी लोकशाही निर्माण करू शकले नाहीत? म्हणजे भयभीतपणे अन्नपाण्यावाचून जगणं हे आपणच आपल्याला का शिकवत आहोत आणि का आपला आत्मघात करून घेत आहोत? आज निम्म्याहून अधिक जनतेला ही माणूस म्हणून जगू देणारी आणि रोज मृत्यूच्या दाढेत ढकलणारी, जिवंतपणी यातनाच यातना भोगायला लावणारी लोकशाही नको आहे. मुक्त आणि स्वतंत्र-सुरक्षित जीवन देणार असाल, तर लोकांना आज कुणाचंही दास्यत्व मंजूर आहे. ते दास्यत्व निदान अन्यायाचे, अत्याचारांचे घाव काळजावर तर नेऊन घालणार नाही. जे जगू ते गुमान खाली मान घालून का होईना जगू; परंतु भेदाभेदीचे, तोडफोडीचे, सक्तीच्या शोषणाचे अत्याचार तरी भोगावे लागणार नाहीत?

चांगल्या घरात जन्माला येणं जसं भाग्याचं लक्षण समजलं जातं, तसंच चांगल्या समाजात, चांगल्या राज्यात आणि चांगल्या देशातही जन्म घेणं भाग्याचंच लक्षण मानलं जातं. जिथं दिवसेंदिवस माणूस, समाज केवळ स्वार्थासाठी अधोगतीला जात आहे, दुराचारी बनत चालला आहे, राजरोसपणे एकमेकांना लुबाडत आहे; अशा ठिकाणी जन्म होणं म्हणजे नरकातच पडल्यासारखं आहे. ईश्वर अशा ठिकाणी ज्यांना पाठवतो, त्यांना केवळ त्यांच्या पूर्वसंचिताची शिक्षा द्यायला पाठवत नसेल ना?

जाण्यापूर्वी, परावर्तित होण्यापूर्वी या देहाचंही काही योगदान घडावं, असं मनापासून वाटतं. परंतु जिवंतपणीचे भोग, यातना आणि मृत्यू जातानादेखील चेहऱ्यावर प्रश्नार्थक आठ्या कपाळावर सोडून जातात. तेव्हा ते रहस्य तसंच राहून जातं– 'या भूतलावर आपण नेमके कशासाठी आलो होतो? जीवन जगण्यासाठी की आयुष्यभर मृत्युभोग भोगण्यासाठी?'

□□□

२८ | येणं-जाणं

जर एखाद्या बेटावर एकच माणूस असला, तर त्या माणसाची त्या बेटावर काय अवस्था होईल, या कल्पनेनेच कुणाचंही अंग शहारून येईल; किंवा आपणच अशा एका निर्जन बेटावर आहोत की, तिथं आपल्याशिवाय दुसरं कोणीही नाही– तर आपला रोजचा दिवस तिथे कसा जाईल याचा विचार करून पाहावा.

माणूस हा समाजप्रिय प्राणी आहे. तो कळपाने राहतो, कळपात राहतो. एक वेळ तो कुणाशीही दोन हात करायला घाबरणार नाही, कित्येकदा तो आयुष्यभर कुणाशी तरी वैर धरूनही जगू शकेल; परंतु कुठं एकटं राहणं त्याला फार अवघड जाईल. मनुष्य जितका एकटेपणाला घाबरतो, एकाकी जगायला घाबरतो तितका तो इतर कुठल्या गोष्टींना घाबरत नाही. एकटा पडला की, तो बेचैन होऊन जातो. एकटेपणा त्याला सहनच होत नाही. कित्येक माणसं समाजात असूनही जेव्हा त्यांचं समाजाशी आणि नातलगांशी, मित्रांशी– थोडक्यात कुणाशीही पटत नाही; तेव्हा ती स्वत:ला एकाकी समजायला लागतात. आपल्याला कुणाचाच आधार नाही, असं वाटायला लागतं. या जगात आपण एकटेच असून आपल्याला कुणी समजूनच घेत नाही, आपला आता कुणालाच उपयोग राहिला नाही आणि आपल्यालाही आता कुणीच ओळखत नाही– अशा प्रकारच्या वेगवेगळ्या नैराश्याच्या भावना त्यांच्या मनात येऊ लागतात. एकदा माणूस नकारात्मक विचार करायला

'आरसा चिंतनाचा' - स्वत:ला ओळखण्याचा

लागला, म्हणजे तो सतत त्या नकारात्मक विचारांच्याच मागे धावत राहतो.

विचार मनुष्याला जसे सक्षम बनवतात, तसेच त्याला क्षणात दुर्बलही बनवून टाकतात. सर्व विचारांची निर्मिती ही व्यक्तीच्या मनातून होत राहते. म्हणूनच जाणकार लोक नेहमी सांगतात की, मनावर ताबा ठेवायला शिका. 'ज्यानं मन जिंकलं, त्यानं सारं जग जिंकलं' म्हणतात ते काही खोटं नाही. मनुष्याचं मनच सबल किंवा दुर्बल विचारांची निर्मिती करीत राहतं. मनाला जरा जवळून पाहायला शिकलं म्हणजे त्याला योग्य वळण लावणं कठीण जात नाही. तुम्हाला जर आयुष्यात सक्षम व्हायचं असेल, बलिष्ठ व्हायचं असेल, दुर्बल राहायचं नसेल; तर इतर कुणाची मदत घेण्याअगोदर मनाकडे सर्वप्रथम जायला शिका. आपल्याच मनाला आपण शरण जा. कुणी पाहत नाही तुम्हाला. तुम्ही तुमच्या मनाला शरण गेलात, हे पाहणाऱ्यालाही कळत नाही. परंतु मन मोठं उदार आहे. ते तुमच्या शरणागतीची पुरेपूर फेड करून दिल्याशिवाय राहणार नाही. ते तुम्हाला अगोदर सांगून टाकेल– "आता जरा उतावळेपणा सोडून द्या. सबुरीने, संयमाने काम घ्यायला शिका. मग मी तुम्हाला हवं ते मिळवून देईन, याबद्दल खात्री बाळगा." मनाचं वचन हे काळ्या दगडावरची रेघ असतं. जग बदलू शकतं, परंतु मन आपल्या वचनापासून माघार घेत नाही. म्हणूनच पूर्वी दिलेल्या वचनाला लोक प्राणापलीकडे जपत होते. वचन देणारा आपल्या वचनापासून ढळत नव्हता आणि वचन घेणाऱ्यालाही वचन देणाऱ्याबद्दल अढळ विश्वास होता. तेव्हा माणसं मनाच्या इशाऱ्यावर चालत होती. त्यामुळे त्यांच्या शब्दाला किंमत होती. आता माणसं स्वतःच्या मनाने कमी चालतात आणि इतरांच्या मनाने अधिक चालतात. त्यामुळे ती सतत अडचणीत येत असतात. जे शब्द इतरांच्या सांगण्यावरून दिले जातात, ते शब्द पाळणं मग अवघड होऊन बसतं. म्हणून आज शब्दांचा निव्वळ बाजार झाला आहे. आता शब्दांना लोकांच्या दृष्टीने शून्य किंमत झाली आहे. म्हणून शब्द द्यायला आणि तोडायलादेखील आता कुणाला काहीच वाटत नाही. शब्द आता ढोंग बनून गेले आहेत; ते विश्वासू नाही राहिले आता!

म्हणून माणूस समाजात राहूनही त्याला या ढोंगी समाजात एकटं-एकटं वाटायला लागतं. कुणीच कुणाचा शब्द पाळत नाही, हे लक्षात आलं म्हणजे मनुष्य स्वतःला आखडून घ्यायला सुरुवात करतो. एकमेकांकडे जाणं-येणं सोडून द्यायला लागतो. आपल्याच कोषात, एकटेपणाने जगायला सुरुवात करतो. माणूस शस्त्राचे घाव सहज सहन करतो, ज्या जखमा कालांतराने भरूनही येतात; परंतु विश्वासघात सहन करणं मनुष्याला फार जड जातं. विश्वासघाताने मनुष्य समूळ हादरून जातो. त्या मनावर आघात करणाऱ्या जखमा मग त्याच्या मनात आयुष्यभर टिकून राहतात. अनेक प्रयत्न करूनही त्या मग सहजासहजी पुसल्या जात नाहीत.

काल, आज आणि उद्यादेखील अशा प्रकारची माणसं एकमेकांना सतत भेटत राहतील. एकमेकांचा विश्वासघात करून एकमेकांचं सतत पतन करत राहतील. तरीही माणसानं खचून जाऊन चालणारच नाही. त्यातून बाहेर पडण्यासाठी आपण त्यांच्यावर अवलंबून राहणंच चुकीचं आहे. आपण आपली विचारधारा विरुद्ध दिशेने वापरायला शिकलं पाहिजे. विश्वासघात का होतो– तर आपण कुणावर तरी विश्वास ठेवतो, म्हणून विश्वासघात होतो. विश्वास ठेवणं गैर नाही; परंतु इतकाही ठेवू नका की, समोरची व्यक्ती तुम्हाला त्यामुळे वेठीस धरू शकेल, तुम्हाला अडचणीत आणू शकेल. विश्वास वापरण्याचं तंत्र फार सूक्ष्मग्राही आहे. विश्वास हे शस्त्र दुधारी आहे– जे दोन्हीही बाजूंनी एकाच वेळी कत्तल करतं. विश्वास ठेवणाऱ्याची आणि विश्वासघात करणाऱ्याचीदेखील! म्हणून त्याचा वापर संयमाने, विचाराने करायला शिकलं पाहिजे.

विश्वास हा जीवनात हवाच असतो. तो माणसं जोडायचं काम करतो आणि तोडायचंही काम करतो. जोपर्यंत कुणाबद्दल विश्वास टिकून असतो, तोपर्यंतच त्या व्यक्तीशी योग्य संबंध टिकून राहू शकतात. एकदा विश्वास तुटला की, संबंध नाही टिकून राहू शकत.

मनुष्य एकमेकांच्या सहवासात येतो, तो एकमेकांच्या विश्वासावर येतो. एकमेकांपासून दूर जातो, ते एकमेकांचा विश्वास तुटल्याने दूर जातो. कुठल्याही माणसाकडे तुमचं जाणं-येणं ठरतं, तेच तुमच्या मनातल्या विश्वासाच्या आधारावरच. म्हणून विश्वास तुटला गेला नाही पाहिजे आणि तो तोडण्याची संधी आपणच कुणाला दिली नाही पाहिजे, तरच जगात सारे संबंध सुरळीत राहतात.

विश्वासाला म्हणूनच नेहमी जपूनच वापरलं पाहिजे. जी माणसं आपले आचार-विचार, आपलं सर्वस्व इतरांवर सोपवून मोकळे होतात, ते नेहमीच अडचणीत येतात. जी माणसं इतरांना ''तुम्हाला वाटेल ते करा, आमचा तुमच्यावर पूर्ण विश्वास आहे'' असं बोलतात आणि इतरांवर विश्वास ठेवून मोकळे होतात, ती माणसं लवकरच अडचणीत येतात. असं बोलणाऱ्यांनी अद्याप जग पाहिलेलं नसतं. जगाचा अनुभव घेतलेला नसतो. त्यामुळे ही माणसं अशी आंधळेपणाने कुणावरही आपला अंधविश्वास टाकून मोकळी होतात. जग याच एका संधीची वाट पाहायला टपून बसलेलं असतं. तुम्ही अंधविश्वासानं कधी चालायला लागता आणि मग तुम्हाला कसं नागवं करता येईल, हीच जगाची तुमच्याकडून स्वार्थी अपेक्षा असते.

कधी कधी आपणदेखील जगाशी याच पद्धतीने वागू लागतो. एखादा असहाय, अंधश्रद्धाळू आपल्या तावडीत आला; तर त्याला नागवण्याचा मोह आपणदेखील आवरू शकत नाही. परंतु याने आपला क्षणिक फायदा होईल

'आरसा चिंतनाचा' - स्वतःला ओळखण्याचा

कदाचित, पुढे मात्र त्याचे काय गंभीर परिणाम भोगावे लागतील याची नाही त्या वेळी आपल्याला कल्पना करता येत. आपण जीवनातल्या अनेक संधी त्या विश्वासघाताने घालवून बसतो. समोरची व्यक्ती जेव्हा हे जाणते की आपला, आपल्या अजाणतेपणाचा या व्यक्तीने गैरफायदा घेतला आहे; तेव्हा ती व्यक्ती तुम्हाला काय शासन द्यायचे ते देईलच, परंतु तिच्या विश्वासाच्या खात्यातून तुम्हाला ती कायमचं वगळून टाकेल. मग तुम्हाला समोर बसवताना खुर्ची द्यायची की द्यायची नाही, तुम्हाला भेटायचं की भेटायचं नाही– हे सारे निर्णय त्या व्यक्तीच्या हाती निघून जातात. मग तुम्हाला हक्काने नाही त्या व्यक्तीकडे जाता येत. ती व्यक्ती नाही तुमचा पहिल्यासारखा पाहुणचार करू शकत.

जगात कोणत्या व्यक्तीमुळे आपलं कधी भलं होईल, हे अगोदर कुणीही सांगू शकत नाही. परंतु उतावळी माणसं जिथं तिथं वजनकाटे घेऊन फिरत असतात, दिसेल त्या माणसाला पहिल्याच भेटीत टेप लावून पाहतात. माणसं जर इतक्या झटपट ओळखता आली असती, तर माणसांचं जीवन केव्हाच सरळ होऊन गेलं असतं. परंतु माणसं गहन असतात. जगाचा उलगडा होऊ शकतो, विश्वाचा आणि विश्वातल्या अणू-रेणूंचा उलगडा होऊ शकतो; परंतु माणसाच्या मनाचा उलगडा नाही होऊ शकत. म्हणून इतर लोकांना टेप लावण्यापेक्षा जर आपण आपल्याच मनाला टेप लावला, तर जगाचं मोजमाप करणं फार सोपं होऊन जाईल. भौतिक जग, बाहेरचं जग बाहेरूप टेप लावून मोजता येतं; परंतु मनुष्याच्या अंतर्मनाचं मोजमाप घेण्यासाठी आपण अगोदर आपल्या मनाचं मोजमाप घेणं अत्यावश्यक असतं. जेव्हा तुम्ही स्वत:ला ओळखायला शिकाल, तेव्हाच तुम्हाला जग ओळखता येणं शक्य आहे. लोक जगाला अगोदर अजमावतात आणि स्वत:ला अजमावणं विसरूनच जातात. मग तो मेळ कधीच जमत नाही. मग नाही माणसं जोडली जात. माणसं जोडताना अगोदर आपण आपल्या मनाचा नेहमी विचार करावा. आपलं मन आपल्याला नेहमी आपल्या हिताचे सल्ले देत असतं. कानांपेक्षा मनावर अधिक अवलंबून राहिलं पाहिजे. कान फसवे असू शकतात. जोपर्यंत कुठलीही गोष्ट ऐकल्यानंतर पूर्णपणे आपल्या मनापर्यंत पोहोचत नाही, तोपर्यंत कुठलीही प्रतिक्रिया देण्याची घाई करू नये. मनाला थोडा विचार करू द्या. समोरच्या व्यक्तीचा हेतू जाणून घेण्याची आपल्या मनाला थोडीशी संधी द्या. मनाचं ऐकायला शिका. मग तुम्ही तुमच्या जीवनात कुणालाच, कुठल्याच बाबतीत ऐकणार नाही. तुम्ही नेहमी दोन पावलानं जगाच्या पुढे असाल. जो आपल्या मनाचं ऐकतो, तोच जगाच्या पुढे जातो; अन्य कुणीही जाऊच शकत नाही. आणि जो आपल्या मनाचाच विचार करत नाही, त्याचा वापर करत नाही त्याला सामान्य प्रश्नदेखील सहजससहजी सुटत नाहीत.

मनाला जाणण्याचं, त्याच्याकडून इच्छित ध्येय साध्य करून घेण्याचं चिंतन हे खरं साधन आहे. ज्यांना चिंतनाची सवय लागते, तेच लोक मनन करू शकतात. मनन घडल्याने योग्य निर्णयक्षमता मनुष्यात निर्माण होते. योग्य निर्णयक्षमतेमुळेच मनुष्य योग्य दिशेने आपल्या आयुष्याची वाटचाल करू शकतो.

हल्ली माणसं साऱ्या जगाचं ऐकतात आणि त्यानुसार आचरण करतात, परंतु आपल्या मनाने काडीचाही निर्णय घेत नाहीत. मग सतत कुठे तरी ते फसत राहतात. इतका महान आणि मोलाचा, मनासारखा मोफत सल्ले देणारा सहकारी जवळ असूनही माणसांना तो कधी दिसतच नाही. मग जेव्हा जेव्हा ते अडचणीत येतात, तेव्हा तेव्हा ते केवळ याच्या-त्याच्याकडेच धावाधाव करीत राहतात.

आपल्या आत– आपल्याजवळ आपलाही एक 'मन' नावाचा सहकारी आहे, तो जगापेक्षा किती तरी पटीने सबळ आहे, हे जेव्हा मनुष्याला कळतं; तेव्हाच मनुष्य निर्धास्त होऊन जातो. मग त्याला कुणाचीच भीती उरत नाही. जगात तो कुणालाच घाबरत नाही. जग त्याला ठरवूनदेखील मग फसवू शकत नाही. त्याचा विश्वासघात करू शकत नाही. तो ज्यांच्या जवळ जाईल तो विचार करूनच जाईल, ज्यांना जवळ येऊ देईल त्यांना विचार करूनच जवळ येऊ देईल. मग तो जगात मूर्ख ठरणार नाही आणि जगालाही तो मूर्ख ठरवू देणार नाही.

आयुष्यात कधी कधी त्याला एखाद्या बेटावर एकटं पडायची वेळ आलीच, तर तो स्वतःला कधीच एकटं समजणार नाही. त्या बेटावर आपलं मन आपल्या सोबत आहे याची त्याला खात्री असेल आणि त्या मनाच्या सहकार्याने तो एकटाच त्या बेटाचादेखील कायापालट करून टाकेल.

❑❑❑

'आरसा चिंतनाचा' - स्वतःला ओळखण्याचा

२९ | मी कोण?

आपलाच आपल्याला जेव्हा प्रश्न पडतो– मी कोण?– तेव्हा आपल्याला स्वत:ला जाणून घेण्याची जिज्ञासा निर्माण झाली आहे, हे निश्चित. कुठलाही मनुष्य जन्माला आल्यानंतर स्वत:ला पूर्णपणे जाणून घेऊ शकतो का? जवळ-जवळ नाहीच! जास्तीत जास्त लोक स्वत:ला जाणून घेण्याच्या फंदातच पडत नाहीत. त्यांना आतला प्रवास नकोसा वाटतो. बाहेरचं जग पाहण्यात, जाणून घेण्यात लोकांना फार काही वाटत नाही; परंतु स्वत:ला जाणून घेण्याचा प्रश्न कित्येकदा कुणालाच पडत नाही. जो स्वत:ला जाणून घेण्यात यशस्वी होतो, तोच जगालाही फार उत्तम प्रकारे जाणून घेऊ शकतो. स्वत:वरून जगाला ओळखणं फार सोपं जातं, परंतु जगावरून स्वत:ला ओळखणं फार अवघड जातं.

जगाच्या पाठीवरचा एकूण एक मनुष्य एकसारखाच आहे. प्रत्येक मनुष्याचं तीन भागांत विभाजन होऊन जातं– एक शरीर, दुसरं मन आणि तिसरा आत्मा. यापलीकडे कुठलाच मनुष्य विभागला जाऊ शकत नाही. जो स्वत:ला जगापेक्षा वेगळा समजतो किंवा वेगळं समजायला लागतो, तो माणसांतून बाहेर व्हायला लागतो.

कित्येक लोक ज्या गोष्टींचा आपल्या आत्म्याशी काहीएक संबंध नसतो, त्याच गोष्टींना चिकटून बसतात. एखादा पहिलवान मनुष्य आपल्या शक्तीलाच

चिकटून बसतो. त्याला वाटायला लागतं, माझ्यासारखा शक्तिमान दुसरा कुणीच असू शकत नाही. तो भ्रमाला धरून बसतो. त्याचा हा भ्रम बिनबुडाचा असतो. शरीरातल्या बळापेक्षा डोक्यातलं बळ अधिक शक्तिशाली असतं, हे त्याच्या लक्षातच येत नाही. काहींना आपल्या बुद्धीवर फार विश्वास असतो. आपल्याइतका बुद्धिमान मनुष्य या जगात दुसरा कुणी असूच शकत नाही, असा त्याचा भ्रम तयार होऊ लागतो. परंतु निव्वळ बुद्धीवर मनुष्य कधीच सिद्ध होऊ शकत नाही. एकाहून एक बुद्धिमान मनुष्य या जगाच्या पाठीवर कित्येक आहेत. बुद्धी म्हणजे काही मनुष्य बनू शकत नाही. या विश्वात बुद्धीच्या पलीकडेदेखील अशा अनेक गोष्टी आहेत की, त्या मनुष्याला माहीतही नाहीत. अद्याप त्या त्याच्या कल्पनेच्या कक्षेतही आलेल्या नाहीत. बुद्धीला मर्यादा पडतात, परंतु कल्पनेला मर्यादा पडत नाहीत; तरीदेखील कित्येक गोष्टींबद्दल अनेक कल्पना लढविणारं मनुष्याचं मन अनभिज्ञ आहे.

आत्मा ही मनाच्या पलीकडची चेतना आहे. ते अंतिम सत्य आहे. त्यालाच मन आणि शरीराचं कवच आहे. देहापलीकडे विश्वाचं कवच आहे, म्हणून आत्मा हा जीव आहे. तो व्यक्तीचा केंद्रबिंदू आहे. म्हणून संपूर्ण विश्वाला ईश्वराची उपमा दिलेली असून आपल्याला किंवा जिवाला त्याचा अंश मानलं आहे. आपण आपल्याला नेहमी या विश्वापासून स्वतःला वेगळं काढतो. वेगळं-स्वतंत्र समजायला लागतो; परंतु आपला जीव किंवा आत्मा या विश्वापासून वेगळा काढताच येत नाही. उसापासून आपण त्याचा रस वेगळा करू शकतो, परंतु त्या रसातला स्वाद नाही वेगळा करू शकत. त्याची गोडी तो रस चाखल्यानंतरच कळू शकते. म्हणून आपण आपल्या देहाचा कुठलाही अवयव वेगळा करून पाहिला तरी आपल्याला आत्मा हा स्वतंत्र कधीच पाहता येणार नाही; म्हणून तो तिथं नाहीच, असंही आपण म्हणू शकत नाही. कारण तो आहे, म्हणून मन आहे आणि मन आहे, म्हणून शरीर आहे... आणि शरीर आहे, म्हणून विश्व आहे.

संपूर्ण विश्व हाच अनेक आत्म्यांचा मिळून एक स्वतंत्र पुंजका बनून गेला आहे– ज्याचा मनुष्याच्या दृष्टीला आणि कल्पनेला ना ठाव लागत, ना ठिकाणा लागत. त्याचा आदी आणि अंत याचीदेखील मनुष्य कल्पना करू शकत नाही. त्याच्या आकारमानाबद्दल आणि काळाबद्दलही कल्पना करू शकत नाही. परंतु हे विश्व गतिमान आहे, हे तो मात्र आपल्या डोळ्यांनी धडधडीत पाहत आहे. त्यामुळे त्याचं वर्णन करायला शब्ददेखील आपल्याला सापडू शकत नाहीत. म्हणून त्याचं वर्णन करताना मनुष्य केवळ त्याला 'नेति नेति' इतकंच म्हणतो. म्हणजे, शब्दांच्या पलीकडे जो आहे, तो!

स्वतःच्या आत्म्याचादेखील मनुष्याला अंदाज घेता येत नाही. आत्मा आहे,

'आरसा चिंतनाचा' - स्वतःला ओळखण्याचा

त्यामुळेच मन आणि देह आहे; परंतु जो त्याला स्पर्श करू शकत नाही आणि पाहू शकत नाही. मात्र, तो या विश्वाहून वेगळा नाही, हेही त्याला जाणवतं. तो सतत अव्यक्तातून व्यक्तात आणि व्यक्तातून अव्यक्तात परावर्तित होतो. म्हणून तो वेगवेगळी शरीरं धारण करतो, तेव्हा तो जिवाला दृश्य स्वरूपात दिसतो. परंतु देहाच्या माध्यमातूनही प्रकट होणारा आत्मा हे या ब्रह्माचंच रूप असल्यानं त्या आत्म्यालाही मनुष्यास 'अहं ब्रह्मास्मि' हीच उपाधी द्यावी लागते. हे ब्रह्म म्हणजेच मी आहे, त्याचाच भाग आहे. त्याचा मी अंश आहे, त्याच्याहून मी वेगळा असूच शकत नाही.

आपण आपल्या शरीराची नखं, केस कापून टाकतो, त्यांना शरीरापासून वेगळं करतो; तेव्हा आपल्या देहाला त्याच्या वेदना होत नाहीत. म्हणून आपण त्यांना आपल्या देहाचे अवयव समजतच नाही, असं होत नाही. आपल्याला हे चांगलं माहीत आहे की नखं, केस हे शरीरावर असले तर आपल्याच रक्तावर वाढत असतात; परंतु कापून टाकले, तर वेदनेशिवाय शरीरापासून वेगळेही करता येतात.

म्हणजेच वेगळे केलेले केस, नखं आपण आपल्या शरीराचे भाग किंवा अंश मानतो. अगदी तसंच आपला जीव, आपला आत्मादेखील या विश्वाचा एक घटक आहे. तो स्वतंत्र प्रकट होतो आणि पुन्हा लय पावतो, अदृश्य होतो म्हणून काही त्याचं अस्तित्व संपून जातं, असं होत नाही. ते तर संपूच शकत नाही; परावर्तित होऊ शकतं. ती एक चेतना आहे. देहातल्या संपूर्ण रसांचा तो स्वाद आहे. त्या स्वादाभोवतीच तर शरीराची इमारत उभी राहिली आहे. ज्याला वैज्ञानिक भाषेत तरंग म्हणता येईल. तो स्वादिष्ट तरंग आपण आपल्या देहात जोपर्यंत धारण करून आहोत तोपर्यंतच आपल्या देहाला महत्त्व आहे. नंतर देह म्हणजे केवळ चोथा आहे, चिपाड आहे.

जन्म झाला की मनुष्य या चिपाडाच्या-चोथ्याच्याच मोहात अडकून पडतो, त्याच्यावरच प्रेम करू लागतो; परंतु आपल्या आत्म्याला जाणून घेण्याचा थोडासाही प्रयत्न करीत नाही. ऊस जमिनीत रुजतो, वाढतो– गोड रसाने भरून जातो; परंतु त्या बिचाऱ्या रसाला आपल्या आतली गोडी माहीत नसते. ती तर इतर कुणी जीव चाखतो, तेव्हाच कळते. उसाला जन्माला येण्याचं रहस्यच हे आहे– जमिनीतल्या गोड स्वादाचं आकर्षण करून ते इतर प्राणिमात्रांना वाटून टाकणं. तेव्हाच तर त्याच्या जन्माला– त्याच्या अस्तित्वाला अर्थ आहे. जर ऊस कुणी चाखलाच नाही, तर त्याचं या जमिनीवर काहीएक काम नाही. तो ती जमिनीतून घेतलेली रुची, तो स्वाद, ती गोडी आपल्या आत्म्यात प्रकट करून इतरांसाठी तो आत्मा खर्च करणं, ती गोडी इतरांना वाटून टाकणं, देऊन टाकणं– हे त्याच्या जन्माचं

सार्थक आहे. वरवर राहणाऱ्या चिपाडाला, चोथ्याला चिकटून बसलेल्या उसाला काही एक किंमत नाही. तो तसाच उन्हात वाळून गेला, तर त्याच्या जन्माला येण्याचंच काही सार्थक नाही, उपयोग नाही.

म्हणूनच मनुष्य जर आपल्या देहातच अडकून पडला, तर तो आपल्या या निरर्थक चिपाडालाच चिकटून बसण्याव्यतिरिक्त काहीही करत नाही. विश्वातला कणन् कण जो जन्माला येतो तो केवळ परहित करण्यासाठी, परमार्थ साधण्यासाठी जन्माला येत असतो. जो देहाच्या पाचोळ्याच्या मोहात अडकतो; तो जगाच्या दृष्टीने, विश्वाच्या दृष्टीने निरर्थक होऊन जातो. मनुष्याचा जीव किंवा आत्मा हा परहितासाठी जन्माला आला आहे. त्यानं त्याच्या जिवंतपणीच परहित साधलं, परमार्थ साधला; तरच त्याच्या आत्म्याचं किंवा त्याच्या जिवाचं कल्याण होणार आहे– मग भलेही तो हिंस्र श्वापदाचं भक्ष्य जरी झाला तरी तो पावल्यातच जमा आहे. परंतु तो स्वत:च जर निष्पाप जिवांचा भक्षक बनला, तर तो नाही परमार्थाच्या वाटेवरून जाऊ शकत. मग त्याला केवळ राक्षस हीच एकमेव उपमा योग्य ठरते.

दया, क्षमा, शांती ही मनुष्याच्या दृष्टीने सर्वोच्च जीवनमूल्ये आहेत. जी माणसं अज्ञानपणात चुका करतात, त्यांना या जीवनमूल्यांचा उपयोग करून वस्तुस्थितीची कल्पना देऊन शहाणं करायचं असतं. परंतु तशी कल्पना देऊनदेखील जेव्हा कुणी शहाणा होत नाही; तेव्हा त्याला दंडितच करावं लागतं. काही माणसं आपला अपराध तत्काळ मान्य करून शहाणी होतात. त्यांना त्यांचा आपल्याच जीवनात आपल्याच हितासाठी उपयोग होतो, परंतु काहींना दंडित केल्याशिवाय शहाणपण येत नाही. अशा लोकांना इतर माणसं जवळ करू शकत नाहीत. कारण आयुष्य म्हणजे काही पोरखेळ नाही– कुठल्याही लहानसहान गोष्टीवरूनही दंडित करून, शब्दांचं ताडन करून यांना सतत शहाणं करायला ही माणसं जवळ ठेवून मनुष्याच्या वाट्याला आयुष्यभर डोकेदुखीच येते आणि ती डोकेदुखी आयुष्यभराचं दु:ख होऊन बसते.

रक्ताच्या नात्याने, सामाजिक बांधीलकीने, प्रेमापोटी जेव्हा अशा विरुद्ध टोकाच्या माणसांचा एकमेकांना सहवास घडतो; तेव्हा अडाणी मनुष्य तर मूर्खासारखं जगून आपलं जीवन वाया घालवतोच, परंतु त्याचा सहवास सामान्य मनुष्याचंही वाटोळं करून जातो. धान्य दळताना जसे त्यात असणारे किडेही भरडले जातात, तसेच कुसंगतीने चांगले जीवदेखील नेहमी अडचणीत येतात. काहींना तर सामंजस्याचीही भाषा कळत नाही. दंडित करूनही त्यांच्या मेंदूतला दिवा पेटत नाही. हा तर वेडं माणूस सांभाळण्याहूनही भयंकर प्रकार आहे. निदान वेड्याला तरी काहीच कळत नसतं, म्हणून त्याचा आपण स्वीकार करतो; परंतु हे अर्धवट लोक आपणच अधिक शहाणे म्हणून कुणाचं काही ऐकतही नाहीत. यांना स्वत:चंही डोकं नसतं

। १५६ ।   'आरसा चिंतनाचा' - स्वत:ला ओळखण्याचा

आणि इतरांच्याही डोक्याने चालायची यांना अक्कल नसते. हे एखाद्या कॅन्सरसारखे कुणाच्या जीवनात आले, तर त्या दुर्दैवी लोकांचं शोषण करून त्यांचा आत्मा नासवल्याशिवाय हे राहतच नाहीत. कॅन्सर जसा कशानेही बरा होत नाही, तसा या लोकांचा रोग कशानेही बरा होत नाही. यांना तोडलं तरी नुकसान सामान्य माणसाचंच, धरून ठेवलं तरी सामान्य माणूसच पिचून-पिचून मरतो. असे केवळ अतृप्त आत्मे म्हणजे जगाला शाप आहेत.

म्हणूनच माणसाने कुणाच्या संगतीत राहावं आणि कुणाच्या संगतीत कसं आयुष्य घालवावं, याला महत्त्व असतं. साधू-संतांच्या विचारांची माणसं जगाचा उद्धार करतात. जगाच्या कल्याणासाठी उपयोगी ठरतात. जग त्यांच्या सहवासाने, त्यांच्या आत्म्याच्या रसाने तृप्त होऊन जातं. साधू-संत देहाच्या मोहात कधीच पडत नाहीत, ते तर वाटतच राहतात. इतकं काही वाटत राहतात की, आपला देह तर लोकांसाठी झिजवतातच; परंतु आपला आत्माही जगाच्या कल्याणासाठी विसर्जित करून टाकतात. जे संतसहवासाची गोडी चाखतात, त्यांच्या सहवासात राहतात– ते खरोखरच पुण्यात्मे! आणि ज्यांना आपल्या आत्म्याचंच काय, देहाचंही महत्व पटत नाही– त्या चिपाडांच्या सहवासात राहणं म्हणजे पापाचे वाटेकरी होणंच आहे.

म्हणूनच प्रत्येक व्यक्तीनं ठरवावं, 'मी कोण?' आणि 'माझं अंतिम ध्येय काय आहे?' निदान मी चांगल्या माणसांच्या सहवासात तरी राहिलं पाहिजेच ना?

❑❑❑

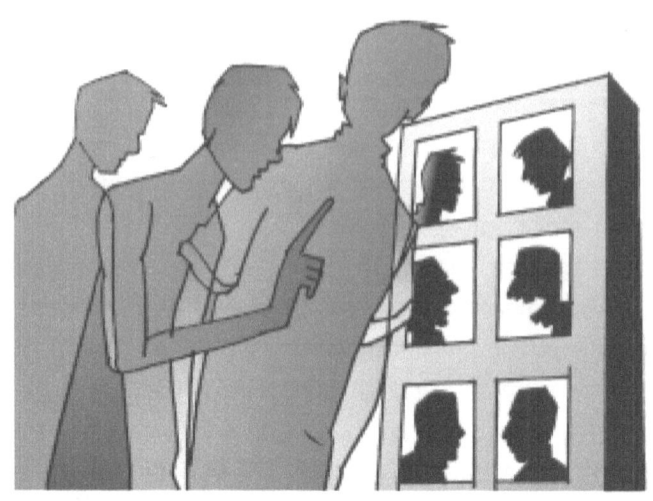

३० | श्रमदान

अन्नदान, द्रव्यदान जसं आपण करतो; तसंच श्रमदान करणं हेदेखील मनुष्याचं महान कार्य आहे. जगात दान अनेक प्रकारचं असतं. विद्यादान, कन्यादान, पुत्रदान, जलदान, गोदान असे दानाचे अनेक प्रकार आहेत.

दानाची ही कल्पना जी उदयाला आली, ती मनुष्याच्या आत असलेल्या सद्भावनेतूनच! मनुष्य सदाचार आणि दुराचार या दोन टोकांवर सतत झुलत असतो. जो सदाचाराकडे जातो, तो सदाचारी बनून जातो. जो जगावर अन्याय करायला प्रवृत्त होतो, तो दुराचारी बनून जातो. 'दान' हे फक्त सदाचारी मनुष्यच करू शकतो. ज्याला मनुष्याच्या कल्याणाचा मार्ग सापडला आहे; ज्याच्या मनात दया, क्षमा, शांती या जीवनमूल्यांची काही किंमत आहे, तेच लोक दानाकडे प्रवृत्त होतात. नाही तर इतर माणसं जी आपल्याच कातडीला चिकटून बसली आहेत, ती नाही 'दान' करू शकत. कातडीला चिकटून बसणारी स्वार्थी माणसं दानाचं महत्त्व कसं जाणू शकतील? ती तर लुच्ची बनतात, लुटारू बनतात.

श्रमदान हे तर कष्टाचं काम आहे, देह झिजवण्याचं काम आहे, वेळ देण्याचं काम आहे. आजच्या लोकांमध्ये आता कुणाच्या ओझ्याला हात लावायला तरी वेळ राहिला आहे का? दिवसभर मनुष्य स्वत:साठी राब-राब राबतो, समाजाकडून जमेल तितका फायदा उकळण्याचं काम करतो; तरीदेखील त्याला स्वत:ला उन्नत

करण्यासाठी वेळ कमीच पडतो. इतकं होऊनही, करूनही त्याचं दारिद्र्य कधी संपतच नाही. अधोगती चालायची ती चालतच राहते. धनदौलत मिळवतो पण ते धन कारणी लावता येतच नाही. स्वत:ही खात नाही आणि इतरांनाही खाऊ देत नाही. निव्वळ इतरांकडून ओरबाडत राहणं आणि त्याचा धनसंचय करीत राहणं एवढ्याच एका स्वार्थी कक्षेत तो अडकून पडतो. आयुष्यातले सारेच प्रश्न केवळ धन जोडल्यानेच सुटतात, असं काहीही नाही. धनाशिवाय माणसंसुद्धा जोडली पाहिजेत, धनाशिवाय निसर्गाशीही नातं जोडलं पाहिजे; तरच खऱ्या अर्थाने जीवन जगल्याचं समाधान मनुष्याला मिळू शकतं.

जो मनुष्य या तिन्हींपैकी कुठल्याही एकाच गोष्टीच्या मागे लागतो, तेव्हा तो त्याच्या जीवनात अपूर्ण राहून जातो. पूर्णत्व येण्यासाठी या तीनही गोष्टींची आवश्यकता असते. जीवन जगण्याइतपत धन मिळवणं अपराध नाही, परंतु निव्वळ संचय करून ते वाया घालवणं हा आत्मघात आहे. एकाकी जीवन जगणं नैराश्य देऊ शकतं. तणाव निर्माण करू शकतं. म्हणून जीवनाचा आनंद जवळच्या कुणाच्या तरी माणसांच्या सहवासात घालवणं सुज्ञपणाचं लक्षण आहे. अनोळखी-परक्या माणसांवर नको तितका विश्वास टाकणं आत्मघाताचं दुसरं लक्षण आहे. निसर्ग, निसर्गातले पशुपक्षी यांच्या सहवासात मनाला आनंद मिळतो. ठरावीक अंतर ठेवून निसर्गाला जवळ करणं आनंददायी ठरतं; परंतु निसर्गावर अन्याय करणं, त्याचं नुकसान करणं तिसरा आत्मघात ठरू शकतो. अपरिचित जंगल, खोल नदीपात्र, समुद्र, डोंगराची अवघड शिखरं यांचं दुरूनच दर्शन घ्यावं. त्यांच्या जवळ जाणं शक्य नसताना अट्टहासाने तिथं जाणं म्हणजे आपलाच जीव धोक्यात घालण्यासारखं आहे.

आपण निव्वळ आपल्यासाठी रोजच्या रोज सतत श्रम करीत राहतो. राबत राहतो. तसंच आठवड्यातून, महिन्यातून किंवा वर्षातून काही ठरावीक वेळ माणसं जोडण्यासाठी, निसर्ग जोडण्यासाठीदेखील दिला पाहिजे. धनासाठी तर रोजच आपली धडपड चालू असते. परंतु खरी माणसं मिळविण्यासाठी, खरा निसर्ग अनुभवण्यासाठी आपण किती वेळ देतो, हेदेखील महत्त्वाचं आहे. यातही आपल्याला जरी परमार्थ वाटत असला, तरी तो आपला स्वार्थच असतो. आपण स्वत:ला आनंदी ठेवणं, हा आपल्या जीवनाचा खरा धर्म आहे. त्यासाठीच आपल्या दिवसभराचे श्रम आपण आपल्या कामात खर्च करीत असतो. आपण इतरांसाठीदेखील काही ना काही काम करायला लागतो, तेव्हा त्याचा फायदा इतरांना थोडाफार मिळत असेल; परंतु त्यातून आपल्याला मिळणाऱ्या परोपकाराच्या आनंदाची तुलना आपण जगातल्या कुठल्याही गोष्टीशी करू शकत नाही.

आपण घरात जेव्हा एखादं कुत्रं-मांजर पाळतो, तेव्हा त्याच्या सहवासातल्या

भावनांचा आस्वाद आपल्याला दिवसभराच्या कामातूनही मिळत नाही. आपण एखाद्या गरिबाला पोटापाण्याला लावतो; तेव्हा तो गरीब आयुष्यभर आपल्याकडे ज्या कृतज्ञतेच्या भावनेने पाहतो, ती कृतज्ञता आणि ती दृष्टी आपल्याला आयुष्यभर इतर कुणीही देऊ शकत नाही. आपण जिथे घर बांधून राहतो, आपलं कार्यालय आपण जिथे थाटतो; तिथे आपण घराभोवती, कार्यालयाभोवती ठरावीक अंतरावर काही झाडं लावली तर ती झाडं आपल्या भोवतालची हवा सतत शुद्ध ठेवतात. आपल्यासाठी ऑक्सिजन निर्माण करतात. आपलं आयुष्य वाढवतात. परंतु काही लोक आहेत ती झाडं तोडून घरं बांधतात. त्यामुळे तिथं राहणारी माणसं रोगट होऊन जातात. मनुष्याचं आयुष्यधन कधीच वाढवत नाही. निसर्ग मनुष्याला दीर्घायुषी करण्याचं काम करतो. आपल्या घराभोवतालचा, आपल्या कार्यालयाभोवतालचा परिसर आपणच स्वच्छ ठेवला पाहिजे. आता शहरातून काय किंवा खेड्यातून काय– लोक वाढत्या घरांच्या गरजांमुळे चार-चार, दहा-दहा मजली इमारती बांधतात. त्या एका इमारतीत अख्ख्या एका गावाइतकी माणसं राहतात. परंतु त्या इमारतीभोवती एकही झाड नसतं. तिथं ते स्वत:च रोज वापरणाऱ्या वाहनांना व्यवस्थित लावण्याची सोय नसते. इमारतीभोवतालच्या सार्वजनिक रस्त्यावर वाहनं लावून वाहतुकीला हे लोक अडथळा निर्माण करतात. शिवाय त्या इमारतीचा केरकचरा, सांडपाणी व्यवस्थित मार्गी लावण्याची काहीही सोय केलेली नसते. आतून यांची घरं आरशासारखी स्वच्छ असतात; परंतु बाहेर पाहिलं, तर घरातलाच केरकचरा इमारतीबाहेर कसाही-कुठेही टाकलेला असतो. उंबऱ्याच्या आत हजारो-लाखो रुपये स्वत:साठी उधळणारे हे लोक आपल्याच इमारतीच्या बाहेरच्या भिंतीदेखील परक्या समजायला लागतात. घराला आतून महागातला महाग रंग देतात, परंतु बाहेरची डागडुजी आणि साधा सिमेंटचा स्वस्तातला रंग द्यायला यांच्याकडे एक पैसादेखील नसतो. त्याच इमारतीला चार डोकी एकत्र आली की सोसायटी, अपार्टमेंट अशी गोंडस नावं देऊन त्यांची एक राहण्याची सार्वजनिक संस्था तयार करतात. मग त्या संस्थेचे काही लबाड कारभारी त्या इमारतीत तयार होतात. मेंटेनन्स नावाच्या प्रकारावर प्रत्येक कुटुंबाकडून सक्तीनं वर्गण्या गोळा केल्या जातात. मग त्यातही किती भ्रष्टाचार करता येईल, परस्पर आपल्या स्वत:चा मेंटेनन्स कसा भागून जाईल यासाठी वेगवेगळ्या युक्त्या लढविल्या जातात. काही काही महाभागांना या अल्प वर्गण्या भरायचंही जिवावर येतं. रंग द्यायच्या नावाखाली वाढीव निविदा देऊन रंगात किती गाळा करता येईल, पाणीपुरवठ्यात किती गाळा करता येईल, झाडलोटीमध्ये किती गाळा करता येईल यात या कमिटीचं लक्ष अधिक असतं. जे जितका मेंटेनन्स देतात, त्यांना त्याचा त्याच प्रमाणात परतावा दिला जातो आहे की नाही याकडे राजरोस डोळेझाक केली

। १६० । 'आरसा चिंतनाचा' - स्वत:ला ओळखण्याचा

जाते. परंतु वर्गणी मात्र धारेवर धरून, दादागिरी करून गोळा केली जाते. अगदी नीचातल्या नीच कर्माला मनुष्य आता सोकावला आहे. दात कोरून पोट भरण्यात तो आता सुख मानायला लागला आहे. उष्टी राहिलेली ताटं तो आता चाटून-पुसून खायला लागला आहे. असा मनुष्य आता खरोखरच श्रमदान करेल का?

श्रमदान ही संकल्पना फार व्यापक आहे. 'जे का रंजले गांजले, त्यासी म्हणे जो आपुले, तोचि साधू ओळखावा, देव तेथेचि जाणावा' यात ही संकल्पना तंतोतंत बसते.

मनुष्याचं जीवन अनेक समस्यांनी भरलेलं असतं. मनुष्य किती गरीब किंवा किती श्रीमंत याला महत्त्व नसतं. वेदना जशा गरिबाला होतात तशाच श्रीमंतालाही होतात. कधी कधी वेडेपणात श्रीमंत आयुष्यभर कष्ट करून मरतो आणि अचानक त्याने कमावलेलं काही तरी कुठल्या तरी आपत्तींनी नाहीसं होतं, तेव्हा त्याच्या वेदना तर सामान्य माणसापेक्षा अधिक तीव्र असणारच! म्हणून दुःखं ही केवळ गरिबांनाच असतात, मोठ्यांना असतच नाहीत, असं कधीच समजू नये. मनुष्य म्हणून माणसानं एका पातळीवर सुख-दुःखांचा अनुभव घ्यायला शिकलं पाहिजे.

मत्सरापोटी माणसं नेहमी एकमेकांचा द्वेष करत राहतात. त्यामुळे आता कुणी कुणाला मदत करायला धावत नाही. कुणाचंही नुकसान झालं, तर मनुष्य त्यातून आता विकृत आनंदाचा अनुभव घेऊ इच्छितो. आपल्याशिवाय इतरांवर आलेल्या संकटांनी तो आनंदी होऊ पाहतो. परंतु आज कुणाची वेळ आली असेल, तर उद्या तुझीही वेळ येणार आहे, हे कुणीही विसरून चालणार नाही. तेव्हा जर लोकांनी तुझ्या संकटाच्या काळात आनंदोत्सव साजरा केला, तर तुझ्या मनाला ते बरं वाटेल का?

सामुदायिक कार्य, इतरांना मदतीचा हात, इतरांच्या सुख-दुःखांत सहभागी होणं– हे श्रमदानाचं, परोपकाराचं आणि सत्कर्माचं महान कार्य आहे. तोच परमार्थ आहे. आपण आपलं घर जसं आतून चकाचक ठेवतो, तसंच आपल्या घराभोवतालचा परिसरदेखील स्वच्छ ठेवला पाहिजे.

आपलं गाव, आपलं शहर आपण स्वच्छ ठेवलं पाहिजे. रस्ते मोकळे ठेवले पाहिजेत. त्यावर पथाऱ्या मांडून व्यवसाय करणं चूक आहे. खराब रस्ते चांगले करण्यात योगदान दिलं पाहिजे. इतरांच्या घरासमोर, सार्वजनिक ठिकाणी घाण, कचरा टाकू नये. आयुष्यातला आठवड्यातला एखादा तास, अर्धा दिवस, एक दिवस सार्वजनिक कार्यासाठी दिला पाहिजे. ते आपलं दायित्व समजलं पाहिजे, तरच तुमच्या श्रमदानाला महत्त्व आहे.

कित्येक गोष्टी आपण आपल्यासाठी करता-करताच लोकांनाही मदत करता येऊ शकते. इतरांच्या घराजवळ, सार्वजनिक ठिकाणी कचरा न टाकणं, त्यांना

नुकसान न पोहोचवणं यातच खूप मोठा परमार्थ दडलेला आहे. परंतु कित्येक संकुचित बुद्धीची, कोत्या मनाची, स्वार्थी, ढोंगी माणसं इतरांना हानी पोहोचवून आपलं सुख त्यात शोधतात. क्षणिक, क्षुद्र, विकृत आनंद मिळवण्याचा प्रयत्न करतात. अशी ही माणसं कधी स्वत:च्या जीवनात उन्नती करू शकत नाहीत. त्यांच्या मत्सरी, स्वार्थी वृत्तीमुळे ती आहे तिथेच राहतात, नाही तर अधोगतीला तरी जातात. जग मात्र परमार्थाच्या वाटेवरून केव्हाच पुढे निघून गेलेलं असतं.

□□□

'आरसा चिंतनाचा' - स्वत:ला ओळखण्याचा

३१ | साथ

दिवसाचा प्रत्येक क्षण आपण कुणाच्या ना कुणाच्या सहवासात घालवत असतो. कधी मित्रांच्या, कधी नातलगांच्या तर कधी शत्रूच्या सहवासात आपला दिवस जात असतो. त्या प्रत्येक वेळी आणखी एक जोडीदार आपल्याबरोबर उपस्थित असतो– तो म्हणजे आपलं मन! आपलं मन या सर्वांबरोबर बोलताना मधून मधून हिरिरीने भाग घेत असतं. परंतु आपल्याला वाटतं, आपल्याशिवाय इथं तिसरं कुणी उपस्थित नाही. जगाशी वागताना, बोलताना आपण कमी सहभागी असतो आणि आपलं मन त्यात अधिक सहभागी होत असतं. कधी कधी तर आपण तिथं अनुपस्थित होऊन जातो आणि तिथं केवळ आपलं मनच राहून जातं. मग सारे निर्णय त्याच्याच हाती राहून जातात. मनाला अहंकार फार असतो. ते केवळ स्वतःच्या मानापानाचाच विचार करतं. आपल्याला ते विसरूनच जातं. त्यामुळे ते आपल्याला नेहमीच भारी ठरतं. आपलं काय होईल यापेक्षा मानापानाचं काय होईल, हेच त्याला पडलेलं असतं. जे लोक स्वतःला विसरून मनाला मधे आणतात, ते स्वतःवरचा ताबा हरवून बसतात. आयुष्यात खूप मोठं नुकसान ते केवळ मनाच्या या मानापानाच्या सवयीमुळे पत्करतात. मनाला सैल सोडणं म्हणजे आत्मघातच आहे.

दिवसरात्र आपण सतत नातलग, मित्र, शत्रू इत्यादींशी लढतच असतो.

शिवाय सुज्ञ, सुसंस्कारित मन नसेल तर त्याच्याशीही आपल्याला वारंवार लढावं लागतं. सतत धुसफुसत राहणं, त्रागा करणं, क्रोध करणं, चिंता करणं, सुडाची भावना घेऊन बसणं– या सर्व गोष्टी मनाशी लढण्याच्याच प्रकारातील आहेत. बाहेरचा शत्रू आपल्याला जितकं हैराण करीत नाही तितकं आपल्याला आपलं मन हैराण करून सोडतं. कित्येक वेळा कधी काहीच घडत नाही, परंतु नको त्या कल्पनांचं विष घोळवून मन मनुष्याला सतत कुठल्या ना कुठल्या समस्येत गुरफटून टाकतं.

मन वर्तमानात कधी स्थिर राहत नाही. त्याला वर्तमानात ठेवणं, हेच त्याचं खरं शिक्षण आहे. आपण जरी वर्तमानात जीवन कंठत असलो तरीदेखील मन कधीच आपल्या सोबत राहत नाही. एक तर ते भूतकाळातल्या कटू आठवणींमध्ये आपल्याला घेऊन जातं, त्या आठवणींनी हैराण करून टाकतं. जे विसरायचं असतं, ते उचलून आणून आपल्यासमोर मांडतं. मग आपण हे आपण राहतच नाही. तिथे केवळ त्याचाच कारभार चालतो. मग आपण पुढे काय करावं किंवा पुढे काय होईल याचा वेगवेगळ्या कल्पनांची रास ते आपल्यासमोर उभी करतं. मग तर आपण पूर्णपणे स्वत:ला विसरूनच जातो. त्याच्याच इशाऱ्यावर नाचायला लागतो. वर्तमान हरवून बसतो.

ज्या क्षणांचा आनंद घ्यायचा, जे वर्तमानातले क्षण जगायचे असतात– ते जगायचेच राहून जातात. नजरेसमोर हे वात्रट मन कशाचा तरी (क्रोधाचा, भीतीचा, सुडाचा इत्यादी) गोष्टींचा राक्षस उभा करतं. मग नाही काही करता येत. जगताही येत नाही आणि मरताही येत नाही.

हा झाला आपल्या मनाचा दोष! त्यामुळे त्याला आपण सन्मार्गाला लावण्याची व्यवस्था केली पाहिजे, तरच ते आपल्याला योग्य साथ देऊ शकेल. समर्थ रामदासांनी मनावर 'मनाचे श्लोक' जे रचले आहेत; ते जीवनात खरोखरच मार्गदर्शक आहेत, उद्बोधक आहेत. बालपणापासूनच जर ते मुलांना अवगत झाले, तर त्यांचा परिणाम मुलांवर चांगला होईल व भविष्यात त्यांना ते सतत सन्मार्गावरून चालण्याची प्रेरणा देत राहतील.

ज्यांना ते बालपणात अवगत करण्याचा योग आला नाही, त्यांनीदेखील मनाचे श्लोक वयाचा विचार न करता अवगत करून घ्यावेत. कुठल्याही वयात मनाचा उद्रेक होत असेल, तर हे मनाचे श्लोक त्या असंतुलित मनाला शांतता मिळवून देण्याचं काम करतात. मनाला नेहमी आपण आपला शत्रू बनू न देता त्याला आपण आपला मित्र बनवायला हवं, तरच ते आयुष्यात आपल्याला काही तरी करू देईल.

जग हे एक आपल्या दृष्टीने कोरा कॅनव्हास असतं. कारण मनुष्य कसा

'आरसा चिंतनाचा' - स्वत:ला ओळखण्याचा

आहे, हे आपल्याला कित्येकदा समजून येत नाही. माणसं नेहमी आपापल्या स्वार्थासाठी एकत्र येत असतात. परंतु त्यांत काही सरळ मार्गाने चालणारी असतात, तर काही वाममार्गाने चालणारी असतात. जी माणसं कुणाच्या फंदात पडत नाहीत, कुणाला आपल्यापासून त्रास होऊ देत नाहीत– ती मैत्री करण्याच्या लायकीची असतात. परंतु जी माणसं समोरच्या माणसाच्या मनाचा कुठलाही विचार न करता केवळ समोरच्या व्यक्तीचा गैरफायदा उठविण्यासाठी जवळ येतात, ती मात्र मैत्री करण्याच्या लायकीची नसतात. अशी माणसं आपण आपल्या आयुष्यात येऊ देणं म्हणजे आत्मघात आहे. त्यांच्या सोबतीत, त्यांच्या सहवासात आपलं केवळ वाटोळंच होऊ शकतं; हित कधीच होऊ शकत नाही.

या माणसांची चाल फार बेरकी असते. स्वार्थासाठी ही माणसं इतकी अफलातून नाटकं करतात की, आपल्याला त्याची भुरळ पडून जाते. ती आपल्याजवळ येताना इतकी नम्रता दाखवतात, इतकं गोड बोलतात, आपलं इतकं कौतुक करतात की वाटतं– हीच माणसं खरोखर आपल्याला जाणणारी आहेत, ओळखणारी आहेत. आपण मग त्यांच्या गोड बोलण्याने, वागण्याने संमोहित होऊन जातो. मग आपल्याला त्यांच्याशिवाय करमतच नाही. आपण त्यांच्या अधीन होऊन जातो. बोलता-बोलता आपण आपल्या आयुष्यातल्या सगळ्या चांगल्या-वाईट गोष्टी त्यांच्यासमोर बोलून जातो, तेव्हा मात्र आपण आपलं सर्वस्व हरवून बसलेलो असतो. कुठल्याही मनुष्याने आपल्या आयुष्यात एक गोष्ट नेहमी आपल्याजवळच जपून ठेवावी. आपण कितीही महानतेचे, उदारतेचे पुतळे जगात असलो तरीही काही गोष्टी आपल्या जन्मदात्यांना, जोडीदाराला आणि मित्र-मैत्रिणीलाही कधीच सांगू नयेत. त्या म्हणजे– आपले दुर्गुण, आपल्या आयुष्यात घडलेल्या वाईट गोष्टी आणि आपल्या शत्रूंची नावं. या गोष्टी जेव्हा मनुष्य कुणाजवळ उघडपणे बोलायला लागतो; तेव्हा तो समोरचा माणूस मित्र असला, नातलग असला, रक्ताच्या नात्यातला असला तरीदेखील तो तुमचा या चुकीच्या गोष्टींचा बरोबर दुरुपयोग करून घेतोच. तुम्हाला तो यामुळे वेठीस धरू शकतो. तुमचं पतन करू शकतो.

बोटीचं लहानसं छिद्रदेखील बोट बुडवायला जसं कारणीभूत ठरू शकतं, तसं तुमच्या आयुष्यातलं छोटंसं छिद्रदेखील तुमच्या अखंड कुटुंबाला जलसमाधी दिल्याशिवाय राहणार नाही.

यासाठीच मनाची जडणघडण करणं, हे आयुष्यात फार मोठं दिव्य आहे. जो मनाला कुणासमोर काय बोलावं आणि काय बोलू नये याचं योग्य शिक्षण देतो, त्याचं मग साऱ्या जगाशी पटायला लागतं. अगदी तुम्हाला कुणी संमोहित करून तुमच्याकडून तुमच्याबद्दलचे न्यूनगंड काढून घेण्याचा प्रयत्न केला तरीदेखील

तुम्ही त्या वेळी सावध होता, तुम्ही आपलं मन बेताने वापरू लागता.

काही काही लोक तत्काळ संमोहित होतात. त्यांचं मन अतिशय उथळ असतं. परंतु काही लोकांवर संमोहनाचा, कुणाच्या गोड बोलण्याचा काहीएक परिणाम होत नाही. ही माणसं आपल्या मनाचा कुणालाच थांगपत्ता लागू देत नाहीत. उलट, ही समोरच्या माणसाची चाल त्याच्यावरच उलटवतात. आपल्या मनातलं सांगण्याऐवजी त्यांच्याच मनातला हेतू काढून घेतात. यालाच मनाचं खरं शिक्षण म्हणता येईल.

आपला मित्र कोण आहे आणि आपला शत्रू कोण आहे, हे प्रत्येक व्यक्तीला आपल्या मनाच्या आधारानं ओळखता आलंच पाहिजे.

माणसं आता इतर माणसांना सामान्य हानी पोहोचवून समाधानी होत नाहीत. आयुष्यभर यातनांच्या खाईत कोण झुरून-झुरून मरेल आणि त्याचा विकृत आनंद आपण कसा घेऊ, इथपर्यंत लोकांना उपद्रव देण्याची मजल आता समाजातल्या अनेक लोकांची गेली आहे. कुणी कुठल्याही मार्गाने मरत असेल, तर ते पाहण्यात त्यांना मौजमजा वाटते. यांच्यातला मत्सर यांना स्वस्थ बसू देत नाही. म्हणून कोण, कशी नाटकं करून तुमच्या आयुष्यात येईल आणि तुम्हाला कसा उद्ध्वस्त करून जाईल याची कधीच कुणाला जाण नसते.

आपण आपल्या मनाला सरळ वागण्याचं शिक्षण दिलं, सन्मार्गाने जगण्याचं शिक्षण दिलं; तर ही विकृत माणसं नाही आपल्या जीवनात प्रवेश करू शकत. आपलं मन सावध असेल, तर आपणही सावध असतोच असतो. मग यांचे हेतू ओळखून आपण यांना सहज दूर ठेवू शकतो. आयुष्यात जर एक गोष्ट समजली की– या जगात कधीही, कुणाचंही, कुणावाचूनही अडत नाही; तर त्या माणसाचं मन पुरेपूर सावध होऊन जातं. मग कुणीही, कशीही आणि कुठलीही चाल खेळू द्या– तुम्ही अशा माणसाला त्याची जागा दाखवून द्यायला सदैव समर्थ असता.

आपण जेव्हा कुणाच्या साथसंगतीची अपेक्षा करू लागतो, तेव्हा आपण मनाने पंगू होऊन गेलेलो असतो, म्हणून आपण परावलंबी व्हायला लागतो. परंतु आपण आपल्या मनावर विश्वास ठेवून जर त्यालाच आपला मित्र बनवलं, तर मग नाही आपल्याला जगात कुणाची गरज उरत. मग आपण ज्यांना-ज्यांना जवळ करू त्यांच्यातलं आणि आपल्यातलं अंतर तेव्हा अगदी नेमकं असेल.

कुठल्याही व्यक्तीमधलं अंतर जेव्हा आपण नेमकं ठेवायला शिकतो, तेव्हाच जगाच्या पाठीवर मग आपला कुणी शत्रूही नसतो आणि मित्रही नसतो. आपण खऱ्या अर्थाने मुक्त असतो आणि आयुष्यात बराचसा वर्तमान आपण त्यामुळे हस्तगत करू शकतो, जगू शकतो.

❐❐❐

लेखक परिचय
रामचंद्र मुरलीधर जोरवर

जन्म दिनांक	- १४/०१/१९६३
जन्म गांव	- समशेरपूर, ता. अकोले, जि. अहमदनगर
शिक्षण	- एस्. वाय्. बी. ए.
व्यवसाय	- लेखक, प्रकाशक, ग्रंथवितरक
कार्यालयाचा पत्ता	- कल्पना बुक डीलर्स (इंडिया) प्रा. लि. हेमि क्लासिक, पुणे सातारा रोड, बालाजीनगर, धनकवडी, पुणे - ४११ ०४३ फोन - ९८२२५१७६५९, ०२०-२४३७४४९८, २४३७४४९८
घरचा पत्ता	- 'सावली', रक्षा लेखा सोसायटी, विक्रमनगर, धनकवडी, पुणे - ४११ ०४३ फोन - ९८२२५१७६५९
email	- jorwar_ram@yahoo.com, jorwarram@gmail.com

संस्था	- राजश्री प्रकाशन, सावली प्रकाशन, विक्रम उद्योग, जिद्द पब्लिकेशन
विशेष कार्य	- ६०० हून अधिक मराठी ललित पुस्तके प्रकाशित केली. आजपर्यंत लक्षावधी ग्रंथांचे यशस्वी वितरण केले.
सामाजिक कार्य	- शैक्षणिक संस्थांना, ग्रंथालयांना, विद्यार्थ्यांना, मंदिरास विशेष देणग्या. रोटरी क्लब ऑफ शनिवारवाडा, पुणे तर्फे विशेष सामाजिक कार्यात नियमित सहभाग.

प्रकाशित साहित्य

कादंबऱ्या	- एकाकी - २ आवृत्त्या, जिंदगी - २ आवृत्त्या, दुनिया - २ आवृत्त्या, नियोग - २ आवृत्त्या, अहंकार - ३ आवृत्त्या, उष:काल - २ आवृत्त्या, गर्दी! गर्दी!! - २ आवृत्त्या, निशान - २ आवृत्त्या, त्रयस्थ - २ आवृत्त्या, तिरीप - ७ आवृत्त्या (१२,७०० प्रती), पोकळी - २ आवृत्त्या
भावानुवाद	- गीता - एक मुक्तचिंतन - ३ आवृत्त्या (३९,१०० प्रती)

वैचारिक लेख	-	जीवनविचार जनातल्या मनातले - ३ आवृत्त्या
व्यक्तिविकास	-	तिळा तिळा दार उघड - १ आवृत्ती, सुयोग्य जीवन जगण्याचे
		मंत्र (चाणक्य नीति) १ आवृत्ती
मूल्यशिक्षण	-	विस्तारित सुभाषितपाठ - २ आवृत्त्या, उद्बोधक जीवनविचार-
		१ आवृत्ती, विद्यार्थ्यांसाठी वाचनाचा छंद, आवड व जोपासना-
		१ आवृत्ती
चारोळ्या	-	आत्मसंवाद - ३ आवृत्त्या (१५,३०० प्रती), आरोळ्या-
		१ आवृत्ती, साथ संगत - १ आवृत्ती
कवितासंग्रह	-	शब्दसूर्य - २ आवृत्त्या
प्रौढसाक्षर	-	वृक्षगाथा - २ आवृत्त्या (२१००० प्रती), विजेचा सदुपयोग
		- २ आवृत्त्या (२१००० प्रती), चैतन्यमहाराज प्रकटले -
		२ आवृत्त्या (२१००० प्रती)

☐☐☐

'आरसा चिंतनाचा' - स्वतःला ओळखण्याचा